भारताच्या आर्थिक समस्या - भाग ३

Economic Problems in India

AF738467

# संघराज्याचा वित्त व्यवहार

# The Center and State Government Fiscal Management

डॉ. मधुसूदन साठे

डायमंड पब्लिकेशन्स

संघराज्याचा वित्त व्यवहार

डॉ. मधुसूदन साठे

The Center and State Government Fiscal Management

Dr. Madhusudan Sathe

प्रथम आवृत्ती : २००८

पुनर्मुद्रण : २०२१

ISBN 978-81-89959-82-1



मुखपृष्ठ

शाम भालेकर

प्रकाशक

डायमंड पब्लिकेशन्स

२६४/३ शनिवार पेठ, ३०२ अनुग्रह अपार्टमेंट

ओंकारेश्वर मंदिराजवळ, पुणे–४११ ०३०

☎ ८६०००१०४१६, ०२०–२४४५२३८७, २४४६६६४२

info@dpbooks.in

www.dpbooks.in

---

# लेखकाची पार्श्वभूमी

मधुसूदन दत्तात्रय साठे यांचे शाळा आणि महाविद्यालयीन शिक्षण मुंबई, पुणे येथे झाले. त्यांनी अर्थशास्त्रात पदवी घेतली. एम. ए. (प्रथम क्रमांक) पुणे विद्यापीठ (१९६४) व पीएच. डी. (१९६८) पीएच. डी. चा विषय होता क्षेत्रीय नियोजन. पुढे या ग्रंथाला शिकागो विद्यापीठाचे नामांकित प्राध्यापक बर्ट होझलिट यांनी प्रस्तावना दिली.

श्री. साठे यांनी प्रथम कॉमर्स या आर्थिक नियतकालिकेच्या संशोधन विभागात, नंतर असोसिएटेड चेंबर्स ऑफ कॉमर्स ॲन्ड इंडस्ट्रीज, मुंबई आणि नंतर बँक ऑफ महाराष्ट्रच्या नियोजन विभागात संशोधनाचा अनुभव घेतला. त्यांनी नियोजन आयोग, दिल्ली यांच्यासाठी पुणे जिल्ह्यातील दुबळ्या घटकांचे नियोजन असा संशोधन प्रकल्प डॉ. एम. व्ही. नामजोशी यांच्या मार्गदर्शनाखाली पुरा केला. (१९७२) नियोजन आयोगाच्या साहाय्यातून हा ग्रंथ प्रसिद्ध करण्यात आला.

हे संशोधन जिल्हा नियोजनाशी निगडित होते आणि महाराष्ट्र शासनाने या सुमारास देशात प्रथमच जिल्हा नियोजनाचा प्रयत्न सुरू केला होता. पुढे १९७५ मध्ये श्री. साठे यांनी या जिल्हा नियोजनाचे महाराष्ट्र शासनाच्या नियोजन विभागासाठी मूल्यमापन केले आणि त्याचे दोन अहवाल (१९७६) सादर केले. स्वतंत्रपणे गांधी पीस फाऊंडेशन, दिल्ली यांनी देशातील बंधक मजुरांचे (बाँडेड लेबर) प्रथमच सर्वेक्षण केले.

त्यानंतर १९७८ पासून श्री. साठे यांनी पुढाकार घेऊन डेव्हलपमेंट ग्रुप या स्वयंसेवी संस्थेची स्थापना केली आणि पुढची पंचवीस वर्षे त्याचे सचिव म्हणून पूर्णवेळ काम केले. डेव्हलमेंट ग्रुपच्या माध्यमातून पुढील तीन प्रकारची कामे झाली.

१. महाराष्ट्रातील स्वयंसेवी संघटनांना प्रकल्प नियोजन करून, परदेशी देणगीदार संस्थांकडून आर्थिक मदत मिळवून देण्यात आली. यात अनेक संस्थांच्या विकास कार्यक्रमात सहभागी होऊन सल्ला आणि तज्ज्ञांची मदत देण्यात आली. त्यातूनच संस्थेने प्रत्यक्ष अंमलबजावणीच्या अनुभवांवर भर देऊन विकास प्रक्रियेचा अभ्यास केला.

२. रोजगार हमी योजनेचा सततचा पाठपुरावा केला. यासाठी रोजगार हमी योजनेच्या मजुरांचे तीन दिवसांच्या शिबिरातून प्रशिक्षण केले. तसेच वृत्तपत्रातून या

विषयावर व्यापक लिखाण केले.

३. शासनाच्या अनेक विकास कार्यक्रमांचे मूल्यमापन अहवाल तयार केले. यात मौसमी पावसाचा अभ्यास, दुष्काळ आणि जिरायत शेती, फळबागायत, दुग्ध विकास, आदिवासी विकास कार्यक्रम, मागासवर्गीय घटकांचे स्वयं रोजगाराचे कार्यक्रम, पाणलोट क्षेत्र विकास, पश्चिमघाट विकासकार्यक्रम मूल्यमापन, भटक्या जाती आणि विमुक्त जमाती यांचे सर्वेक्षण, मुळा आणि घोडसिंचन प्रकल्प अभ्यास, कृष्णा आणि कुकडी प्रकल्पाअंतर्गत सहा धरणांवरील दहा हजार धरणग्रस्तांचे पुनर्वसन आणि कृती कार्यक्रम, पिण्याच्या पाण्याची समस्या असलेल्या गावांचा अभ्यास, मेळघाटमधील कुपोषण आणि बालमृत्यू, पाणी वाटप संस्था, पाणी पंचायतीचा प्रयोग, कृष्णा नदीवरील उपसा जलसिंचन योजनांचे मूल्यमापन, अहमदनगर जिल्ह्यांतील दुष्काळाचा अभ्यास असे विविध विषय अभ्यासण्यात आले.

१९८९ पासून राज्याच्या राज्य नियोजन मंडळात मागची अठरा वर्षे सदस्य म्हणून काम केले. या अंतर्गत आठवी, नववी आणि दहावी पंचवार्षिक योजना बनवताना रोजगार आणि मनुष्यबळ नियोजन, दारिद्र्य निर्मूलन कार्यक्रमाचे नियोजन, दुबळ्या घटकांचे नियोजन कार्यक्रम, पिण्याच्या पाण्याचे कार्यक्रम, रोजगार नियोजन या अभ्यासगटांचे अध्यक्ष म्हणून काम केले. तसेच वनीकरण, सामाजिक वनीकरण, सिंचन, गृहनिर्माण, शिक्षण यांच्या अभ्यासगटांत सदस्य म्हणून सहभाग दिला.

१९९५ मध्ये राज्यपालांना सल्ला देणाऱ्या उर्वरित महाराष्ट्र वैधानिक विकास मंडळावर सदस्य म्हणून काम केले.

शिवाय श्री. साठे यांनी शासनाने नेमलेल्या समित्यांवर सदस्य म्हणून काम केले. त्या पुढीलप्रमाणे :

अवर्षण प्रवणक्षेत्राचा आढावा आणि विकास : अध्यक्ष डॉ. व्ही. सुब्रमणियम (१९८४), महाराष्ट्र शासन शेळी आणि मेंढी आयोग (१९८८), महाराष्ट्र शासन जिल्हा नियोजनाचे मूल्यमापन (१९९१), महाराष्ट्र शासन बालिका विकास कार्यक्रम (१९९०), महाराष्ट्र शासन, राज्य रोजगार हमी योजना परिषद (१९९०), महाराष्ट्र शासन राज्यातील अवर्षण प्रवण क्षेत्रातील सिंचनाचा तालुकानिहाय अनुशेष निश्चित करण्यासाठी समितीवर तज्ज्ञ सदस्य श्री. साठे यांनी पुण्याच्या नगर नियोजनावर आणि आर्थिक प्रश्नांवर महाराष्ट्र टाईम्स, लोकसत्ता, लोकमत, सकाळ वृत्तपत्रातून व्यापक लिखाण केलेले आहे. सध्या ते पुणे महानगरपालिकेच्या वाहन आणि वाहतूक समितीवर सदस्य म्हणून काम करत आहेत.

**मधुसूदन दत्तात्रय साठे**

'यशोधन', २०७१,
विजयानगर, पुणे - ४११०३०.
दूरध्वनी - (०२०) २४३३७१५४.
मोबाईल - ९८५००१३४८३
madhusudan_sathe@yahoo.co.in

# मनोगत

देशातले आणि परदेशातले अर्थकारण या विषयावर पुस्तकांची एक मालिका येथे प्रसिद्ध होत आहे आणि त्यासाठी एक सामाईक भूमिका येथे मांडली आहे. भारताच्या अर्थव्यवस्थेवर पाच वेगळी पुस्तके आहेत. आणि जगातल्या अर्थकारणावर आणखी पाच पुस्तके आहेत. या एकूण पुस्तक मालिकेमध्ये अर्थकारण, समाजकारण आणि राजकारण यांची अनेक अंगे आहेत, परंतु मुख्य भर आर्थिक बाबींवर आहे आणि इतर बाबी संलग्न आहेत. या मालिकेमागची लेखकाची भूमिका कोणती होती याचा खुलासा झाला तर वाचकाला हे वाचन सुलभ जाईल.

मागच्या नव्वदीपासून आणि आता या एकविसाव्या शतकात आपण एका नव्या जगात प्रवेश करत आहोत. इतर सगळ्याच देशांना हा अनुभव येत आहे. मागच्या सुमारे पाचशे वर्षात चालू असलेल्या सांस्कृतिक पुनरुत्थानाच्या चळवळीत आणि मागची सुमारे तीनशे वर्षे चालू असलेल्या औद्योगिकीकरणाच्या युगात आता जगातले सगळे देश घुसळून निघालेले आहेत. त्यामुळे आता जागतिकीकरण आपल्याला हवे की नको आणि ते चांगले की वाईट असा प्रश्न उरलेला नाही. जग एकत्र येणारच आहे.

यातून सर्वसाधारण माणसाला, एक नवा अनुभव येत आहे. रोजच्या जीवनातही याचे अनेक प्रसंग उभे रहात आहेत. याविषयी आपली समज वाढावी यासाठी या पुस्तक मालिकेचे आणि लेखसंग्रहाचे आयोजन केलेले आहे. अर्थशास्त्रात विद्यार्थी आणि गुरूजन, तसेच अर्थशास्त्राचे कोणतेच औपचारिक सोपस्कर न झालेले इतर अनेक ज्ञानशाखांचे व्यावसायिक यांची आपल्याभोवती घडणाऱ्या दैनंदिन आर्थिक घडामोडींची जाण आणि कुतूहल या लेखनातून वाढावी अशी अपेक्षा आहे.

या मालिकेत आता पुस्तकाच्या स्वरुपात मांडणी दिसत असली तरी मुळात याची सुरूवात आणि रचना वेगळ्या आधारावर झालेली आहे.

वेळोवेळी देशात आणि परदेशात ज्या ठळक आर्थिक घटना घडत होत्या. त्यानिमित्ताने लेखांमध्ये टीका-टिप्पणी केलेली आहे. यामागे कोणतीही वैचारिक अगर मूल्यांवर आधारित गृहिते मनात ठेवून समोरचा प्रश्न आणि प्रसंग आणि

परिस्थिती यांचे विश्लेषण केलेले नाही. वस्तुस्थितीची अधिकाधिक निर्विकार मांडणी केली आहे आणि त्यासाठी आकडेवारी आणि वास्तव यावर सगळा भर दिला आहे. समाजवाद, भांडवलशाही, लोकशाही याविषयी आवडी आणि आग्रह जसे जाणीवपूर्वक बाजूला ठेवले आहेत त्याचप्रमाणे अर्थशास्त्रामधली सैद्धान्तिक आणि वैचारिक मांडणीही दूर ठेवली आहे. यामुळे लेखकाने आपले निष्कर्ष आणि सारांश वाचकावर लादण्याचे शक्यतोवर टाळले आहे. वाचक आपणच स्वत;ची उत्तरे शोधू शकतो.

या लेखसंग्रहाच्या मालिकेची आणखी एक मर्यादा आहे. वर सांगितल्याप्रमाणे पुस्तक म्हणून यांची रचना सर्वात शेवटी झाली. त्यामुळे एकाच पुस्तकात अनेक लेख वेगवेगळ्या असूनही त्यात कोणतेही एक सूत्र सगळ्या लेखांना बांधणारे नाही. वेगवेगळे लेख अंगांना स्पर्श करणारे आहेत. आणि त्यांचे निमित्त प्रासंगिक आहे. परंतु त्यातही इतर प्रसंगी आणि इतर संदर्भात इतरांना अनुभव घेता येईल असे तथ्य आहे. हा तथ्यांश महत्त्वाचा आहे. आणि म्हणून येथे केलेल्या टीका टीप्पण्या प्रासंगिक राहत नाहीत त्यात थोडेफार बदल केले म्हणजे असे प्रसंग आणि अनुभव इतर वेळीही येतात असे वाचकाला आढळून येईल. त्याच बरोबर इतर प्रसंगी आणि स्थानिक परिस्थितीत या विश्लेषणातले तथ्यही शोधता येईल. स्थळकाळाच्या अनेक मर्यादा लक्षात घेऊन लेखांमधली आकडेवारी आजच्या काळापर्यंत अद्ययावत करण्याचा प्रयत्न केलेला नाही.

हा लेखसंग्रह पुस्तकरूपाने प्रसिद्ध करताना लेखकाच्या मनात काय होते याचा खुलासा केवळ यासाठी केला आहे की वाचकांच्या अपेक्षा फार हाताबाहेर जाऊ नयेत. त्यातून अपेक्षाभंग पदरी पडेल आणि दोष लेखकावर येईल. येथे अर्थशास्त्रावर संशोधनपर ग्रंथलिखाण केलेले नाही. यातील आकडेवारी, मते, विचारप्रवाह आणि समज आपल्या भोवतालच्या सार्वजनिक जीवनातले आहेत. त्यात अपुरेपणा आहे, काळ आणि वेळ उलटून गेलेला आहे. तसेच काळ वेळाचे संदर्भ पुरेसे अद्यावत नाहीत. हे सारे सविस्तरपणे आणि शास्त्राला धरून केले असते तर मग अनेक प्रश्नांच्या अनेक अंगांची इतकी मोजकी मांडणी आणि विश्लेषण करताही आले नसते. त्यातून मोठा ग्रंथच लिहावा लागला असता. सर्वसाधारण वाचकाला ते पेलवले नसते. म्हणून लेखक या मर्यादांची जबाबदारी घेत आहे. यासाठी क्षमस्व म्हणणे सोपे.

१ जाने. २००८ **– मधुसूदन दत्तात्रय साठे**

# प्रस्तावना

या पुस्तकात राज्य सरकारांच्या अनेक बाबींवर टिप्पण्या करण्यात आल्या आहेत. यापुढच्या काळात राज्य सरकाराची प्रशासनाची आणि विकास कार्यक्रमांच्या अंमल बजावणीची यंत्रणा मुळापासून सुधारण्याची गरज आहे. विशेषत: राज्य सरकारांच्या वित्त व्यवस्था आणि कर्जाचे व्यवस्थापन यांचा दर्जा सुधारण्याचे महत्त्व विशेष आहे.

याचबरोबर केंद्र सरकारच्या वित्त व्यवस्थेचे स्वास्थ्य सुधारणे महत्त्वाचे आहे. केंद्र सरकारने वित्तीय शिस्त स्वीकारली आहे आणि राज्य सरकारासकट सगळ्यांना याच्या कायद्याच्या बंधनात जोडून घेतलेले आहे. वित्तीय तुटीच्या विषयाला अनेक अंगे आहेत आणि त्यांचा तपशील या लेखांमधून तपासलेला आहे.

यामध्ये वेळोवेळी वित्त आयोग आपले योगदान देत असते. आणि दरवर्षी अर्थ संकल्पांच्या मांडणीतून वित्तमंत्री अर्थव्यवस्थेला हळूहळू वळणे देत असतात. देशातल्या कर प्रणाली आणि व्यवस्थेमध्ये अनेक लक्षणीय बदल झालेले आहेत. या अशा अनेक माध्यमातून देशाच्या वित्त व्यवस्थेचे स्वास्थ्य आणि स्थैर्य सुधारते आहे. त्याचा या पुस्तकात आढावा घेतला आहे.

केंद्र सरकारने आपल्या प्रयत्नातून वित्तीय शिस्त आणि त्यातून वित्तीय तूट खाली आणली आहे. यत भर म्हणजे राज्य सरकारांनी २०००-०१ ते २००४-०५ या काळात वित्त व्यवस्था सुधारण्याचे प्रामाणिक प्रयत्न केले आणि वित्ताय तुटीचे जीडीपी बरोबरचे गुणोत्तर सतत कमी करत आणलेले आहे. राज्य सरकारांनी आपल्या पातळीवर फिस्कल रिस्पाँन्सीलीलीट अँड मॅनेजमेंट ॲक्ट (एफ आर बी एम) म्हणजे राज्यकोषीय उत्तरदायित्व आणि अर्थ संकल्पीय व्यवस्थापन कायदा संमत करून घेतलेला आहे. राज्य सरकारांना ही शिस्त लावून घेण्याची गरज पटली. याचे कारण एकच म्हणजे मागच्या बाराव्या वित्त आयोगाने (डिसें. २००४) तशी राज्यांना पूर्व अट घातलेली होती. त्याअगोदर १९९७ मध्ये सहाव्या वेतन आयोगाच्या शिफारशी प्रथम केंद्राने आणि नंतर राज्यांनी लागू केल्यामुळे सरकारी यंत्रणेचा खर्च भरमसाठ झाला आणि त्यातून राज्य सरकारांच्या वित्त व्यवस्था कोलमडून पडल्या.

त्यांतून बाहेर पडेपर्यंत या दशकाच्या पहिल्या मध्यापर्यंतची वर्षे वाया गेली. आता येत्या काळात परत २००८ संपेपर्यंत सातव्या वेतन आयोगाच्या शिफारशी येतील आणि त्याही लगेच मंजूर होतील. याचा अर्थ परत एकदा राज्य सरकार अडचणीत येतील असे चित्र दिसत आहे.

◆◆

# प्रकाशकीय

'अर्थशास्त्र' या व्यापक विषयाच्या सखोल अभ्यासासाठी या विषयावरील पुस्तक-मालिका प्रकाशित करताना आम्हाला अत्यंत आनंद होत आहे.

या मालिकेत 'भारताच्या आर्थिक समस्या भाग १ ते ५', 'जागतिक अर्थकारण : युरोपची आर्थिक प्रगती', 'अमेरिका एक महासत्ता?', 'नव्या जगाचे अर्थकारण', 'आशियातील अर्थव्यवस्था' आणि 'व्यापार व व्यापार संघटन' (WTO) या पुस्तकांचा समावेश आहे.

अर्थशास्त्रावरील या पुस्तकमालिकेचे एक वैशिष्ट्य आवर्जून सांगावेसे वाटते ते म्हणजे ही पुस्तके जगात आणि भारतात घडलेल्या व घडणाऱ्या अर्थशास्त्रीय घडामोडींचा आलेख मांडतानाच अर्थतज्ज्ञांचे त्यावरील चिंतनही प्रकट करतात.

अभ्यासासाठी नेमलेल्या व संदर्भ ग्रंथ म्हणून उपलब्ध असलेल्या अर्थशास्त्राच्या पुस्तकांमध्ये अर्थशास्त्रीय संकल्पना व सिद्धांताचेच विवेचन व उहापोह असतो. सतत बदलणाऱ्या आर्थिक जगतातील घडामोडींचे प्रतिबिंब त्यात पडलेले नसते. इंग्रजीत चालू आर्थिक घडामोडींवरील पुस्तके उपलब्ध होत असतात; परंतु मराठीत अशी पुस्तके आजपर्यंत फारशी प्रकाशित झालेली नाहीत. ही कमतरता भरून काढण्यासाठी १० पुस्तकांच्या मालिकेचा हा महत्त्वाकांक्षी प्रकल्प आम्ही राबवत आहोत.

बी. ए., एम. ए., बी. कॉम., यु.पी.एस्सी., एम.पी.एस.सी., एम.कॉम.च्या विद्यार्थ्यांना व प्राध्यापकांना अर्थशास्त्रातील घटना, घडामोडींवरील ही पुस्तक-मालिका उपयुक्त ठरावी ही अपेक्षा.

**– दत्तात्रय गं. पाष्टे**

# अनुक्रम

**विभाग १ : राज्यसरकारे (State Government)**

**विभाग ४ : अर्थसंकल्प (Budget)**



◆◆

# विभाग १ : राज्यसरकारे

**State Government**

## १.१ सगळे राज्यांवर अवलंबून

मागील सात-आठ वर्षांत वेगवेगळ्या नावांची आणि आघाड्यांची केंद्रामध्ये सरकारे आली आणि त्या सर्वांच्या अर्थसंकल्पात वित्तीय तूट कशी कमी करायची हाच गाभ्याचा विषय राहिलेला आहे. तरीही वित्तव्यवस्था बळकट करणे या मूळ विषयावरून कोणाचेच लक्ष हललेले नाही.

नव्या सरकारने वित्तीय तूट जी २००३-०४ मध्ये जीडीपीच्या ४.८ टक्के होती ती २००४-०५ मध्ये ४.४ टक्क्यांवर आणण्याचे कबूल केले आहे. अधिक महत्त्वाचे म्हणजे २००८-०९ पर्यंत सगळी महसुली तूट संपविण्याचा निर्धार व्यक्त केला आहे. चालू ०४-०५ वर्षातच महसुली तूट मागच्या ३.५ टक्क्यांवरून २.५ टक्क्यांवर खाली यायची आहे. ही एक टक्क्यांची भरीव घटसुद्धा केंद्र सरकारच्या हातात विकासासाठी अधिक निधी उपलब्ध करून देईल.

अर्थात, ही सगळी आतशबाजी आकड्यांची आहे आणि नव्या सरकारच्या इराद्यांची जाहिरात आहे. प्रत्यक्षात हे सगळे घडून यायला या मागची अनेक गृहीत कृत्ये व्यवहाराच्या कसोटीवर टिकावी लागतील. सर्वांत महत्त्वाचे म्हणजे राज्य सरकारे काय करतात हा सगळ्यांत कळीचा प्रश्न आहे. केंद्राने आपली तूट कमी केली तरीही राज्य सरकारे त्यावर पाणी फिरवू शकतात. मागची काही वर्षे आणि येणारा काळ यामध्ये राज्यसरकारे सर्वांत प्रमुख भूमिका बजावणार आहेत आणि त्यामुळे केंद्र सरकारच्या अनेक घोषणा वाऱ्यावर विरून जाऊ शकतात. त्यासाठी राज्यांना राजी करण्यासाठी केंद्र काही वाटा उचलणार आहे. राज्य सरकारे आपल्या हिताला धरून साहजिकच आपली अनिच्छा दाखवित आहे. थोडक्यात, वित्त आयोग आणि व्हॅटची नवी व्यवस्था या दोन अडथळ्यांना केंद्र सरकार अजून सामोरे जाणार आहे.

केंद्र सरकारला जी चिंता आहे तशी राज्यांना फारशी नाही हे उघड आहे. त्यांचे नेहमीचे रडगाणे म्हणजे त्यांच्याजवळ साधने कमी आहेत. त्यांचा योजनेतर खर्च हाताबाहेर गेलेला आहे. त्यात खर्चाच्या दोन बाबी म्हणजे कर्जावरील व्याज आणि कर्मचाऱ्यांवरील खर्च. शिवाय येत्या काळात निवृत्ती वेतनाचा खर्चही भरपूर वाढणार

आहे. सगळ्याचा परिणाम म्हणून राज्यांची वित्तीय तूट सारखी वाढतच आहे. मागील पाच वर्षांत सगळ्या राज्यांची मिळून एकत्रित वित्तीय तूट ५६ टक्क्यांनी वाढली. ती १९९८-९९ मध्ये रु. ७४,२५३ कोटी होती आणि ती २००३-०४ मध्ये रु. १,१६,१७५ कोटी इतकी झाली.

ही सर्व आकडेवारी अस्वस्थ करणारी आहे कारण जी श्रीमंत राज्ये आहेत, त्यांनीही आपली वित्तीय तूट वाढवत ठेवली आहे. गुजरात, महाराष्ट्र, तामिळनाडू, उत्तर प्रदेश आणि पश्चिम बंगाल ही फक्त पाच राज्ये मिळूनच सगळ्याच राज्यांच्या एकत्रित त्रुटीमध्ये निम्म्याने वाटा उचलतात (२००३-०४). एकट्या उत्तर प्रदेशचाच यातील वाटा १७ टक्के आहे. सगळ्याच राज्यांची एकत्रित वित्तीय तूट पाच वर्षेत (९८-९९ ते ०३-०४) ५६ टक्क्यांनी वाढली; परंतु उत्तर प्रदेशची ही तूट मात्र ७० टक्क्यांनी वाढली.

दुसरे उदाहरण पश्चिम बंगालचे. यांचा पूर्वी गवगवा झाला कारण येथे प्रथम वित्तीय तूट शून्यावर होती आणि नंतर ती अगदी माफक होती. परंतु या राज्याचा एकूण तुटीतला वाटा १०.७ टक्के आहे आणि मागील पाच वर्षांत ही तूट ७४ टक्क्यानी वाढली आहे. प्रत्यक्षात हा आकडा रु. ७,१०९ कोटींवरून रु. १२,३८४ कोटी इतका झाला आहे.

या तुलनेने काही राज्ये अशी आहेत ज्यांनी आपली व्यवस्था सुधारली आहे. यात हरियाना, जम्मू आणि काश्मीर, मध्य प्रदेश आणि सिक्कीम यांचा उल्लेख करावा लागेल. त्यांनी मागील पाच वर्षांत आपली एकूण वित्तीय तूट कमी केली आहे. हरियानाची तूट ४.७ टक्क्यांनी आणि मध्य प्रदेशची ३.१ टक्क्यांनी कमी झाली आहे, तर सिक्कीमची तूट ६९ टक्क्यांनी कमी झाली आहे. हरियाना आणि मध्य प्रदेश यांची प्रगती बेताचीच असली तरीही निदान त्यांनी आपली तूट देशाच्या सरासरीबरोबर वाढू दिली नाही म्हणून त्यांचे कौतुक करायचे. देशाच्या पातळीवर या राज्यांनी आपली तूट रोखण्यात कसे यश मिळविले याची अधिक चर्चा होण्याची गरज आहे. तसेच आता जो बारावा वित्त आयोग निधी वितरणाची नवीन सूत्रे ठरवत आहे, त्यामध्ये अशा राज्यांना काही प्रोत्साहन म्हणून वेगळा निधी देण्याचा विचार करता येईल.

जसा वित्तीय तुटीतल्या पातळीत वाढ झाली हा काळजीचा विषय आहे, त्याबरोबरच यासाठी वित्तपुरवठा कसा करण्यात आला हाही तितकाच कठीण प्रश्न आहे. सन १९९८-९९ पासून पाच वर्षांत केंद्राकडून जी नक्त उधारीची रक्कम आहे ती रु. ३१,०५७ कोटींवरून रु. ७,७९४ कोटींपर्यंत कमी झालेली आहे आणि ही घट भरीव ७५ टक्क्यांची आहे. ही बाब स्वागताची आहे; परंतु याच्या मागील कारण वेगळे आहे. राज्यांनी इतर मार्गांनी चढ्या व्याजदराने कर्जे काढली आहेत. मागच्या

काही काळात व्याजदर सतत खाली येत असल्यामुळे ही राज्ये आता संकटात आहेत. वास्तविक पाहता अशी १६ आणि १७ टक्क्यांनी व्याज असलेली कर्जे खासगी कंपन्यांनीही काढलेली होती. त्यांची नावे म्हणजे लार्सन अॅन्ड टुब्रो, टिस्को, अरविंद मिल्स, आयसीआयसीआय, आयडीबीआय, आयएफसीआय इत्यादी. परंतु या खासगी क्षेत्रातील कंपन्यांनी अशी कर्जरोख्यांची रक्कम मुदतीपूर्वी कर्जदारांना परत केली आणि आपली चूक दुरुस्त केली. राज्यसरकारे मात्र आपला दगडाखालचा हात काढून घेऊ शकली नाहीत कारण त्यांचे चालू खर्च वाढतच होते, गरजाही वाढत होत्या आणि पत मात्र ढासळली होती.

राज्यांची एकूण खुल्या बाजारातील उसनवारी पाच वर्षांत ६१.२ टक्क्यांनी वाढली. सुरुवातीला तो आकडा रु. १०,४६७ कोटी (९८-९९) आणि तो नंतर रु. १६,८७९ कोटी झाला. यातही एक बारकावा आहे आणि तो चिंतेचा आहे. या वित्तीय तुटीतला मोठा भाग राज्यांनी जी अल्पबचत योजनेतून रक्कम गोळा केली होती ती परत केंद्राचे कर्ज म्हणून राज्याने मिळविली होती. तसेच राज्यांचे जे निवृत्ती वेतनाचे निधी होते त्यातूनही उसनवारी केली होती. या दोन मार्गांनी जो निधी मिळतो त्यावर सर्वात अधिक व्याजदर द्यावे लागते. म्हणजे एका बाजूने कामगार आणि सरकारी कर्मचाऱ्यांच्या नेत्यांनी अल्पबचतीवर अधिक व्याज द्यावे, असे सरकारवर दडपण आणायचे आणि दुसऱ्या बाजूने सरकारनेच त्यावर उसनवारी करून व्याजाचा वाढीव बोजा डोक्यावर घ्यायचा, असा हा हातबट्ट्याचा उरफाटा व्यवहार आहे. विशेष म्हणजे सर्वसाधारण बचत करणाऱ्या जनतेला याची कोणीच माहिती देत नाही.

राज्य सरकारांजवळची साधने मर्यादित असल्यामुळे आणि दुसरे पर्याय नसल्यामुळे त्यांची अशा मार्गाने उसनवारी वाढली आहे. मागील पाच वर्षांत हा आकडा ३२,७२९ कोटींवरून रु. ९१,५०१ कोटी झाला आहे. ही वाढ १८० टक्क्यांनी आहे. मागील पाच वर्षांत राज्यांच्या एकूण वित्तीय तुटीच्या आकड्यात सुमारे ८० टक्क्यांचे योगदान अल्पबचत आणि निवृत्ती वेतनाचा निधी यांचे होते. पाच वर्षांपूर्वी हे प्रमाण फक्त ४४ टक्के होते.

आधी उल्लेख केल्याप्रमाणे या मार्गांनी मिळविलेले कर्ज हे महाग असते आणि त्याचे एक कारण म्हणजे कामगारांचे आणि कर्मचाऱ्यांचे प्रतिनिधीच सरकारवर हे व्याजदर वाढवावेत म्हणून दडपण आणत असतात. राज्यांनी अशा पद्धतीने आपला व्याजाचा बोजा वाढविल्यामुळे त्यांचा योजनेतर (नॉनप्लॅन) खर्च झपाट्याने वाढत आहे. या तुलनेने राज्यांना आपल्या उत्पन्नातून वाढ करता येत नसल्यामुळे आपला खर्च भागविण्यासाठी योजनेतर खर्च वाढविणे आणि त्यातून वित्तीय तूट वाढविणे हा एकच मार्ग उपलब्ध आहे.

आता जे नवे केंद्र सरकार सत्तेवर आले आहे त्यांना हे सर्व बदलायचे आहे. वित्तमंत्र्यांनी राज्यांना अधिक निधी उपलब्ध करून देण्याचे कबूल केले आहे; परंतु त्याबरोबरच त्यांनी अधिक जबाबदारीने आणि शिस्तीने अर्थव्यवस्था सांभाळावी, अशी अपेक्षा व्यक्त केली आहे. राज्यांना अधिक निधी तर द्यावा लागणारच आहे कारण मागच्या काही वर्षांत या मागणीने जोर धरला आहे आणि बारावा वित्त आयोग यावर सकारात्मकच शिफारशी करेल, अशी सर्वांची अपेक्षा आहे. तसेच मागील दहा वर्षांत केंद्रसरकार हे राजकीयदृष्ट्या राज्य सरकारांच्या पाठिंब्यावरच चालत असल्यामुळे राज्यांच्या मागणीला अधिक वजन आहे हे उघड आहे. तसेच नव्या आघाडी सरकारने जो किमान समान कार्यक्रम स्वीकारला आहे, त्यातही अशी अनेक कलमे आहेत, ज्यामध्ये राज्यसरकारांचीच भूमिका अधिक ठळक आहे. त्यामुळेही राज्यांना अधिक निधी द्यावा लागेल हे खरेच.

नव्या वित्तमंत्र्यांनी केंद्राच्या कर आणि अधिभाराच्या महसुलातून राज्यांचा वाटा २९ टक्क्यांनी वाढविला आहे. तो २००३-०४ मध्ये रु. ६३,७५८ कोटी होता आणि २००४-०५ पर्यंत हा वाटा रु. ८२,२२७ कोटी झाला. तसेच त्यांनी राज्यांचे केंद्राच्या कर्जावरील व्याजाचे ओझे कमी केले आहे. यापूर्वी राज्यांना केंद्राकडून मिळालेल्या कर्जावर साडेदहा टक्क्यांनी व्याज द्यावे लागत होते तो व्याजदर आता नऊ टक्के करण्यात आला आहे. या दोन ठोस मार्गांनी राज्यांची वित्तीय परिस्थिती बऱ्यापैकी सुधारेल; परंतु याबरोबरच राज्यांनी काही किमान शिस्त स्वीकारली नाही, तर मूळ प्रश्न सुटणार नाही. सरतेशेवटी राज्यांची वित्तीय तूट कमी झाल्याशिवाय केंद्रसरकारला यश मिळणार नाही.

■

# १.२ राज्यांवर वाढती जबाबदारी

येत्या काळात राज्यांवरील जबाबदारी वाढलेली आहे, याची अनेक कारणे आहेत. देश स्वतंत्र झाल्यावर मागील पन्नास वर्षांत अर्थव्यवस्था भक्कमपणे उभी आहे आणि दमदारपणे वेगाने प्रगती करत आहे. त्यामुळे स्वातंत्र्यानंतर सुरुवातीला केंद्रसरकार बलवान असणे याचे जे सर्वांत अधिक महत्त्व होते ते आता गृहीत धरण्याइतके वास्तव झाले आहे. सगळा देशच एक मोठी सलग बाजारपेठ असल्यामुळे देशातल्या फुटीरतेच्या प्रवृत्ती अगदी क्षीण झालेल्या आहेत.

अशा पार्श्वभूमीवर राज्यसरकारे बळकट होणे हा एक नवीन ऐतिहासिक टप्पा आहे. राजकीय पातळीवर नव्वदीच्या मध्यानंतर जी केंद्र सरकारे बनली, त्यामध्ये आघाड्यांचे राजकारण सर्वमान्य झाले आणि या नव्या मांडणीत वेगवेगळे प्रादेशिक पक्ष आपले सामर्थ्य दाखवू लागले. तामिळनाडूत डीएमके आणि एडीएमके, प.बंगालमध्ये मार्क्सवादी, पंजाबमध्ये अकाली, उत्तर प्रदेशमध्ये समाजवादी आणि बहुजन समाज पार्टी, बिहारमध्ये राष्ट्रीय जनता दल, झारखंडमध्ये झारखंड मुक्ती मोर्चा, आंध्र प्रदेशमध्ये तेलगू देसम पार्टी असे अनेक राज्यांमध्ये स्थानिक अस्मितेला धरून राजकीय हितसंबंध सर्वसाधारण जनतेला मान्य झालेले आहेत. आता याचेच राजकीय प्रतिबिंब म्हणून राज्यांच्या अर्थव्यवस्था आर्थिक विकासात स्पर्धा करणार आहेत.

राज्यांच्या विकासात नागरीकरण महत्त्वाचे असणार आहे कारण शहरांमध्ये वाढत्या लोकसंख्येमधील तरुण. कष्टकरीवर्ग अधिक संख्येने गोळा होत आहे. त्याचे एक कारण म्हणजे कृषी विकासाची मंद गती, कृषी विकासातील कमी भांडवल गुंतवणूक आणि ग्रामीण भागात रोजगाराच्या कमी संधी, यांचा उल्लेख करता येईल. त्याबरोबरच शिक्षणाचा प्रसार होऊन अधिक शिक्षणाची आणि अधिक उत्पन्न मिळविण्याची आकांक्षा सर्वसाधारण जनतेमध्ये वाढलेली आहे. त्यातूनही ग्रामीण भागात जे गरीब आहेत तसेच ज्यांना जमीनधारणेमध्ये मालकी नाही, त्यांना शहराकडे येण्याचे आकर्षण सर्वाधिक आहे. विशेषत: नेमक्या या गटातच समाजातील मागासलेले वर्ग आहेत. याला जोडून जे अल्प आणि सीमांत भूमिधारक शेतकरी आहेत त्यांनाही पावसावर अवलंबून असलेली शेती जगण्याला पुरेसे अन्नधान्य देत नाही आणि

शेतीव्यतिरिक्त स्थानिक पातळीवर उरलेल्या वेळात रोजगारही मिळत नाही. अशा सर्व आर्थिक आणि सामाजिकदृष्टया दुबळ्या गटांना ग्रामीण भागात त्यांनी राहावे याचे कोणतेच कारण उरलेले नाही.

साहजिकच येत्या काळात राज्यसरकारांना वाढत्या शहरीकरणाचे प्रश्न तातडीने सोडवावे लागणार आहेत. या नगर नियोजनात माहिती-तंत्रज्ञान आणि त्याच्या संलग्न सेवा हे क्षेत्र प्राधान्याने विचारात घ्यावे लागेल कारण या आणि इतर सेवाक्षेत्रांत रोजगाराच्या संधी सर्वांत अधिक असणार आहेत.

नुकत्याच देशात ज्या सार्वत्रिक निवडणुका झाल्या, त्यामध्ये आंध्र प्रदेशमधील निवडणूक निकालांची विशेष चर्चा झाली. तेथे चंद्राबाबू नायडू यांच्या नेतृत्वाखालील टीडीपीचा पूर्ण पराभव झाला जो बऱ्याच अंशी अनपेक्षित होता. त्याचे कारण म्हणजे सगळ्या देशात आंध्र प्रदेश राज्यसरकारची वाहवा झाली होती कारण नायडूंनी माहिती-तंत्रज्ञानाच्या क्षेत्रात सर्वांत नेत्रदीपक उपक्रम सुरू केले होते. त्याची देशाबाहेरही वाखाणणी झाली होती. एका दृष्टीने हे साहजिक होते कारण मागील दहा वर्षांत भारताने या क्षेत्रात जी वाखाणण्याजोगी कामगिरी करून दाखविली, त्यामध्ये तेलगू भाषिक समुदायाचे योगदान सर्वांत ठळक होते. परदेशांत जे मोठ्या संख्येने तज्ज्ञ मनुष्यबळ गेले त्यामध्ये तेलगू भाषिक तंत्रज्ञांची संख्या सर्वांत मोठी होती.

जेव्हा निवडणुकीत आंध्रमधील दहा वर्षे सत्ताधारी असलेल्या टीडीपीचा पूर्ण पराभव झाला, तेव्हा मोठी खळबळ उडाली आणि त्याचे अनेक अर्थ लावण्यात आले. विशेष म्हणजे या राज्यात शहरी भागातही टीडीपीला जनतेने नाकारले होते. टीकाकारांनी या सगळ्याचा एकच निष्कर्ष काढला. आंध्रमधील जनतेला नायडू यांच्या टीडीपी पक्षाचे आधुनिकीकरणाचे धोरण अजिबात मान्य नाही. त्यातूनही प्रशासनाचे माहिती-तंत्रज्ञानाच्या माध्यमातून नूतनीकरण करणे जनतेला पसंत नाही. आंध्रमध्ये गरिबी आहे आणि तेलंगणा विभागात मागासलेपणाचे बिकट प्रश्न आहेत. तेथेच अतिरेकी नक्षलवाद्यांनी आपले बस्तान बसविले आहे आणि लोकनियुक्त सरकारबरोबर दीर्घकाळ छुपे युद्ध चालू ठेवले आहे. यापूर्वीच्या काँग्रेस आणि टीडीपी या राज्यकर्त्यांना तेलंगणा विभागाचा मागासलेपणा दूर करता आला नाही आणि नक्षलवाद्यांचा प्रभाव कमी झाला नाही. आश्चर्य म्हणजे निवडणुकीपूर्वी काही काळ आधी मुख्यमंत्र्यांवरच नक्षलवाद्यांनी हल्ला केला आणि त्यातून ते जेमतेम वाचले. त्या अगोदर त्यांच्या मंत्रिमंडळातील एक सहकाऱ्याची हत्याही झाली होती.

जो प्रश्न आहे तो वेगळाच आहे. आंध्र प्रदेशात सगळेच राजकीय पक्ष अपयशाचे धनी आहेत आणि जनता असमाधानी आहे हे उघड आहे. परंतु चंद्राबाबू नायडू यांनी माहिती-तंत्रज्ञानाच्या प्रसारासाठी जे भगीरथ प्रयत्न केले तेही जनतेला मान्य नाहीत हा निष्कर्ष तर्काला धरून नाही. केरळ राज्याप्रमाणेच आंध्रमधून मोठ्या

प्रमाणावर उच्चशिक्षित मनुष्यबळ परदेशांत गेले आहे आणि त्याचा तेलगू समुदायाला नक्की फायदा झालेला आहे.

तसेच सरकारी प्रशासनात सर्व पातळ्यांवर माहिती-तंत्रज्ञान आणण्याची गरज आहे कारण त्यातूनच नोकरशाही वळणावर येणार आहे. भ्रष्टाचार कमी होणे, सरकारी निर्णय आणि प्रकिया पारदर्शी होणे आणि जनतेला माहिती-तंत्रज्ञानाचा प्रत्यक्ष अनुभव येणे हे सर्व जनतेच्या हिताचेच आहे. अर्थात, हे तंत्रज्ञान आत्मसात केले म्हणून विकासाचे मूळ प्रश्न आपोआप परस्पर सोडविले जातील हे तर्काला धरून नाही. बहुदा चंद्राबाबू नायडू आणि त्यांच्या टीडीपी पक्षाला याचे भान राहिले नाही. नायडूंच्या अनेक रास्त उपक्रमांचा गवगवा आणि प्रसिद्धीच इतकी झाली की, त्यातून गरिबी आणि मागासलेपणाचे बिकट प्रश्न परस्पर सोडविले गेले आहेत, असाच सगळ्यांनी बालीश समज करून घेतला. साहजिकच नायडूंनी त्याची किंमत चुकती केली.

थोडक्यात, राज्याराज्यांच्या अर्थव्यवस्था विकासाच्या स्पर्धेत उतरल्या म्हणजे माहिती-तंत्रज्ञान आणि संलग्न सेवा यांची मागणी वाढणारच आहे, कारण जी अतिरिक्त लोकसंख्या शहरात नांदायला येणार आहे त्यांना रोजगाराची गरज आहे. हा रोजगार भरपूर वाढण्याची क्षमता आणि संधी सेवाक्षेत्रात आहे, हे मागील दहा वर्षांत सिद्ध झालेले आहे कारण देशाच्या जीडीपीमध्ये निम्मा वाटा सेवाक्षेत्रांचा आहे.

त्याचबरोबर यंत्रावर आधारलेल्या औद्योगिक उत्पादनक्षेत्रातही भारताला आपली स्वत:ची शक्ती आहे हे मागील काही महिन्यांत सिद्ध झाले आहे. काही वर्षांपूर्वी जेव्हा माहिती-तंत्रज्ञानाची भरभराट सुरू झाली तेव्हा देशातील औद्योगिक उत्पादनाचे क्षेत्र फारसे वाढणार नाही आणि त्यातून मिळणारा रोजगारही भरवशाचा नाही, असा अनेक टीकाकारांनी निराशेचा सूर लावलेला होता. परंतु जेव्हा जगातील मंदीची लाट ओसरू लागली आणि चीनमध्ये आर्थिक वाढीचा वेग बारा टक्क्यांच्या पुढे दौडू लागला तेव्हा भारताची निर्यात वाढली आणि अनेक औद्योगिक क्षेत्रांत पारंपरिक उत्पादनाची मागणी वाढली. म्हणजे येत्या काळात राज्यांच्या अर्थव्यवस्थांमध्ये शहरीकरण वाढणार आणि वाढत्या लोकसंख्येसाठी रोजगारही वाढणार, असे जवळपास नक्की दिसते.

सध्या देशातून माहिती-तंत्रज्ञान आणि संलग्न सेवा (आयटी/आयटीइएस) क्षेत्रातून सुमारे पंधरा कोटी डॉलरची निर्यात होते. पुढील काही वर्षांत हा निर्यातीचा आकडा हा वर्षाला पन्नास कोटी डॉलर, सहजपणे होऊ शकेल, यावर कोणाला शंका नाही. या सगळ्या उद्योगांतच मूल्यवृद्धी वेगळ्या पद्धतीने होते. यामध्ये जे मनुष्यबळ आहे त्यांच्याशीच निगडित तंत्रज्ञान आहे. त्यासाठी व्यवसाय आणि निवास या दोन्ही गोष्टींसाठी ग्रहनिर्माण आवश्यक आहे. आणि खरोखरीच हजारोंच्या संख्येने हा

रोजगार उपलब्ध होत आहे. या तंत्रज्ञांना मिळणारे उत्पन्न वरील पातळीवरील आहे आणि त्यांचा ग्राहक म्हणून खर्चही भरीव आहे. शिवाय वित्त बाजारात बँका, विमा आणि ग्राहकोपयोगी वस्तूंच्या खरेदीसाठी कर्ज देणाऱ्या संस्था यांच्या लेखी या नव्या उच्च उत्पन्न गटाला मोठी पत आहे.

सुरुवातीला बंगलोर शहरात माहिती-तंत्रज्ञानाने आपले बस्तान बसविल्यामुळे त्या राज्याला आघाडी मिळाली. सध्या जी या क्षेत्रातून निर्यात होते त्यातील छत्तीस टक्के बंगलोरमधून होते. परंतु येत्या काळात जी आणखी ३५ कोटी डॉलरची निर्यात होणार आहे, त्यासाठी अनेक राज्ये स्पर्धा करणार आहेत आणि स्पर्धेतून अधिक व्यापक प्रमाणावर आयटी क्षेत्राचा विस्तार होणार आहे. अगोदरच बंगलोर शहराची भरमसाठ वाढ झाल्यामुळे तेथे आता मर्यादा जाणवत आहेत आणि तेथील खर्चही वाढलेले आहेत. त्यामुळे तामिळनाडूत चेन्नई, आंध्रमध्ये हैद्राबाद, मुंबई-पुणे तसेच दिल्लीजवळ नोएडा अशा अनेक ठिकाणी आयटीचे प्रमाण वाढत आहे. ही विकेंद्रीकरणाची क्षेत्रीय प्रकिया सगळ्यांच्याच फायद्याची आहे कारण देशाच्या वेगवेगळ्या भागांत क्षेत्रीय प्रश्नांचे स्वरूप वेगळे आहे.

वेगवेगळ्या राज्यांत नागरीकरणाचे प्रमाण वेगळे आहे कारण त्यांची विकासप्रकिया एका पातळीवरची नाही. त्यांची कृषी आणि उद्योग या क्षेत्रांच्या विकासाची पातळी भिन्न आहे. देश प्रथम स्वतंत्र झाला तेव्हा फक्त पंधरा टक्के लोकसंख्या शहरात राहात होती. नंतर पन्नास वर्षांनी २००० सालात तीस टक्के लोकसंख्या नागरी होती. येत्या पन्नास वर्षांत म्हणजे सुमारे २०५०च्या सुमारास देशामध्ये पन्नास टक्के लोकसंख्या नागरी असेल. महाराष्ट्रात मुळातच औद्योगिकीकरणाची सुरुवात ब्रिटिशांच्या राजवटीखाली झालेली होती. आता सुमारे ४२ टक्के लोकसंख्या नगरात राहते. तसेच भोवतालच्या जवळपास शहराच्या प्रभावाखाली गावे लक्षात घेतली, तर सुमारे ५० टक्के लोकसंख्या नागरी आहे, असे म्हणता येईल. महाराष्ट्रात नागरीकरण वेगाने होत आहे आणि राज्याबाहेरूनही गरीब राज्यांतून येणाऱ्या मजूर कुटुंबांची संख्या मोठी आहे. सध्याचा वेग लक्षात घेता येत्या सुमारे पंधरा वर्षांतच राज्यातील नागरी लोकसंख्या सुमारे ६० टक्के होईल, असा अंदाज करायला हरकत नाही. थोडक्यात, वाढणाऱ्या लोकसंख्येला आणि वाढत्या नागरीकरणाला पर्याय नाही, असे आज म्हणता येईल.

या प्रमुख कारणांमुळे देशातील तरुण मनुष्यबळाला रोजगार पुरविणे ही एक तातडीची बाब झालेली आहे. म्हणजे ग्रामीण भागातील दारिद्र्य हे तर संपवावे लागेलच; परंतु त्याच्याइतकीच तातडी शहरातील तरुणवर्गाला रोजगार देण्याची आहे. या कामात आयटी आणि संलग्न सेवा यांच्या माध्यमातून मोठ्या संख्येने रोजगार पुरविता येईल हे मागील दहा वर्षांत सर्वांनी अनुभवले आहे. खरे तर राज्य सरकारांपुढे हे सर्वांत मोठे आव्हान आहे.

नागरीकरण अधिक होणार आहे हे निश्चित; परंतु नगर नियोजन हे फार अवघड बनलेले आहे. यात प्रमुख जबाबदारी राज्यसरकारांपेक्षाही स्थानिक नगर प्रशासन करणाऱ्या संस्थांची आहे. सध्या नगरनियोजन म्हणजे एक भ्रष्टाचाराचे आगर आहे आणि अडथळ्यांची शर्यत आहे. महाराष्ट्राचे उदाहरण लक्षात घेतले, तर इतर राज्यांतही कोणत्या प्रश्नांचा मुकाबला करावा लागेल याचा अंदाज येतो.

महाराष्ट्रात दोन अडथळे प्रमुख आहेत. ते म्हणजे कमाल जमीन धारणा कायदा (अर्बन लँड सीलिंग ॲक्ट) आणि भाडे नियंत्रण कायदा (रेन्ट कंट्रोल ॲक्ट) राज्यसरकारने देशाभरातल्या विचाराचा पाठपुरावा म्हणून यूएलसी कायदा दुरुस्त करण्याचा आविर्भाव केला; परंतु त्यातील मतलबाचा भाग आपल्या हातातच ठेवला. आता राज्यात मुंबई आणि पुणे सोडून इतर ठिकाणी यूएलसी लागू होत नाही. या सुधारणा दिखाऊ झाल्या कारण मुळात या दोन शहरांमध्येच कायदा बदलण्याची गरज होती; परंतु सरकारला ती पटली नाही. याचे सर्वांत सोपे कारण म्हणजे तीच बाब भाडेनियंत्रण कायद्याची आहे. तो कायदा पूर्णपणे कालबाह्य झालेला आहे आणि या कायद्यामुळे गृहनिर्माणात भांडवलगुंतवणूक होत नाही, हे सर्व सिद्ध झालेले आहे. परंतु भाडेकरूंच्या हितसंबंधांना हात लावण्याचे कोणत्याही पक्षाला धैर्य होत नाही. त्यामुळेच जुनी घरे आणि धोक्याची घरे यांच्या पुनर्वसनामध्येही अनेक अडचणी अनुभवास येतात. जगभरात निवासी घरांसाठी मागणी आणि या घरांचे बांधकाम करणारे भांडवलदार आणि व्यावसायिक यांचे खुल्या बाजारपेठेच्या नियमनानुसार काम होते. महाराष्ट्रात मात्र या व्यवसायात अनेक अडचणी निर्माण करून राज्यकर्त्यांनी भ्रष्टाचाराची सोय केली आहे; परंतु नगर नियोजनाची वाट लावली आहे.

याचबरोबर नगरविकास आराखडा बनविणे आणि नगर प्रशासन हेही फार अवघड आणि गुंतागुंतीचे विषय बनलेले आहेत. यातील सर्वांत पहिली मोठी अडचण म्हणजे लोकशाहीप्रकियेत जे नगरसेवक निवडून येतात त्यांना नियोजन आणि निर्णयप्रकियेत केंद्रस्थान मिळाले आहे. त्यामुळे हा सगळा विषय प्रथम भ्रष्टाचारात आकंठ बुडालेला आहे.

शहराच्या नियोजन आराखड्यात जी वेगवेगळी आरक्षणे ठेवण्यात येतात ती उठविणे, त्यांचा मूळ हेतू बदलणे आणि त्यात बांधकाम व्यावसायिकांच्या हिताला डोळ्यांपुढे ठेवून तसे सोयीस्कर निर्णय घेणे हेच सध्या नगर प्रशासनात स्थायी समिती करत असते.

हे दुर्दैवाचे आहे कारण हा प्रश्न फक्त भ्रष्टाचारापुरता नैतिक नाही. पुण्यासारख्या शहरात पीएमटीची सार्वजनिक वाहतूक सेवा पूर्णपणे कोलमडून पडलेली आहे आणि वाहतुकीचे आणि रस्त्यांच्या नियोजनाचे प्रश्न गेली अनेक वर्षे हाताबाहेर गेलेले आहेत. यात नगर प्रशासन हतबल आहे आणि नागरिक हताश झालेला आहे.

याचा परिणाम म्हणून शहरात लोकसंख्या पंचवीस लाखांची असली तरीही सुमारे बारा लाख स्कूटर्स आणि मोटरसायकल्स आहेत. शिवाय सुमारे ६० हजार ऑटो रिक्षा रस्त्यावर गर्दी करतात. देशामध्ये कोणत्याही शहरात अशी वाहनांची संख्या नाही. हे सर्व मागील काही वर्षांत घडले कारण पीएमटीची सेवा पूर्णपणे मोडून पडली. त्याचे मुख्य कारण म्हणजे जी नगरसेवकांची वाहतूक समिती आहे ती आपल्या जबाबदारीत अपयशी ठरलेली आहे.

हाच अनुभव पुणे शहराच्या विकास आराखडा बनविण्याच्या प्रकियेत आलेला आहे. मागील अनेक वर्षे हा आराखडा बनविण्याचे काम चालू होते आणि ते पूर्ण होऊ शकत नाही कारण त्याच्या प्रत्येक टप्प्यावर राजकीय आणि व्यावसायिक हितसंबंधांचे हस्तक्षेप होत आहेत. तसेच त्यात राज्यसरकार आपल्या पातळीवर नगर प्रशासन विभागाच्या हस्तक्षेपातून वेळोवेळी भर घालत आहे. नगरांची लोकसंख्या वाढते आणि त्यामुळे वेळोवेळी भोवतालच्या परिसरातील गावांना शहरामध्ये सामील करून घ्यावे लागते. कोणत्याही दृष्टीने ही काही जगावेगळी गोष्ट नाही. परंतु पुणे आणि इतर नगरांच्या सीमा वाढवून त्यात कोणती गावे सामील करून घ्यावीत, हा एक पूर्णपणे राजकीय प्रश्न बनलेला आहे. अशा परिस्थितीत नगरविकासाचा आराखडा कसा तयार करावयाचा, हा प्रश्नच आहे.

वर उल्लेखलेले नगर नियोजनाचे प्रश्न महत्त्वाचे आहेत याचे कारण म्हणजे नागरीकरण वेगाने होणारच आहे आणि त्यातून लोकांच्या अपेक्षा रोजगारासाठी वाढणार आहेत. त्याचबरोबर राज्यपातळीवरची सरकारे ही आपल्या कर्जात बुडलेली आहेत आणि त्यांच्याकडून यापुढे विकासाची प्रकिया पुढे नेता येईल अशी शक्यता नाही. त्यामुळे नगर नियोजन करणे हाच एक पर्याय उपलब्ध आहे. बऱ्याचशा प्रमाणात शहरांमध्ये रोजगार निर्माण होत असतो, उत्पादन होत असते आणि मूल्यवृद्धी होत असते. त्यामुळे नागरी लोकसंख्या आपल्या साधनांमधून नगर नियोजनाचे प्रश्न सोडवू शकते. अशा परिस्थितीत जर ही महत्त्वाची प्रकियासुद्धा काम करू शकत नसली, तर अनेक मूलभूत गंभीर प्रश्न निर्माण होतील.

एका दृष्टीने अशी वेळ आलेली आहे कारण महाराष्ट्रासारख्या राज्यात नगर नियोजनात नवीन मांडणी करण्याची गरज निर्माण झालेली आहे. यामध्ये लोकांनी निवडून दिलेले नगरसेवक, नगर प्रशासन आणि त्या अंतर्गत काम करणाऱ्या विविध समित्या यांच्या जबाबदाऱ्या आणि भूमिका एकमेकांपासून अलग करण्याची गरज आहे. तसे झाले तरच जे आर्थिक विषयाशी निगडित निर्णय आहेत, त्यातील भ्रष्टाचार कमी होईल आणि निर्णयप्रकिया अधिक पारदर्शी होईल. तसेच नगर नियोजन आणि प्रशासन या विषयात माहिती-तंत्रज्ञान राबविण्यात आले, तर सर्व प्रकिया जनतेला माहीत होईल. अशा प्रकारे जर उत्तरदायित्व नियोजनात आणले,

तरच नगरविकासात ज्या पायाभूत सोयीसुविधा पुरवायच्या आहेत, त्या व्यवहारात आणता येतील. त्यावरच खासगी उद्योगाचे क्षेत्र आपली उत्पादकता वाढविणार आहेत आणि त्यातून गरजूंना रोजगार देणार आहेत. या सर्व दृष्टीने राज्यसरकारांनी नव्याने विचार करणे जरुरीचे आहे.

■

# १.३ राज्यसरकारांची ढासळलेली वित्तव्यवस्था

राज्यसरकारांची वित्तव्यवस्था एकामागोमाग एक कोलमडून पडत आहे आणि त्यामुळे पत मूल्यमापन करणाऱ्या संस्था देशाचा दर्जा कमी करत आहेत. केंद्रसरकार उदारीकरणाचा भाग म्हणून निर्गुंतवणूक आणि खासगीकरण करण्याचा प्रयत्न करीत आहे. तसेच विदेशी प्रत्यक्ष गुंतवणूक वाढावी म्हणून पावले टाकत आहेत. या दोन्ही क्षेत्रांत अनेक अडचणींना तोंड द्यावे लागत आहे. परंतु त्याहीपेक्षा मोठे संकट राज्यसरकारांच्या वित्तव्यवस्थांनी निर्माण केले आहे. आता देशाची विश्वासार्हताच प्रत्यक्ष धोक्यात आली आहे. राज्यसरकारांनी दिलेल्या सुमारे रु.४४००० कोटींच्या हमीची परतफेड करावी लागणार आहे आणि जवळपास हे अशक्य आहे.

या प्रचंड रकमेच्या हमीची परतफेड झाली नाही, तर पतनिर्धारण करणाऱ्या मुडी आणि स्टँडर्ड अॅन्ड प्युअर या देशाचे पुनर्मूल्यांकन करणार हे उघड आहे. नुकताच एस अॅन्ड पीने देशाच्या स्थानिक चलनाचा दीर्घ मुदतीचा दर्जा कमी केला आहे. अनेक राज्यांची वित्तीय तूट वाढत आहे. या राज्यसरकारांवर मोठ्या व्याजदराच्या कर्जाचा बोजा आहे आणि यातील काही सरकारांना आपल्या कर्मचाऱ्यांचेही वेतन आणि भत्ते देता येत नाहीत. तसेच जे कर्मचारी निवृत्त होतात त्यांना हक्काने मिळणारी फंडाची रक्कमही दिली जात नाही.

आजपर्यंत या विषयाचे गांभीर्य सार्वजनिक चर्चेत आले नाही कारण धनकोंनी कर्जाच्या हमीदारांना तगादा लावला नव्हता. साधारणपणे जो कर्ज घेणारा असतो तो नवीन कर्जे काढून मागच्या कर्जाची परतफेड करण्याचा प्रयत्न करतो आणि धनको तेवढी मुभा देतात. परंतु आता नवीन कर्जे काढून जुन्या कर्जाची परतफेड करायची यालाही काही मर्यादा आहेत. ज्या सार्वजनिक संस्थांनी ही कर्जे दिली त्यांना यापुढे आपल्या कर्जदारांची पूर्ण माहिती जाहीर करावी लागेल. तसेच थकीत कर्जांची वसुली कशी करणार याचीही उपाय योजना सांगावी लागेल. अशा प्रकारच्या कर्ज व्यवहारात ज्या सार्वजनिक संस्था अडचणीत आल्या आहेत, त्यामध्ये भविष्य निर्वाह निधी, नाबार्ड, हुडको, आयुर्विमा महामंडळ, ग्रामीण विद्युतीकरण महामंडळ, ग्रामीण क्षेत्रीय बँका, राष्ट्रीयीकृत बँका, राज्यपातळीवरचे उद्योग, यांचा समावेश आहे.

राज्यपातळीवर शासन वीज, गृह, कृषी, सिंचन, रस्ते आणि पूल या क्षेत्राशी संबंधित अनेक महामंडळांना हमी देत असते.

महाराष्ट्र शासनानेही १९९७ नंतर युती सरकारच्या कारकिर्दीत सिंचन, रस्ते आणि पूल यांच्या विकासासाठी मोठ्या प्रमाणावर १६ ते १७ टक्के व्याजदर देऊन कर्जउभारणी केली आणि त्याची परतफेड एप्रिल २००२ पासून सुरू झाली आहे आता चालू वर्षात कर्मचाऱ्यांचे पगार आणि कर्जाची परतफेड हिची एकत्रित रक्कमच एकूण महसुली उत्पन्नापेक्षा अधिक आहे.

अनेक राज्यसरकारांनी सिंचनाचे प्रकल्प पुरे करण्यासाठी महामंडळ स्थापन केले आणि त्यांना शासनाची पूर्ण हमी दिली. यामध्ये पंजाब, प. बंगाल, ओरिसा, राजस्थान, उत्तर प्रदेश, केरळ, हरियाना, गुजरात, आंध्र प्रदेश, हिमाचल प्रदेश आणि अर्थातच महाराष्ट्र यांचा समावेश आहे. ज्या राज्यांनी अशी हमी देऊन कर्जे उभारली नाहीत त्यामध्ये तामिळनाडू, कर्नाटक, मध्य प्रदेश, बिहार आणि गोवा यांचा उल्लेख करावा लागेल.

या हमीचे प्रशासन करताना गॅरंटी रिडंमशन फंड निर्माण करण्यात आला होता; परंतु इतक्या मोठ्या रकमेची परतफेड करण्यासाठी हा निधी अगदीच अपुरा आहे. याचे कारण म्हणजे या कर्जउभारणीत कर्जाचे शुल्क हे फक्त एक टक्का होते.

राज्यसरकारांनी वेगवेगळ्या विषयांसाठी शासनाबाहेर महामंडळे काढली आणि त्यांना संपूर्ण हमी दिली. यामुळे शासनांतर्गत विकासकामातील भांडवल गुंतवणुकीला जी शिस्त होती ती अशा महामंडळांच्या आर्थिक व्यवहारात राहिली नाहीत. त्याचा एक परिणाम म्हणजे मोठ्या प्रमाणावर भ्रष्टाचार वाढला आणि गुंतवणुकीच्या खर्चात वाढ झाली. अनेक केंद्रपुरस्कृत कार्यक्रम असे होते की, ज्यात राज्यसरकारांनी संपूर्ण हमी दिल्यावर अशा विकास प्रकल्पांची शिस्तशीर तपासणी होत नव्हती. राज्यपातळीवर अशी हमी देताना काळजी घेण्याची गरज नाही अशी भावना होती कारण निधी केंद्रसरकारकडून मिळणार होता. थोडक्यात, केंद्र आणि राज्यसरकारांनी दोन्ही पातळ्यांवर विकास प्रकल्प कसे बनविले आहेत याची काटेकोर तपासणी केली नाही.

महाराष्ट्रामध्ये सहकारक्षेत्रात सूतगिरण्या आणि साखर कारखाने ही त्याची ढळढळीत उदाहरणे आहेत. आता या दोन्ही क्षेत्रांत कर्जफेड होऊ शकत नाही आणि ज्या वित्तसंस्थांनी ही कर्जे दिली त्या स्वत:च बुडण्याची वेळ आलेली आहे. अशा संस्था म्हणजे आयडीबीआय आणि आयएफसीआय. या वित्तसंस्थांनी जप्ती आणून आपली कर्जे वसूल करावीत अशी त्यांना ड्ट ट्रायब्युनल ॲथॉरिटीने परवानगी दिली आहे. याचा परिणाम म्हणून महाराष्ट्र राज्यसरकार दिवाळखोरीला तोंड देत आहे.

सन १९९६ ते २००० या काळात अशा प्रकारे राज्यसरकारांनी हमी

देण्याचे सर्वांत अधिक प्रकार झाले. या काळात दरवर्षाला २४.१ टक्क्यांनी हमी देण्यात वाढ झाली. त्यापूर्वीच्या १९९२ ते ९६ या काळात अशी हमीतील वाढ फक्त सात टक्क्यांनी होती. अनेक राज्यांत शासनाची हमी वापरून कर्जे उभारण्यात आली; परंतु त्यातून विकासकामे घेण्याऐवजी सरकारने आपला महसुली खर्च भागविला. थोडक्यात, हा सर्वच आतबट्ट्याचा व्यवहार कधीतरी सगळ्यांनाच अडचणीत आणणारा होता आणि त्याप्रमाणे आता केंद्र आणि राज्यसरकारे या हाताबाहेर गेलेल्या वित्तीय पेचप्रसंगाला सामोरी जात आहे.

■

# १.४ राज्यसरकारांचे वित्तीय शिस्तीचे प्रयत्न

केंद्रसरकारने आपल्या प्रयत्नातून वित्तीय शिस्त अंगी लावून घेतली आणि जी वित्तीय तूट ०४-०५ मध्ये ४.३ टक्के होती ती ०५-०६ वर्षात ४.१ टक्क्यांवर (सुधारित) आणली. दमदार आर्थिक वाढीच्या प्रक्रियेतून अर्थव्यवस्थेचे स्थैर्य आणि स्वास्थ्य सुधारले आणि त्यातूनच कराचे महसुली संकलन सुधारले. काही प्रमाणात सरकारी खर्चाला कात्री लावल्यामुळे त्याचे व्यवस्थापन सुधारले. यातूनच वित्तीय तूट ठरवून दिल्याप्रमाणे आटोक्यात आणणे शक्य झाले.

याहीपेक्षा अधिक उत्साह वाढविणारी घटना म्हणजे राज्यसरकारांनी मागच्या काही वर्षांत आपलीही वित्तव्यवस्था सुधारण्याचे प्रामाणिक प्रयत्न केले आणि त्यात यश मिळवून दाखविले. या विषयात तूट दाखविणारे जीडीपीबरोबरचे जे सगळे गुणोत्तर आहे त्यामध्ये २०००-०१ ते २००४-०५ या काळात सतत घट दिसत आहे.

बाराव्या वित्त आयोगाने याबाबत काही शिफारशी केलेल्या आहेत. राज्यांनी २००८-०९ पर्यंत आपल्या महसुलात संतुलन साधावे. शिवाय ठोस वित्तीय तुटीचे ठोस राज्य उत्पन्नाशी (जीएसडीपी) जे गुणोत्तर आहे ते २००९-१० सालापर्यंत तीन टक्क्यांवर आणावे. ही लक्ष्ये साध्य करणे खरोखरीच एक अवघड काम होते. परंतु कर्नाटक आणि मध्य प्रदेश यांनी तर महसुलात जे संतुलन साधायचे होते ते ठरवून दिलेल्या वर्षाच्या अगोदरच साध्य करून दाखविले आहे. शिवाय हरियाना, कर्नाटक आणि तामिळनाडू या राज्यांनी जे ठोस वित्तीय तुटीचे जीएसडीपीबरोबरचे गुणोत्तर होते ते २००४-०५ वर्षातच गाठलेले आहे.

अशी ही प्रगती करून दाखविल्यामुळे राज्यसरकारांचा आत्मविश्वास वाढलेला आहे आणि त्यांनी २००५-०६ वर्षाच्या अंदाजपत्रकात वित्तीय तुटींमुळे निर्माण झालेले असंतुलन कमी करण्याचा नेटाने प्रयत्न केलेला आहे. सगळ्या राज्यांचा एकत्रित विचार केला, तर २००५-०६ सालात महसुली तुटीची पातळी ४४ टक्क्यांनी आणि ठोस वित्तीय तुटीची पातळी ११ टक्क्यांनी खाली आणण्यात आली. वित्तीय तुटीचे जीएसडीपीबरोबरचे गुणोत्तर ०.७ टक्क्यांनी आणि ठोस

वित्तीय तुटीचे जीएसडीपीबरोबरचे गुणोत्तर ०.८ टक्क्यांनी ०५-०६ वर्षात कमी झाले. अगोदरच्या ०४-०५ वर्षात ही पातळी अनुक्रमे १.४ टक्के आणि चार टक्के होती.

एका दृष्टीने हे अपेक्षेप्रमाणे घडले. बहुतेक राज्यांत ही दोन्ही गुणोत्तरे कमी झालेली आहेत. महसुली तुटीचे जीएसडीपी बरोबरचे गुणोत्तर ०४-०५ वर्षात २१ प्रमुख राज्यांपैकी १७ राज्यांमध्ये कमी झाली. ही तुलना करण्यासाठी अगोदरचे २००१ ते ०४ हा काळ लक्षात घेण्यात आला होता. त्याचप्रमाणे ठोस वित्तीय तुटीचे जीएसडीपीबरोबरचे गुणोत्तर १४ राज्यांमध्ये कमी झाले.

एकूणात ०५-०६ सालात जे प्राथमिक महसुली संतुलन होते ज्याचे जीएसडीपीबरोबर गुणोत्तर सुमारे दोन टक्क्यांच्या पातळीवर होते. या पातळीवर जी एकूण व्याजावरची देय रक्कम होती त्यातून सुमारे तीनचतुर्थांश भाग देता आला असता. त्या अगोदरच्या वर्षात हे व्याजरक्कम देण्याचे प्रमाण निम्मे होते. ही सुधारणा लक्षणीय म्हटली पाहिजे कारण मागच्या अनेक वर्षांत योजनेतर खर्चाचा बराच मोठा भाग ही व्याजाची रक्कम चुकती करण्यात खर्ची पडत होता. सगळ्या राज्यांचे मिळून जे एकत्रित कर्ज होते ते ०४-०५ सालात त्यांच्या एकूण जीएसडीपीमध्ये ३३.५ टक्के होते. नंतर ०५-०६ वर्षाच्या अर्थसंकल्पात हे प्रमाण ०.४ टक्क्यांनी खाली येईल अशी अपेक्षा होती.

जरी वित्तमंत्र्यांची अशी अपेक्षा असली तरीही राज्यसरकारांच्या आपल्या काही खास अडचणी होत्या आणि त्यामुळे त्यांना व्याजरक्कम कमी करणे शक्य नव्हते. त्यामुळे राज्यांनी व्याजाची रक्कम देण्याव्यतिरिक्त ज्या खर्चाच्या बाबी होत्या त्यात घट करण्याचा प्रयत्न केला आणि त्यातून महसुली खात्यात सुधारणा केल्या. याचे जीएसडीपीबरोबरचे गुणोत्तर हे मागील वर्षापेक्षा ०.६ टक्क्यांनी कमी होईल अशी अपेक्षा होती.

या सगळ्या सकारात्मक घडामोडी असल्या तरीही वित्तीयव्यवस्थेमध्ये सुस्थिती आणण्याचे प्रयत्न सगळ्या राज्यांमध्ये यशस्वी झालेले नाहीत. ज्या महत्त्वाच्या सुधारणा झाल्या त्या काही राज्यांतच शक्य झाल्या. जरी वित्तव्यवस्थेचे स्वास्थ्य सुधारणे सर्वांत महत्त्वाचे असले आणि त्यामध्ये महसुली तूट आणि वित्तीय तूट यांच्यात टप्प्याटप्प्याने घट करणे आवश्यक असले तरीही याबरोबर आणखी एक बाब लक्षात घ्यावी लागेल. ती म्हणजे सगळ्याच राज्यसरकारांचा कर्मचाऱ्यांवरील खर्च आणि अगोदर उभारलेल्या कर्जांच्या व्याजदराचा बोजा या दोन बाबींवरच सगळी रक्कम खर्च पडत आहे. त्यातून नियोजनाअंतर्गत जे विकास कार्यक्रम आहेत त्यांच्याकडे दुर्लक्ष होत आहे. त्यामुळे शिक्षण, आरोग्य, रोजगारनिर्मिती अशा अनेक महत्त्वाच्या क्षेत्रांमध्ये भांडवल गुंतवणूक झालेली नाही. तसेच जे भांडवल गुंतवणुकीचे

कार्यक्रम आहेत, त्यांच्यासाठीही पुरेसा निधी उपलब्ध झालेला नाही. यामुळे सिंचन, रस्ते आणि पूलबांधणी अशा अनेक पायाभूत सुविधांच्या विकासात खंड पडलेला आहे. शिवाय वीजनिर्मितीच्या क्षेत्रात अनेक घोटाळे झालेले असल्यामुळे त्यातूनही आर्थिक वाढीच्या क्षमतेवर दुष्परिणाम झालेला आहे. त्यामुळे अर्थव्यवस्थेचे स्वास्थ्य आणि सरकारी कर्जावर नियंत्रण या अगदी महत्त्वाच्या बाबी असल्या तरीही योजनेअंतर्गत विकास कार्यक्रम विसरता येणार नाही.

■

# १.५ राज्यसरकार कर्जे उभारणार

देशामध्ये राज्यसरकारांची वित्तव्यवस्था संकटात सापडलेली आहे. विकास आणि दारिद्र्य निर्मूलनाचे अनेक कार्यकम आणि उपक्रम राज्यांच्याच पातळीवर राबविले जातात. परंतु सगळीच राज्यसरकारे कर्जाच्या ओझ्याखाली बुडालेली आहेत. शिवाय पाचव्या वेतन आयोगाच्या शिफारशी १९९७ मध्ये स्वीकारल्यानंतर राज्यसरकारांचा कर्मचाऱ्यांवरील खर्चही हाताबाहेर गेलेला आहे. त्यामुळे राज्यांच्या वित्तव्यवस्थेमध्ये कर्जावरील व्याज आणि परतफेड आणि कर्मचाऱ्यांवरील खर्च यातच सगळा महसूल संपत आहे. याचा परिणाम म्हणून आर्थिक विकासाच्या योजनांवर भांडवली खर्च करण्यासाठी निधीच उरला नाही.

अशा पार्श्वभूमीवर बाराव्या वित्त आयोगाने डिसेंबर २००४ मध्ये अंतिम जो अहवाल दिला त्यामध्ये एक पूर्णपणे नवीन शिफारस केलेली आहे. त्याप्रमाणे राज्यसरकारांनी आपण स्वत: बाजारपेठेत उतरून कर्जे उभारावीत असा प्रस्ताव आहे. आजपर्यंत राज्यांच्या वतीने केंद्रसरकार कर्जे उभारीत असे आणि ते राज्यांना उपलब्ध करून देण्यात येत असे. हे करत असताना ज्या दराने कर्ज उभारले जात असे त्यात भर घालून केंद्र ही कर्जे राज्यांना उपलब्ध करून देत असे. या पद्धतीमुळे राज्यांना विनाकारण महाग कर्जे स्वीकारावी लागत होती आणि त्याचाच बोजा हा या सरकारांना संकटात आणत होता. बाराव्या वित्त आयोगाने याचा साकल्याने विचार करून राज्यांना एक सोपा पर्याय उपलब्ध करून दिला. तो कमी खर्चाचाही आहे.

केंद्र आणि राज्यसरकारे या सगळ्यांनाच हा एक नवीन अनुभव आहे. मागची काही वर्षे प्रथमच देशातील व्याजदर खूप खाली आलेले आहेत आणि त्याचा फायदा घेऊन जुनी महागडी कर्जे नव्या हलक्या कर्जांनी बदलता येऊ शकतात. ही नवी शक्यता व्यवहारात आणताना या सगळ्या कर्जावर केंद्र सरकारने एक सरसकट मर्यादा ठेवावी, अशी एक सूचना आहे. राज्यसरकारांची जी कर्जे आहेत त्यामध्ये केंद्राकडून घेतलेले कर्ज, राष्ट्रीय बचत योजना, बाजारातून उचललेली कर्जे, बँका आणि इतर वित्तसंस्थांकडून घेतलेली कर्जे आणि अल्पबचत योजना आणि भविष्य निर्वाह निधी हे घटक आहेत.

सद्यपरिस्थितीत राज्यसरकारांच्या महसुली खर्चात या सगळ्या कर्जावरील व्याज याचा वाटा प्रमुख आहे. त्यामुळेच राज्यांची वित्तीय तूट वाढलेली आहे. मागे सप्टेंबर २००२ सालात केंद्र सरकारने कर्जाची अदलाबदल करण्याची योजना (डेट स्वॅप स्कीम) आणली आणि त्यातून पूर्वीचे जे केंद्राकडून जवळपास १३ टक्के व्याजदराने कर्ज राज्यांनी घेतले होते ते बदलण्याची कल्पना होती. त्यासाठी राज्यसरकारे बाजारपेठेत उतरून सात टक्क्यांनी कर्जे उभारू शकली आणि त्यातून पूर्वीच्या महाग कर्जाची परतफेड करू शकली. ही कर्जाची रक्कम रु. ६५,००० कोटी होती आणि हे मुख्यत: अल्पबचतीच्या निधीचे कर्ज होते आणि त्यावर १४.५ टक्के व्याज द्यावे लागत होते. अशा कर्जाच्या अदलाबदलीतून राज्यांना सुमारे रु. ३१,००० कोटींची व्याज रकमेची बचत करता येईल असे दिसते.

बाराव्या वित्त आयोगासकट मागील वित्त आयोगानेही राज्यांनी केंद्राकडून पूर्वी घेतलेली कर्जे पुनर्मांडणी करावी, असेही सुचविले होते. त्यानुसार राज्यांनी पुढच्या वीस वर्षांत दरवर्षी समान रकमेची परतफेड करावी आणि सध्याच्या बाजारातील हलक्या व्याजदरांबरोबर सुसंगती ठेवून व्याज द्यावे असा प्रस्ताव आहे. या मार्गाने या नव्या व्यवस्थेमध्ये केंद्राने राज्यांच्या कर्जावर देखरेख ठेवण्याची गरज आहे. राज्यांना आपल्या कर्जाच्या पर्यायांमध्ये अधिक वैविध्य आणता यावे याबरोबरच त्यांनी बाजारातून किती कर्ज उभारावे, याचाही विचार करावा लागेल. त्याचबरोबर केंद्रसरकार जी कर्जे देते त्याचे त्यावरील व्याज कमी दराने लावावे आणि राज्यांना जुन्या कर्जाच्या परतफेडीमध्ये अधिक सवलत द्यावी याचेही काही परिणाम केंद्रसरकारच्या महसुली उत्पन्नावर होणार आहेत. बाराव्या वित्त आयोगाने याची योग्य ती दखल घेतलेली आहे. थोडक्यात, राज्यांना कर्जाच्या गर्तेतून बाहेर काढायला जशी मदत करायला पाहिजे, त्याचबरोबर केंद्रसरकारलाही आपल्या महसुली उत्पन्नावर काय परिणाम होतील याचा एकाचवेळी विचार करावा लागेल. ही एक तारेवरची कसरत आहे.

या सगळ्या विचारविनिमयात राज्यांना यापुढे तरी वित्तव्यवस्थापन करताना अधिक जबाबदारीची जाणीव अंगी बाणावी लागेल. जेव्हा राज्ये बाजारपेठेतून कर्ज उभारण्याचा प्रयत्न करतील, त्यावेळी त्यांना आपले खर्च कसे विवेकाने करायचे आणि आटोक्यात ठेवायचे, याकडेही तितकेच लक्ष पुरवावे लागेल. राज्यांनी बाजारपेठेत उतरले तर साहजिकच हा व्यवहार कमी खर्चाचा होईल कारण त्यातून केंद्रसरकारच्या मध्यस्थीचा खर्च टाळता येईल. केंद्रसरकारच्या एकूण जबाबदारीमध्ये राज्यांना द्यावयाची कर्जे ही एक विशेष जबाबदारी आहे आणि ती यापुढे राज्यांवरच सोपविता येईल. साहजिकच बाजारातील हलक्या व्याजदरांचा फायदाही त्यांना मिळेल.

या नव्या मार्गाने राज्यांना जसे केंद्रापासून अधिक स्वातंत्र्य मिळेल त्याचबरोबर

त्यांना आपला पत निर्धारणाचा दर्जा वस्तुनिष्ठपणे ठरवून घ्यावा लागेल. त्यानंतरच बाजारपेठेत उतरता येईल. यातून जसे राज्यांना खर्चावर नियंत्रण ठेवावे लागेल त्याचबरोबर वित्तसंस्थांना सगळी महत्त्वाची माहिती पुरवावी लागेल. त्याशिवाय राज्यसरकारांची पत किती आहे हे ठरविता येणार नाही. त्यातूनच राज्यसरकारांची शासने अधिकाधिक पारदर्शी होतील आणि लोकाभिमुख होतील.

राज्यसरकारे आपल्या खर्चाच्या व्यवस्थापनात खरोखरी जबाबदारीने वागत आहेत का, हा खरा रास्त प्रश्न आहे. मागील १९९१-९२ ते २००४-०५ या काळात राज्यांचा महसुली खर्च ३८० टक्क्यांपेक्षा वाढला आहे. म्हणजे वर्षाला ही १२ टक्क्यांची वाढ आहे. जेव्हा ही राज्ये कर्ज उभे करण्यासाठी बाजारपेठेत पाऊल टाकतील तेव्हा या सगळ्याची उत्तरे द्यावीच लागतील.

कोणत्याही कर्जउभारणीमध्ये वित्त बाजारात राज्यसरकारांच्या बेपर्वाईच्या खर्चाला काही वजन दिले जाईलच. यालाच अशा कर्जातील धोका असे समजले जाऊन तो खर्चामध्ये मिळविला जाईल. त्याचा परिणाम म्हणून बाजारामध्ये कर्जाची किंमत वाढविली जाईल आणि त्यावरील व्याजदरही चढे राहतील. त्यातूनच राज्यांना जबाबदारी शिकावी लागेल. सरकारने जर आपली वित्तीय तूट भरून काढली आणि कर्जे कमी केली, तर त्यांना बाजारात प्रोत्साहन मिळेल.

राज्यसरकारांमध्ये जी राज्ये गरीब आहेत त्यांच्याबाबत काही प्रश्न उभे राहतील. त्यांच्या गरजा आणि खर्च मोठे असले तरीही त्यांना बाजारपेठेत उभे राहणे अवघड आहे. अशा राज्यांना केंद्रसरकारनेच कर्ज द्यावे लागेल आणि तेही बाजारपेठेतील हलक्या व्याजदराने असेल. अशा काही थोड्या राज्यांच्या बाबत केंद्रसरकारला काही वेगळी नीती स्वीकारावी लागेल. या राज्यांना कर्जाच्या नावाखाली अधिक निधी उपलब्ध करून दिला तरीही तो वाया जाण्याची शक्यता अधिक आहे आणि आजपर्यंतचा तसा पुरावा आहे. शिवाय अशा निधीतूनच अधिक भ्रष्टाचार होईल, असे निश्चितपणे म्हणता येईल.

जर हे वास्तव लक्षात घेऊन अशा राज्यांना निधी दिला नाही, तर तेथील गरीब जनतेच्या मागण्यांकडेही दुर्लक्ष केल्याचा आरोप होईल. अशा कात्रीत सापडण्यापेक्षा केंद्रसरकारने आपल्या जबाबदारीवर बिहारसारख्या राज्यात पायाभूत सुविधांची गुंतवणूक केली, तर त्याबरोबर खासगी भांडवलाच्या माध्यमातून औद्योगिकीकरणाची प्रक्रिया पुढे नेता येईल. पुढील सहा महिन्यांत बारावा वित्त आयोग आपल्या शिफारशी केंद्राला सादर करणार आहेत आणि त्यापुढे देशामध्ये राज्यांच्या आर्थिक विकासाचा नवा अध्याय सुरू होणार आहे. त्यामध्ये राज्याराज्यांमध्ये स्पर्धा होणार आहे आणि प्रश्नही निर्माण होईल. बिहार, ओरिसा, आसाम, मध्य प्रदेश ही अशी काही मागासलेली राज्ये आहेत जेथे नैसर्गिक साधनसामग्री भरपूर आहे आणि त्यासाठी

खासगी क्षेत्राला भांडवल गुंतवणुकीसाठी अधिक प्रोत्साहन दिले, तर आजच्या अडचणीतून मार्ग काढता येईल.

देशाने जो उदारीकरणाचा मार्ग स्वीकारला आहे, त्यामध्ये राज्ये वेगवेगळ्या वेगाने विकास करून घेतील हे अभिप्रेत आहे. राज्याराज्यांमध्ये जी नैसर्गिक साधनसामग्री आहे, त्यानुसारच विकासाची प्रकिया पुढे जाणार आहे आणि त्याच कारणासाठी ही प्रकिया भिन्न असणार आहे. याचा एक परिणाम म्हणजे राज्यांमध्ये असमतोल वाढणार आहे आणि केंद्रसरकारला हा असमतोल एका विशिष्ट मर्यादेपलीकडे हाताबाहेर जाणार नाही, याकडेही लक्ष पुरवावे लागणार आहे. विकासाच्या पातळ्यांमध्ये असमतोल आहेच कारण नैसर्गिक साधनसामग्री वेगवेगळी आहे. यात आणखी खासगी क्षेत्राच्या माध्यमातून भांडवल गुंतवणुकीला वाव दिल्यावर येत्या काळात हा समतोल वाढणारही आहे.

अशा नव्या संदर्भात केंद्राची जबाबदारी मोक्याची आहे कारण सगळा देश एकसंध ठेवण्यासाठी असमतोल एका मर्यादेपलीकडे वाढू देता येणार नाही. देशामध्ये मागील ५५ वर्षांत नियोजनातून जी विकासप्रकिया पुढे गेली आहे त्यातूनच राज्ये बळकट झालेली आहेत. फक्त या राज्यांच्या विकासाच्या क्षमता अलग आहेत. यापुढील काळात देशाला या वास्तवाचे भान ठेवावे लागेल.

■

# १.६ राज्यांच्या वित्तव्यवस्था आणि कर्जे

मागील काही वर्षांत म्हणजे १९९७-९८ पासून राज्यसरकारांच्या वित्तव्यवस्था अगदी घसरणीला लागल्या आहेत. त्याचे मुख्य कारण म्हणजे राज्यांनी पाचवा वेतन आयोग स्वीकारला आणि त्याप्रमाणे कर्मचाऱ्यांना भरमसाठ वेतनवाढ दिली. त्यानंतर त्याला जोडून औद्योगिक उत्पादनाचा वाढीचा दर बराच घटला आणि त्यामुळे राज्यांना जे आपल्या करांमधून उत्पन्न मिळत होते तेही कमी झाले. त्यातही या कराच्या महसुलात ६० टक्के वाटा विक्रीकराचा असतो आणि औद्योगिक उत्पादन मंद झाल्यावर हा झराही आटला. शिवाय केंद्रसरकारच्या कर महसुलात वाढ मंदावली आणि त्यामुळे केंद्राचे राज्यसरकारांना मिळणारे अर्थसाहाय्य कमी झाले. साहजिकच राज्यांच्या विकास योजनांनाही कमी निधी मिळाला. थोडक्यात, राज्यांचा प्रशासन खर्च वाढला आणि उत्पन्नाचे मार्ग खुंटले. आणि नेमक्या या दोन्ही गोष्टी बरोबर घडल्या.

जेव्हा ही नवी परिस्थिती बनू लागली तेव्हा राज्यांनी या बिघडणाऱ्या वित्तव्यवस्थेवर तोडगा म्हणून नवा मार्ग शोधला. राज्यसरकारे कर्जे काढू लागली. यातही काळजीची बाब म्हणजे ही उधारउसनवार करून जो निधी गोळा केला तो विकास कार्यक्रमांवर भांडवली खर्चापोटी न करता आपल्या चालू खर्चावर केला. परिणामी, महसुली तूटीचे एकूण वित्तीय तुटीतील प्रमाण जे नव्वदीच्या पहिल्या अर्ध्यात ३० टक्क्यांपेक्षा कमी होते ते दशक संपताना ६० टक्क्यांच्या वर गेले. तसेच राज्यांच्या एकूण खर्चात जो भांडवली खर्च होता त्याचे प्रमाण एकदम कमी झाले. ऐंशीच्या अखेरीला राज्यांच्या एकूण अर्थसंकल्पात भांडवली खर्चाचे प्रमाण सुमारे २० टक्के होते ते नव्वदीच्या अखेरीला १० टक्क्यांपेक्षा कमी झाले.

या सर्व घडामोडींची गोळाबेरीज होऊन नव्वदीच्या अखेरीपर्यंत राज्यसरकारांच्या वित्तव्यवस्था बऱ्याच प्रमाणात ढासळल्या आणि नव्या शतकाची सुरुवात होताना ही बिघडणारी प्रकिया चालूच राहिली. तसा विचार केला तर सर्वच राज्यसरकारांची वित्तव्यवस्था बिघडलेली आहे. परंतु काही राज्यसरकारे तर संकटाच्या खाईत सापडलेली आहेत. या वर्गात काही प्रगत राज्येसुद्धा आहेत. राज्यांची वित्त परिस्थिती इतकी

गंभीर आहे की, त्यांच्या बांधील महसुली खर्चामध्ये ज्या तीन प्रमुख बाबी आहेत त्यांची बेरीज केली, तर ती एकूण महसुली उत्पन्नाइतकी होते. यापैकी एक खर्च म्हणजे वेतन अधिक, निवृत्ती वेतन अधिक, व्याज हा आहे. यातच राज्यांच्या एकूण महसुली उत्पन्नाचा ७५ टक्के वाटा खर्च होतो. अनेक प्रमुख राज्यांत हे गुणोत्तर ८५ टक्क्यांच्या वर आहे आणि काही थोड्या राज्यांत तर हे १०० टक्क्यांच्या वर आहे.

जर सर्व राज्यांचा एकत्र विचार केला तर वेतनाचा आकडा आणि त्यात सहायक अनुदानही (ग्रॅन्ट इन एड) येते, हा त्यांच्या एकूण महसुलाचा ४० टक्के आहे. त्याबरोबर व्याजावरील खर्च २५ टक्के आहे आणि निवृत्ती वेतनावरचा खर्च १० टक्के आहे. काही प्रमाणात वेतनावरील खर्च स्थिरावला आहे आणि काही राज्यांत थोडासा कमीही होत आहे. परंतु व्याजाचा खर्च आणि निवृत्ती वेतनाचा खर्च यांचे प्रमाण मात्र वाढत आहे. मागील काही काळात बाजारातील व्याजदर कमी होत आहेत आणि त्यामुळे राज्यांचा नव्या कर्जावरील बोजाही थोडा हलका होत आहे. परंतु यामध्ये जो निवृत्ती वेतनाचा खर्च आहे तो मात्र नजीकच्या काळात कमी तर होणार नाहीच; परंतु तो वाढेल हीच शक्यता आहे. मागील सत्तरीच्या सुरुवातीला सरकारी कर्मचाऱ्यांच्या संख्येत मोठी वाढ झाली आणि हे कर्मचारी आता हळूहळू निवृत्त होऊ लागतील, त्यामुळे येत्या पाच-दहा वर्षांत ही निवृत्तीधारकांची संख्या मोठी असणार आहे आणि त्यांच्या निवृत्ती वेतनाची रक्कमही मोठी असेल. आता काही राज्यांनी निवृत्तीची नवी योजना अमलात आणली आहे; परंतु तरीही राज्यांचा यातील बांधील खर्च नजीकच्या काळात कमी होणार नाही.

तसा विचार केला तर भविष्यात राज्यसरकारांच्या महसुली उत्पन्नातील किती भाग वेतन आणि निवृत्ती वेतन यावर खर्च करावा, याबाबत सहमती होऊ शकेल आणि हा खर्च कमी करता येईल. त्यासाठी शासनाचा आत्ताचा पसारा कमी करता येईल आणि निवृत्ती वेतनाच्या योजना डिफाइन्ड बेनिफिट्स या तत्त्वावर येता येईल. परंतु सगळा प्रश्न अल्प आणि मध्यम मुदतीत अडचणींना कसे तोंड द्यायचे याबाबत आहे. अशा परिस्थितीत यावर एकच मार्ग आहे आणि तो म्हणजे राज्यांच्या कर्जावर जो व्याजाचा बोजा आहे तो बऱ्यापैकी कमी करणे.

त्यातील बराचसा भाग राज्यसरकारांना योजनेअंतर्गत विकासकामासाठी जी कर्जे दिली जातात त्याचा आहे. राज्यसरकारांच्या कर्ज बाजारी परिस्थितीमध्ये एक फरक लक्षात ठेवणे आवश्यक आहे. राज्यसरकारांचे केंद्राला देणे असलेले कर्ज आणि त्यांची इतर कर्जे. यातही राज्यसरकारांनी बँकिंग क्षेत्र आणि तत्सम संस्थांकडून जे कर्ज घेतले आहे ते करारानुसार देणे आहे. परंतु राज्यांनी जी केंद्राला परतफेड करायची आहे त्याचे मुळात स्वरूप वेगळे आहे. पंचवार्षिक योजनेअंतर्गत जेव्हा केंद्र राज्यसरकारांना साहाय्य पुरविते त्यामध्ये ७० टक्के उसने देणे असते आणि ३० टक्के

अनुदान (ग्रान्ट) असते. हे प्रमाण फार पूर्वी १९६९मध्ये ठरविण्यात आले होते आणि त्याला गाडगीळ सूत्र म्हणतात. यातही एक बारकावा आहे. राज्यांना फक्त अनुदानाचा वाटा मागता येत नाही. म्हणजे एका परंपरेने ही नियोजनाची प्रक्रिया केंद्राने राज्यसरकारांवर लादलेली आहे आणि त्यातून राज्यसरकारांवर फक्त कर्जाचे दायित्व येते. आता आजच्या परिस्थितीचे गांभीर्य लक्षात घेता ही पूर्वीचीच नियोजनाची वहीवाट चालू ठेवली पाहिजे का, असा कोणालाही रास्त प्रश्न पडेल. विशेषत: मागील दहा वर्षांत केंद्रीय नियोजनाची सर्वच परिमाणे बदललेली आहेत त्यामुळे तर हा प्रश्न अधिकच निकडीचा आहे.

जेव्हा केंद्र आणि राज्यसरकारांच्या योजनांतर्गत साहाय्यनिधीचा विचार झाला आणि ७० टक्के कर्ज आणि ३० टक्के अनुदान असे प्रमाण ठरले, तेव्हा त्याकाळात राज्यांच्या एकूण योजना खर्चात सुमारे ७० टक्के भांडवली खर्च होता. अशा पद्धतीने भांडवली खर्च केल्यावर त्यावर जो परतावा मिळेल त्यातून अशा कर्जाची परतफेड होऊ शकेल अशी अपेक्षा होती. म्हणून हे कर्जाचे प्रमाण योग्य समजण्यात आले. उरलेला ३० टक्के नियोजनांतर्गत खर्च हा चालू स्वरूपाचा समजण्यात येऊन त्याला अनुदान देण्यात आले.

आता मागील दहा वर्षांत यापैकी अनेक गोष्टी बदललेल्या आहेत. एक महत्त्वाची बाब म्हणजे एकूण नियोजनखर्चात भांडवली खर्चाचे प्रमाण एकदम कमी झाले आहे आणि त्याबरोबर महसुली खर्चाचे प्रमाण भरपूर वाढले आहे. त्यामुळे सध्या भांडवली खर्च सुमारे ४० टक्के आणि महसुली खर्च सुमारे ६० टक्के असे प्रमाण नांदत आहे. परंतु वहिवाटीप्रमाणे केंद्राच्या योजना साहाय्यात कर्जाचे प्रमाण ७० टक्क्यांवरच स्थिर आहे. यात आणखी एक विसंगती आहे. आता केंद्र बाजारपेठेतून जे कर्ज उभारते त्यावरील व्याजदर सहा टक्क्यांपेक्षाही कमी आहे. परंतु राज्यांना मात्र मिळणाऱ्या कर्जावर साडेदहा टक्के व्याजदर लावला जातो.

अशा पार्श्वभूमीवर केंद्रसरकार राज्यसरकारांना काही प्रमाणात अडचणीतून सोडवू शकते. या सरकारांची जी केंद्राला देणी आहेत त्यामध्ये खालीलपैकी काही पर्यायांचा विचार करता येईल.

एक म्हणजे राज्यसरकारांची जी सगळी शिल्लक कर्जाची रक्कम आहे ती एकरकमी माफ करणे. हे जर मान्य झाले तर यापुढे मात्र योजनेअंतर्गत केंद्राने राज्यसरकारांना कर्ज देणे पूर्णपणे थांबवावे. सध्या जे केंद्रीय साहाय्य आहे ते पूर्णपणे उसनवारी केलेल्या निधीवर आधारलेले आहे. त्यामुळे केंद्राने स्वत: बाजारातून कर्ज काढायचे आणि ते परत राज्यांना वाटायचे, असा दुहेरी टप्पा कोणत्याही तर्काला धरून नाही. केंद्राने जर राज्यांची सर्व शिलकी कर्जे एकरकमी माफ केली आणि त्याबरोबरच यापुढे राज्यांना कर्ज देण्याचे थांबविले तर ते न्यायाला धरून होईल.

दुसरा एक मार्ग म्हणजे जे व्याजदर आहेत ते बरेच कमी करता येतील. सध्या राज्यसरकारे सुमारे ११ टक्के दराने व्याज देतात त्याऐवजी जो चालू बाजारपेठेत सुमारे ६ टक्के दर आहे तो केंद्र सरकार स्वीकारू शकते. तिसरा पर्याय म्हणजे जो केंद्राच्या साहाय्यात कर्जाचा ७० टक्के वाटा आहे तो ५० टक्क्यांपर्यंत कमी करणे.

या तीनही पर्यायांचा केंद्रसरकारच्या वित्तीय तुटीवर आणि महसुली तुटीवर वेगवेगळा परिणाम होईल. त्याचप्रमाणे राज्यांना या तीनही पर्यायांतून जो फायदा होईल त्यातही फरक असेल. यापैकी जो पहिला पर्याय आहे त्यामुळे राज्यांना सगळ्यांत अधिक फायदा मिळेल. तसेच तिसऱ्या पर्यायामुळे मिळणारा फायदा हा यापुढील काळातील कर्जावर मिळेल; परंतु मागील काळातील कर्जाचा प्रश्न सोपा होणार नाही.

केंद्रामध्ये आता नवीन सरकार आलेले आहे आणि त्यामध्ये राज्यपातळीवरील क्षेत्रीय पक्षांनी मोठे योगदान दिलेले आहे. यापूर्वीचे जे केंद्रसरकार होते त्यामध्येही क्षेत्रीय पक्षांची भूमिका महत्त्वाची आणि मोक्याची ठरली होती. हा अनुभव आता राष्ट्रीय राजकारणाचा एक अविभाज्य भाग म्हणून सर्वच पक्षांनी स्वीकारलेला आहे, त्यामुळे राज्यसरकारची आर्थिक परिस्थिती हा एक देशाच्या अर्थव्यवस्थेमध्ये प्राधान्यक्रमाचा प्रश्न बनलेला आहे. यापुढे केवळ केंद्राने काही तरी ठरवावे आणि ते राज्यांनी स्वीकारावे या आधारावर देशाची व्यवस्था चालणार नाही. त्यामुळे मागच्या काळातील अनेक कारणांमुळे जर आज राज्यसरकारे वित्तीय संकटांना तोंड देत असली, तर त्यावर लगेचच मार्ग शोधावा लागेल. अगदी केंद्रसरकारला जो आर्थिक सुधारणा कार्यक्रम मानवीय चेहऱ्याने राबवायचा आहे, त्यासाठीही कृषीक्षेत्रावर सरकारला अधिक भर द्यावा लागेल आणि त्यासाठी राज्यसरकारे आजच्या संकटातून मोकळी होणे आवश्यक आहे.

■

# १.७ राज्यसरकारे आणि वित्तीय जबाबदारी

देशाच्या एकूण अर्थव्यवस्थेच्या स्वास्थ्याची चर्चा होताना वित्तीय शिस्त आणि जबाबदारी ज्याला प्राधान्य द्यावे लागते. हा मुद्दा केंद्रसरकार आणि सगळी राज्यसरकारे या सगळ्यांनाच लागू होतो. सध्या राज्यसरकारे आपल्या पातळीवर फिस्कल रिस्पॉन्सिबिलिटी ॲक्ट (एफआरए) म्हणजे राज्य कोषीय उत्तरदायित्व व अर्थसंकल्पीय व्यवस्थापन कायदा संमत करून घेण्याच्या मागे आहेत. यालाच सोप्या भाषेत वित्तीय जबाबदारीचा कायदा म्हणता येईल. राज्यांना ही शिस्त स्वत:ला लावून घेण्याची गरज पटली आहे याचे एकच कारण म्हणजे बाराव्या वित्त आयोगाने ही राज्यांना पूर्वअट घातलेली आहे. त्यामुळे राज्यसरकारे हे प्रायश्चित्त घ्यायला तयार झाली आहेत.

मागील पंधरा वर्षांत आर्थिक सुधारणांच्या काळात बऱ्याच गोष्टी घडलेल्या आहेत आणि साहजिकच त्यातील काही अनपेक्षित आहेत. उदाहरणार्थ, व्याजदर तुलनेने खालच्या पातळीवर येत आहेत. त्याचे फायदे आणि तोटे अनेक आहेत आणि तो चर्चेचा वेगळा विषय आहे. नव्वदीच्या मध्याला जेव्हा व्याजदर खूपच वर होते त्यावेळी अनेक राज्यसरकारांनी बाजारपेठेत उतरून कर्जरोखे उभारले. आणि त्यावर पंधरा ते सोळा टक्के दराने व्याज देण्याची जबाबदारी घेतली. हे सरकारी महामंडळांनी काढलेले कर्जरोखे असल्यामुळे सर्वसाधारण जनतेने ते सरकारचेच कर्ज समजून त्यात गुंतवणूक केली. याच काळात केंद्र आणि राज्यसरकारांनी पाचव्या वेतन आयोगाच्या शिफारशी स्वीकारल्या आणि आपल्या कर्मचाऱ्यांना भरमसाठ पगार आणि भत्ते यात वाढ करून दिली. याचा एकत्रित परिणाम म्हणून सगळ्याच राज्यसरकारांचे महसुली उत्पन्न हे व्याज देण्यात आणि कर्मचाऱ्यांचे पगार देण्यात खर्ची पडू लागले. त्यामुळे विकास कार्यक्रमांसाठी जवळपास काहीच उरले नाही. लोकशाहीव्यवस्थेमध्ये हे चालू शकत नाही कारण नव्याने निवडून आलेल्या सरकारला, आम्ही केवळ मागील सरकारच्या जबाबदाऱ्या पार पाडत आहोत हे जनतेला समजावून सांगता येत नाही. निवडून आलेल्या सरकारने लोकांना निवडणुकीत आश्वासने दिलेली असतात आणि त्यावर त्यांनी अंमल करावा, अशी जनतेची अपेक्षा असते.

अशा कात्रीत सापडल्यावर राज्यसरकारांनी परत बाजारपेठेत उतरून नवी कर्जे काढायला सुरुवात केली. अशा प्रकारे ती कर्जाच्या सापळ्यात अडकली.

याबरोबरच राज्यसरकारांवर आणखी एक ओझे होते. त्यांनी अगोदरच्या काळात केंद्रसरकारकडून नियोजनाच्या प्रक्रियेत जी कर्जे काढली होती त्यावर जादा व्याज देत होती. जेव्हा सरसकट व्याजदर खाली येऊ लागले, तेव्हा त्यांना यामध्ये केंद्राने काहीतरी सवलत द्यावी, अशी मागणी पुढे आली. याचा व्यवस्थित विचार बाराव्या वित्त आयोगाने (टीएफसी) केला आणि एक उपाय सुचविला. ही राज्यसरकारांची केंद्राकडून घेतलेली सगळी कर्जे एकत्रित करण्याची योजना आहे. यातून राज्यांना पुढील पाच वर्षांत (२००५-१०) सुमारे ३३,००० कोटी रुपयांची साहाय्यता मिळेल अशी अपेक्षा आहे. काही टीकाकारांना ही शिफारस आवडलेली नाही, त्यांच्या मते, राज्यांनी केवळ एक नवा कायदा संमत केल्याचा उपचार करायचा आणि त्यांना इतकी मोठी मदत केंद्राने द्यायची, याचे फारसे समर्थन करता येणार नाही. राज्यांच्या बेजबाबदारीवर यामुळे दक्षिणा दिल्यासारखेच होईल. बहुदा टीएफसीने वेगळा विचार केला असावा.

आजच्या परिस्थितीत सगळ्याच राज्यांच्या वित्तव्यवस्था कोलमडून पडल्या आहेत आणि अशा संकटातून त्यांना काही ठोस मदत दिल्याशिवाय वित्तीय सुधारणा करणेही शक्य होणार नाही, असा टीएफसीचा समज असावा. म्हणून त्यावर एक उपाय म्हणजे मागची सगळी महाग कर्जे एकत्र करायची आणि त्यांची परतफेड वेगळी मुदत आणि हलके व्याज याच्या आधारावर करायची, असा टीएफसीने विचार केला. आहेत ती कर्जे भागविण्यासाठी आणखी नवी कर्जे काढत राहायचे हे चक्र थांबविण्याशिवाय दुसरा मार्ग नव्हता.

राज्यांच्या वित्तव्यवस्थांच्या स्वास्थ्याविषयी सरकार आणि संशोधन यांनी मिळून बराच विचारविनिमय केलेला आहे. राज्यांनी वित्तीय जबाबदारीचा कायदा (एफआरए) संमत केला आणि प्रामाणिकपणे त्यावर अंमल करून शिस्त सांभाळली, तर हा पर्याय खरोखरी सगळ्यांच्या भल्याचा आहे. परंतु हा कायदा केल्यावर टीएफसीच्या शिफारशीप्रमाणे मागील सर्व कर्जांचे एकत्रीकरण होणार आहे. हा फायदा मिळाल्यावर जर राज्ये परत पूर्वीच्याच वाटेने वाटचाल करू लागले तर मात्र प्रसंग कठीण आहे.

राज्यांनी एकदा फायदा घेऊन परत उलट्या दिशेने जाऊ नये म्हणून टीएफसीने आणखी एक उपाय सुचविला आहे. जितक्या प्रमाणात यापुढे राज्यसरकारे आपली महसुली तूट कमी करत आणतील त्या रकमेइतके पूर्वीचे कर्ज दरवर्षी माफ करण्यात यावे, असे गाजर राज्यांना दाखविले आहे. परंतु लोकानुनय करण्याच्या प्रलोभनाला बळी पडून काही राज्ये वित्तीय शिस्तीकडे दुर्लक्ष करण्याची शक्यता आहे. अर्थात, एका अर्थाने हा काही फक्त वित्तीय शिस्तीशी निगडित प्रश्न नाही. राज्यांमध्ये स्पर्धेचे

राजकारण टोकापर्यंत गेलेले आहे. आणि जर एखाद्या राज्याने ही लोकशाहीची किंमत आहे आणि ती चूक करण्यात काहीच वावगे नाही, असे समजल्यास त्यावर कोणीच काही करू शकणार नाही. मग त्या राज्यातील जनतेनेच या प्रश्नावर निकाल द्यायचा आहे. अशा राज्यांतील जनतेला आपल्याला तात्पुरत्या लाभासाठी दीर्घकाळाचा विकास विसरावा लागतो हे कळणे आवश्यक आहे. हा प्रबोधनाचाच विषय आहे.

काही अभ्यासकांच्या मते, सध्याचा काळ हा अशा वित्तीय शिस्तीसाठी अगदी रास्त आहे. आर्थिक वाढीची प्रक्रिया जोमाने पुढे जात आहे आणि त्यामुळे राज्यांच्या अर्थव्यवस्था तुलनेने काही अवघड निर्णय पचवू शकतात. या उलट जर मंदीची अवस्था असती, तर शिस्तीसारखे अवघड विषय मागे ठेवावे लागले असते. राज्यांना अनेक मार्गांनी मदतीही मिळालेल्या आहेत. राज्यांच्या कर्जांची अदलाबदल करण्याची योजना केंद्राने राबविली आणि त्यामुळे राज्यांची जी केंद्राकडून घेतलेली महागडी कर्जे होती ती बदलून हलक्या व्याजाची कर्जे स्वीकारण्यात आली. तसेच टीएफसीने शिफारस केलेली पूर्वीच्या कर्जांची एकत्रीकरणाची योजनाही केंद्राने स्वीकारलेली आहे. त्याला जोडून टीएफसीने राज्यांचा केंद्राच्या कराच्या महसुलातला वाटाही वाढवून दिलेला आहे. राज्यांना आता बाजारात उतरून कर्ज उभारता येणार आहे आणि त्यामुळे हलक्या व्याजदराचा त्यांना फायदा मिळेल. पूर्वीच्या काळात केंद्रसरकार आपल्या जबाबदारीवर ही कर्जे उभी करत असे आणि त्यावर व्याजदर वाढवून ती राज्यांना देत असे. तसेच बहुतेक सगळ्याच राज्यांनी मूल्यवर्धित करप्रणाली (व्हॅट) स्वीकारली आहे आणि त्यामुळे त्यांच्या कराच्या महसुलात वाढ झालेली आहे.

अशा या नव्या संदर्भात जी राज्ये हिरिरीने पुढे येतील आणि उत्साहाने वित्तव्यवस्थेला शिस्त लावतील त्यांच्या आर्थिक वाढीचा मार्ग लवकर सुरळीत होईल. या उलट जी राज्ये ही कल्पकता दाखविणार नाहीत आणि पूर्वीप्रमाणेच सरकारचा अनुत्पादक आणि वाया जाणारा खर्च चालू ठेवतील ती मागे पडतील. हे त्या राज्यातील जनतेचे दुर्दैव समजायचे. अर्थात, याचा एक परिणाम म्हणजे येत्या काळात राज्याराज्यांतील विकासाची दरी वाढत राहील. ज्या राज्यांमधील राजकीय नेतृत्व प्रगल्भ आणि दूरदर्शी आहे तेथे वित्तीय शिस्त अमलात येईल. जेथे राज्यकर्ते बेफिकीर आणि बेजबाबदार आहेत तेथील जनतेचे प्रश्न अवघड होतील.

या विषयात राज्यांनी जी वित्तीय शिस्त अंगी लावायची आहे त्याचा दर्जा हा वेळेइतकाच महत्त्वाचा आहे. राज्यांनी एकदा एफआरए संमत केला म्हणजे सगळा विषय संपला असे अजिबात नाही. वित्तीय जबाबदारीचा कायदा केल्यावर केवळ काही आकड्यांवर लक्ष केंद्रित करणे पुरेसे नाही. जर वित्तीय तूट कमी करायची असेल, तर राज्यांना आपले महसुली उत्पन्न वाढवावे लागेल आणि आपला खर्च कमी करावा लागेल. परंतु यात कोणता खर्च कमी करायचा हा सगळ्यात मोक्याचा

आणि नाजुक प्रश्न आहे. त्याच्याशीच दीर्घकाळात जो विकास होणार आहे त्याचे सगळे प्रश्न निगडित आहेत.

या विषयात अभ्यासक ज्या अपेक्षा ठेवतात त्याच्या नेमके उलट व्यवहारात घडत असते. जेव्हा राज्यसरकारांच्या वित्तीयव्यवस्थेमध्ये सुधारणा आणि जुळवणी करण्याचा प्रश्न येतो तेव्हा सगळ्यांत प्रथम जे समाजकल्याणाचे विकास कार्यक्रम आहेत त्यांच्यावर गदा येते. हे विषय म्हणजे शिक्षण, आरोग्य इत्यादी. या तुलनेने जे सरकारी कर्मचाऱ्यांवरील खर्च आहेत आणि ते सगळ्यांत अनुत्पादक आहेत ते मात्र विनातक्रार चालू राहतात. तसेच पूर्वीच्या काळात वेगवेगळ्या गटांना जी अनुदाने देण्यात येत होती आणि ज्यांचे आता प्रयोजन नाही, अशा अनुदानांवरील खर्चही चालूच राहतात. सरकारमध्ये एखाद्या योजनेवरील खर्च चालू करताना जितका उत्साह असतो तो काही ती योजना बंद करण्यासाठी कधी नसतो. लोकशाहीमध्ये कोणतेच अवघड अगर कठोर निर्णय घेण्यास राज्यकर्त्या पक्षाची तयारी नसते.

राज्याच्या अर्थकारणात विकासप्रक्रिया गुंतागुंतीची असते. लोकांचे दबाव यातील निर्णयांवर सतत असतात. राज्यकर्त्यांना कोणताही नवीन विकासाचा प्रकल्प सुरू करण्याची घाई आणि उत्सुकता असते. परंतु अगोदरच्या काळात विकासासाठी ज्या मत्ता निर्माण केलेल्या असतात त्यांच्या देखभालीसाठी मात्र पुरेसा निधी नसतो. उदाहरणार्थ, एखादे धरण बांधण्याचा प्रकल्प सगळ्यांना हवा असतो; परंतु जे धरण अगोदर बांधलेले आहे त्याच्या कालव्याची सिंचनक्षमता कशी अधिक राहील यात कोणाला रस नसतो. एकूण नियोजनात जो भांडवली खर्च करण्यात येतो तो चांगला आणि समर्थनीय समजला जातो. या तुलनेने मत्तेच्या देखभालीसाठी जो महसुली खर्च करावा लागतो त्याची कोणाला आच नसते. मागील नियोजनाच्या पन्नास वर्षांत अशी एक मानसिकता सगळ्यांचीच बनलेली आहे ही एक खेदाची बाब आहे. त्यामुळे अशासंदर्भात वित्तीय शिस्तीचे कायदे करून परत वित्तीय तूट कशी कमी करायची आणि महसुली उत्पन्न कसे वाढवायचे यांची केवळ लक्ष्ये ठरविली जाण्याची शक्यता अधिक आहे. त्यामुळेच त्यातील धोक्यांविषयी अधिक जागरूकता हवी. अन्यथा शिस्त येईल; परंतु विकासप्रक्रिया मात्र लांबणीवर पडेल.

राज्यांच्या वित्तीय शिस्तींच्या विषयात आणखी एक सगळ्यांत महत्त्वाची बाब आहे. सध्या सरकारी व्यवस्थेतून जो सार्वजनिक खर्च होतो त्याची कार्यक्षमता सुधारण्याची गरज आहे. शिवाय त्यात पारदर्शकता आणि उत्तरदायित्व यांचा समावेश हवा. आता लोकांना माहितीचा अधिकार कायद्याने देण्यात आलेला आहे त्यातून यापैकी काही अपेक्षा पुऱ्या होतील. आजपर्यंतच्या सगळ्या नियोजनप्रक्रियेमध्ये एक मोठी उणीव राहिलेली आहे. ती म्हणजे जो सार्वजनिक खर्च होतो त्याचा उत्पादक परिणाम फारच थोडा असतो. हा सार्वजनिक पैसा वेगवेगळ्या उद्दिष्टांसाठी आणि

योजनांसाठी कसा वापरला जातो याविषयी सगळ्यांना असमाधान आहे. तसेच अशा खर्चातून नेमके काय साधले जाते, याचीही कोणी खात्री देऊ शकत नाही. शिवाय योजनांचा खर्च ज्या लाभधारकांसाठी होतो त्यांना खरोखरी हा फायदा मिळतो का? असे प्रश्न नेहमी उपस्थित होतात. उदाहरणार्थ, राज्ये सिंचन योजनांवर भरपूर खर्च करतात कारण शेतीच्या स्थैर्यासाठी ती रास्त गुंतवणूक आहे. परंतु प्रत्यक्षात तो इतक्या योजनांवर खर्च होतो की, त्यातून दरवर्षी सिंचनात होणारी भर अगदीच किरकोळ असते. याचे कारण म्हणजे राजकारणामुळे गुंतवणुकीच्या वाटपाचे निर्णय असमाधानकारक असतात. शिवाय मोठ्या संख्येने नवे नवे प्रकल्प हाती घेतले म्हणजे अपुरे प्रकल्प पुरे करण्याचा कालावधी वाढतो आणि त्यांचा खर्चही वाढतो. म्हणजे ही किंमत लोकच देत असतात.

आपल्या नियोजनात जी गुंतवणूक होते त्यात शिस्त नसल्यामुळे त्याचे अनेक गंभीर परिणाम होत असतात. फक्त रोजच्या जीवनात सर्वसाधारण माणसाला ते उमगत नाहीत. याचे दुसरे उदाहरण म्हणजे शिक्षणावरील खर्च. आपल्या नियोजनात शिक्षणावर जीडीपीच्या ४.१ टक्के खर्च करतो आणि आपली साक्षरतेची पातळी सरासरी ६५ टक्के आहे. चीन, थायलंड आणि श्रीलंका हे देश आपल्या जीडीपीच्या तीन टक्क्यांपेक्षा कमी रक्कम खर्च करतात आणि त्यांची साक्षरतेची पातळी मात्र नव्वद टक्क्यांपेक्षा अधिक आहे. याचा अर्थ भारताने आहे त्यापेक्षा शिक्षणावर अधिक खर्च करू नये असा अजिबात नाही. हे प्रमाण जीडीपीच्या सहा टक्क्यांपर्यंत नेण्याची सगळ्यांची मागणी जरूर पूर्ण करावी. परंतु शिक्षणासारख्या रास्त विषयावर अधिक खर्च करणे म्हणजे अधिक लक्ष्य गाठले असे समजणे भ्रमाचे होईल. आहे त्या खर्चाचाही काटेकोर विचार होऊन शिक्षणाचा दर्जा वाढविणे ही शिक्षणाच्या विस्ताराइतकीच महत्त्वाची आणि तातडीची गरज आहे.

आजपर्यंतच्या सगळ्या नियोजनाच्या काळात अधिक खर्च करणे याचेच एक अवडंबर माजलेले आहे. या गुंतवणुकीच्या खर्चाचा दर्जा कसा वाढेल आणि त्यामध्ये पारदर्शकता कशी येईल, याचा सरकारने विचार केलेला नाही. याचे एक कारण म्हणजे राज्यकर्ते आणि नोकरशाही या दोघांनाही अशा खर्चाचा दर्जा सुधारणे आणि त्याचा जनतेला हिशोब देणे सोयीचे वाटत नाही. बिहार, उत्तर प्रदेशचा काही भाग, मध्य प्रदेश, ओरिसा आणि राजस्थान या राज्यांमध्ये जो मागासलेपणा आजही दिसतो याचे कारण म्हणजे नियोजनातील खर्चाचा येथे हिशोब लागत नाही.

या राज्यांमधील राजकारण आणि नोकरशाही यांच्या सर्व पातळ्यांवर भ्रष्टाचाराने धुमाकूळ घातलेला आहे. विशेष म्हणजे या राज्यांतील राज्यकर्ते आणि विरोधी राजकीय पक्ष यांच्यातही कोणाला निवडावे, असा फरक उरलेला नाही. वास्तविक पाहता या राज्यांमध्ये नैसर्गिक साधनसामग्री भरपूर आहे आणि येथे किती विकास

होऊ शकतो, यावर काहीच मर्यादा नाहीत. त्यामुळे आर्थिक सुधारणांच्या विषयांशी या राज्यातील मागासलेपणा निगडित नाही. येथे ज्या पद्धतीने लोकशाहीव्यवस्था रुजली आहे, त्याच्याशी हे सगळे प्रश्न गुंतलेले आहेत.

विकासप्रक्रियेचा अशा व्यापकसंदर्भात विचार केला, वित्तीय जबाबदारीचा कायदा केला तर सगळ्याच प्रश्नांची उत्तरे मिळतील असे नाही. तसेच वित्तीय शिस्तीसाठी केवळ काही राजकोषीय आणि महसुली तुटीच्या आकड्यांवर लक्ष्ये ठरविण्यात आली, तर त्यातूनही फारसे काही हाताशी लागणार नाही. अर्थात, वित्तीय शिस्तीची गरज आवश्यक आहे कारण सध्याच्या प्रचलित लोकशाहीपद्धतीमध्ये काही विकृती घर करून बसलेल्या आहेत. आणि त्यावर कठोर उपाययोजना करावीच लागेल. त्यामुळे वित्तीय शिस्तीचा भाग म्हणूनच पारदर्शकता आणणे आणि लोकांना माहितीचा अधिकार देणे यांचे महत्त्व आहे. तसेच जो काही सार्वजनिक खर्च होत आहे त्याचा दर्जा सुधारण्यासाठी त्यातून प्रत्यक्षात काय निर्माण होते, याकडे अधिक लक्ष देण्याची गरज आहे. निधीच्या तरतुदी केल्या याहीपेक्षा तो योग्य पद्धतीने खर्च झाला आणि त्यातून जे अपेक्षित फायदे होते ते प्रत्यक्षात लोकांना मिळाले हा खरा नियोजनाच्या यशाचा निकष आहे. इतक्या सगळ्या गोष्टी साधता आल्या, तरच वित्तीय जबाबदारीचा कायदा याचे काही मोल आहे. अन्यथा अनेक कायदे आहेत ज्यांचा अंमलच होत नाही. त्यात आणखी एकाची भर पडेल.

■

# १.८ राज्यांचा तोटा आणि केंद्राचा फायदा

अलीकडे काही काळात भारताच्या आर्थिक प्रगतीमुळे देशाची झळाळी वाढली आहे अशी सर्वत्र चर्चा चालू आहे. त्यातील कवित्व आणि स्वप्नरंजन सोडले तरीही काही बाबी मान्य करता येतील. मुख्य म्हणजे केंद्रसरकारचा वित्तीय प्रश्न हळूहळू आटोक्यात येत आहे असे म्हणता येईल. या उलट राज्यसरकारांची वित्तीय व्यवस्था हाताबाहेर गेली आहे, अशी टीका करण्यात येते. राज्यसरकारे बेजबाबदारपणे उधळमाधळ करत असतात आणि त्यामुळे ती अडचणीत आली आहेत, असा या टीकेचा रोख आहे. राज्यसरकारे लोकानुनयाच्या मागे आहेत आणि त्यामुळे त्यांचा राज्याच्या अर्थव्यवस्थेवरील ताबा सुटलेला आहे, हे जरी खरे असले तरीही या परिस्थितीला काही प्रमाणात केंद्रसरकारही जबाबदार आहे.

म्हणजे वित्तीय तुटीचे जीडीपीशी गुणोत्तर यातील दोन्हीही आकड्यांत सुधारणा होत आहे. वित्तीय तुटीत घट होत आहे कारण व्याजदर कमी होत आहेत, सरकारी खर्चामधील वाढ आटोक्यात ठेवण्यात येत आहे आणि अर्थव्यवस्था वाढीला लागल्यामुळे सरकारी महसूलही वाढत आहे. त्याचबरोबर आर्थिक वाढीचा वेग वाढलेला आहे आणि त्यामुळे जीडीपी अधिक आहे. एकूणच केंद्रसरकारची वित्तव्यवस्था सुधारण्याच्या दिशेने झपाट्याने प्रगती करत आहे.

अशी जर परिस्थिती आहे तर हा फायदा राज्यसरकारांना का मिळत नाही, असा कोणीही प्रश्न विचारेल. जेव्हा आर्थिक वाढीचा दर सुधारतो त्याचा फायदा राज्यांना होईल हे उघड आहे. तसेच राज्यसरकारेही आपल्या खर्चावर नियंत्रणे घालत आहेत. हे सर्व खरे असले तरीही केंद्रसरकारपेक्षा राज्यसरकारे वेगळी असतात. हे वेगळेपण दोन बाबींमध्ये असते.

राज्यसरकारांच्या महसुलात मोठा भाग केंद्रसरकारकडून जो निधी मिळालेला असतो त्याचा असतो. केंद्रसरकारने ज्या वित्तीय सोयी करून घेतल्या आहेत त्यामुळे केंद्राकडून राज्यसरकारांना जो निधी मिळत होता त्यात कपात झालेली आहे. ऐंशीच्या दशकात या निधीचे प्रमाण १४.६ टक्के होते आणि नव्वदीच्या दशकात ते ११ टक्क्यांवर आले. दुसरी बाब म्हणजे व्याजदरांच्या बाबत राज्यसरकारे काहीच करू

शकत नाहीत. केंद्रसरकार काही प्रमाणात केंद्राकडून राज्यांना कमी प्रमाणात का निधी मिळतो याचे काही स्पष्टीकरण देऊ शकेल. परंतु राज्यसरकारांचे जे व्याजाचे ओझे आहे, त्याबाबत केंद्र सरकार आपली जबाबदारी टाळू शकणार नाही. पहिली गोष्ट म्हणजे केंद्रसरकार रिझर्व बँकेच्या माध्यमातून राज्यांनी खुल्या बाजारातून किती कर्जे उभी करावीत, यावर सक्त नियंत्रणे घालत असते. शिवाय केंद्रसरकार राज्यांना जी कर्जे देते, त्यावर बाजारदरापेक्षा अधिक दराने व्याज लावते. म्हणजे ही एकूणच सगळी अशी व्यवस्था आहे, ज्यामध्ये केंद्राचा नेहमीच फायदा होत राहणार आणि राज्यसरकारे नेहमीच तोट्यात राहणार.

दुसरा महत्त्वाचा फरक म्हणजे व्याजदर राज्यसरकारांच्या कक्षेत येत नाहीत. काही प्रमाणात केंद्रसरकार जे राज्यांना निधी दिले जातात त्याबाबत आपण अगतिक आहोत असे म्हणू शकतो. परंतु राज्यसरकारांना जे व्याजदर लागू पडतात त्याबाबत असे काही म्हणता येणार नाही. सर्व राज्यसरकारे या व्याजाच्या ओझ्याखाली दडपली गेली आहेत. प्रथम केंद्रसरकार रिझर्व बँकेच्या माध्यमातून राज्यांनी बाजारातून किती कर्जे उचलावीत याच्या सक्त मर्यादा घालून देते. त्यानंतर केंद्रसरकार राज्यांना जी कर्जे उपलब्ध करून देते, त्यावर बाजार दरापेक्षा वरच्या दराने व्याज आकारले जाते. ही अशी व्यवस्था आहे ज्यामध्ये राज्यांचे नुकसान होते आणि केंद्राचा फक्त फायदा होतो. विशेष म्हणजे ही व्यवस्था फक्त केंद्रसरकार ठरवून देते.

केंद्रसरकार, राज्यसरकारने एकूण किती कर्ज उभे करावे इतकेच ठरवीत नाही, त्याशिवाय या कर्जाचे घटक कोणते असावेत हेही ठरविते. राज्याने बाजारपेठेतून किती कर्ज उभारावे हे केंद्रसरकार काटेकोर मर्यादा घालून ठरविते. राज्यांना यातून सर्वांत स्वस्त दराने कर्ज मिळू शकते. परंतु त्यांना ते स्वातंत्र्य नाही. या गर्यादेमुळे सगळ्या राज्यसरकारांचे कर्जाचे एकूण दायित्वाशी सुमारे फक्त १२ टक्के प्रमाण आहे. सन २००२-०३ मध्ये राज्यसरकारांची एकूण कर्जे सुमारे रु. १३,००० कोटी रुपये होते. अर्थात, राज्यसरकारांच्या कर्जावर मर्यादा असली पाहिजे आणि त्यावर सक्त देखरेख असली पाहिजे, याविषयी कोणी वाद घालणार नाही. परंतु या मर्यादा घालताना कोणता वस्तुनिष्ठ आधार लक्षात घेतला आहे, याविषयी स्पष्टता असणे आवश्यक आहे. तसेच जसजशी आर्थिक परिस्थिती बदलेल त्याप्रमाणे हा आधारही बदलण्याची सुविधा असली पाहिजे.

बाजारातील कर्जे उभारण्यावर सक्त मर्यादा असल्यामुळे राज्यसरकारांच्या उसनवारीत केंद्रसरकारने दिलेली कर्जे यांचे प्रमाण मोठे असते. यावर केंद्रसरकार आपण ज्या दराने बाजारातून कर्ज घेते, त्यावर आणखी काही भर घालून राज्यांनी द्यावयाचा व्याजदर ठरविते. तसेच कोणते राज्यसरकार आहे, याचाही वेगळा विचार या व्याजदराच्या हिशोबात केला जातो. महाराष्ट्र सरकारने १२व्या वित्त आयोगापुढेही

आपले एक म्हणणे मांडले आहे आणि त्यामध्ये काही आकडेवारी दिलेली आहे. त्यानुसार असे दिसते की, २००२-०३ मध्ये केंद्रसरकारने राज्यांना जी कर्जे दिली त्यावर सरासरी १३ टक्के व्याजदर लावण्यात आला होता.

अशा या कर्जाच्या ओझ्यावर एक उपाय म्हणून केंद्रीय वित्तमंत्र्यांनी राज्यसरकारांसाठी एक कर्जाच्या अदलाबदलीची योजना राबविली आहे. ही कल्पना जरी चांगली असली तरीही प्रत्यक्षात राज्यसरकारांना यातून झालेला फायदा अगदीच थोडा आहे. याचे एक कारण म्हणजे केंद्रसरकारने आपल्या कर्जावरील व्याजदर कमी व्हावा म्हणून खुल्या बाजारातून कमी दराने कर्ज काढलेले नाही. त्याऐवजी राष्ट्रीय अल्पबचत निधीचा वापर करण्यात आलेला आहे.

राज्यसरकारे आपण राबविलेल्या अल्पबचत योजनेतून जो निधी गोळा केला जातो त्या आधारे कर्जे उभारत असतात. परंतु या विषयातही अनेक विसंगती आहेत. या अल्पबचत निधीमधील काही भाग राज्यांना देताना केंद्रसरकार आपल्याला आलेल्या खर्चापेक्षा अधिक व्याजदर तर लावतेच; परंतु हे व्याज कर्जाच्या संपूर्ण कालखंडासाठी लावण्यात येते. म्हणजे जितक्या काळासाठी कर्ज घेतले आहे त्याचा या व्याजदराच्या हिशोबात विचार केला जात नाही. म्हणजे जर बचत योजना सात वर्षांसाठी असेल, तर त्यातून मिळालेल्या कर्जावर राज्यसरकारला दीर्घकाळासाठी व्याज द्यावे लागते. समजा, हे कर्ज तीस वर्षे वापरात असले, तर तो काळ विचारात घेतला जातो. त्याचप्रमाणे वित्तसंस्था जी कर्जे देतात त्यावरही बाजारभावापेक्षा उच्चदराने व्याज आकारले जाते.

हीच गोष्ट परदेशी कर्जांच्या बाबत खरी आहे. मुळात केंद्रसरकारला अगदी हलक्या दराने परदेशांतील कर्जे मिळतात आणि ती राज्यसरकारांना उपलब्ध करून दिली जातात. परंतु या व्यवहारात राज्यसरकारे मात्र उच्च दराने कर्जाची परतफेड करत असतात. आता एकूणच आर्थिक परिस्थिती पूर्णपणे बदललेली आहे. मागील काळात जेव्हा परदेशी विनिमयदरात मोठी अनिश्चितता होती, त्यावेळी व्याजदरही चढे असणे व्यवहाराला धरून होते. परंतु सध्याच्या परिस्थितीत व्यापार आणि चलनबाजार यात अनेक सुधारणा झालेल्या आहेत आणि त्यामुळे जोखीमही कमी झालेली आहे. त्याचबरोबर केंद्रसरकार परदेशांतून जी मदत मिळते ती राज्यसरकारांना उपलब्ध करून देताना त्यातला काही भाग कर्ज आणि काही भाग मदत अशा स्वरूपात वाटते. परदेशांतून मिळालेली मदत अशा पद्धतीने राज्यसरकारांना कोणत्या आधारावर वाटली जाते हाही एक नव्याने विचार करण्याचा विषय आहे.

मागील नियोजनाच्या दीर्घ कालखंडात केंद्रसरकार आणि राज्यसरकारे यांचे जे वित्तीय संबंध आहेत, त्याचा मुळापासून पुनर्विचार करण्याची गरज निर्माण झालेली आहे. सध्या ज्या प्रथा चालू आहेत त्यावरून राज्यसरकारांनी जी कर्जे घेतलेली

आहेत तो एक केंद्रसरकारची वित्तीयव्यवस्था लपविण्याचाच प्रकार आहे, असे म्हणता येईल. विशेष म्हणजे केंद्रसरकारच्या वित्तव्यवस्थेत ज्या त्रुटी आहेत त्याची राज्यसरकारे किंमत चुकती करत आहेत.

राज्यसरकारांवर जो कर्जाचा बोजा आहे तो हलका करण्याच्या दृष्टीने लगेचच प्रयत्न करणे हा एक मार्ग अनुसरता येईल. दीर्घकाळाचा विचार केला तर राज्यसरकारांनी खुल्या बाजारातून कोणत्या पातळीपर्यंत कर्जे उभी करावीत आणि केंद्रसरकार जी वेगवेगळी कर्जे राज्यसरकारांना उपलब्ध करून देते, त्यावर कोणते व्याजदर आकारण्यात यावेत, या प्रश्नांचा ऊहापोह करावा लागेल. मागील काही वर्षांत देशातील राजकीय समीकरणे पूर्णपणे बदललेली आहेत आणि येत्या काळात राज्यसरकारांची कामगिरी महत्त्वाची असणार आहे.

यापूर्वीच्या पन्नास वर्षांत स्वातंत्र्यानंतर एकसंध राष्ट्रउभारणीचे आणि विकासाचे अग्रक्रम एका प्रकारचे होते. आता जितक्या प्रमाणात राज्यसरकारे बळकट होतील आणि सामर्थ्यवान होतील, त्याप्रमाणात देशाचा विकासदर वाढणार आहे. मधल्या काळात देशाने केंद्रीय नियोजनाची प्रक्रिया टप्प्याटप्याने बदलली असून सुधारणा कार्यक्रम हाच मुख्य आधार राहणार आहे. शिवाय जागतिकीकरण आणि मुक्तव्यापार यातूनही जागतिक अर्थव्यवस्थेचे आधार बदललेले आहेत. जागतिक बँक, आंतरराष्ट्रीय नाणे निधी अशा ज्या जागतिक संस्था आहेत, त्यांना यापुढे नवीन संदर्भात काम करावे लागणार आहे. थोडक्यात, जर मागील दहा वर्षांत देशातील राजकीय चित्र पूर्ण बदललेले आहे, तर आता केंद्रसरकार आणि राज्यसरकारे यांच्या संबंधांचीही पुनर्मांडणी करावी लागेल. बाराव्या वित्त आयोगापुढे ही एक ऐतिहासिक जबाबदारी आहे.

■

# १.९ केंद्राचे करसंकलन आणि राज्यांच्या अडचणी

गेल्या काही वर्षांत राज्यसरकारांवर सतत टीका होत आहे. त्यातील एक विषय आहे त्यांची ढासळलेली वित्तव्यवस्था. अर्थात, ही टीका पूर्णपणे रास्त आहे. परंतु एकूणच या विषयाला अनेक अंगे आहेत हे मान्य करावे लागेल. राज्यसरकारे विकास कार्यक्रमातील अनेक लक्ष्ये पूर्ण करू शकत नाहीत म्हणून त्यांच्यावर टीका होते. परंतु असे घडण्याचे एक महत्त्वाचे कारण आहे आणि ते म्हणजे केंद्रसरकारच्या करसंकलनात जी तूट येते त्याचा राज्यांवर दुष्परिणाम होतो. रिझर्व बँकेच्या अहवालात ही सर्व आकडेवारी आहे.

राज्यांच्या वित्तव्यवस्थेत इतका मोठा निधी केंद्राने मान्य करूनही जर मिळाला नाही, तर त्यांच्या व्यवस्थापनात मोठ्या अडचणी येणार हे उघड आहे. विशेषत: प्रकल्पांच्या अंमलबजवणीत रोखीचे व्यवस्थापन (कॅश मॅनेजमेंट) फार महत्त्वाचे असते आणि ते निधीच्या अभावी कोलमडले, तर त्याचे नक्कीच गंभीर परिणाम होतात. राज्यसरकारांच्या वित्तव्यवस्था या मुळातच महसुली आणि अर्थसंकल्पीय तुटीमुळे संकटात आहेत आणि त्यामध्ये केंद्राने मान्य केलेल्या कराच्या वाट्यात घट आली, तर प्रकल्पांचे वेळापत्रक कोलमडणार याला पर्याय नाही. अशा परिस्थितीत लक्ष्ये का गाठली जात नाहीत, हा प्रश्नही गैरलागू ठरतो.

हे असे का घडते याची काही कारणे आहेत. काही राज्यसरकारे आपले अर्थसंकल्प केंद्रीय अर्थसंकल्पापूर्वी सादर करतात. याचा परिणाम म्हणून ०२-०३ वर्षात सर्व राज्यांनी मिळून केंद्राच्या कर महसुलातून जो वाटा मिळेल तो आकडा रु. १,२१९ कोटींनी अधिक होता. केंद्रसरकारने या वर्षात अर्थसंकल्पात मुळात जी तरतूद केली होती ती आणि त्यानंतर जे सुधारित आकडे होते ते यामध्येच रु. ५,०९४ कोटींचा फरक होता. त्यामुळे राज्यांना जो वाटा प्रत्यक्षात मिळाला तो कमीच होता आणि राज्यांच्या अडचणीत भरच पडली.

केंद्राच्या कराच्या महसुलात राज्यांना जो वाटा दिला जातो तो देताना एक विशिष्ट पद्धत अवलंबिण्यात येते. यामुळे राज्यांना आपल्याला किती वाटा मिळणार आहे हे कळणे अवघड जाते, तसेच अशा निधीचे प्रशासनही नीट होऊ शकत नाही.

केंद्र सरकारच्या करात प्राप्तीकर, कंपन्यांवरील कर, उत्पादन शुल्क (एक्साईज), सेवा कर आणि केंद्राचा विक्रीकर यांचा समावेश होतो. हा एकूण करनिधी केंद्र आणि राज्यसरकारे यांच्यात वाटला जातो आणि राज्याराज्यांत हा वाटा कसा ठरवायचा हे दर पाच वर्षांनी नेमण्यात येणाऱ्या वित्त आयोगाच्या शिफारशींनुसार ठरते.

याच आधारावर राज्यसरकारे आपल्या अर्थसंकल्पात निधीची तरतूद करतात आणि ०२-०३ वर्षात राज्यांचा हा एकूण वाटा रु.६२,४५४ कोटी होता. केंद्रसरकारच्या निधी संकलनात आणि त्यांच्या मूळच्या वाढीव अंदाजानुसार रु. ६,३१३ कोटी राज्यांना कमी मिळतात.

यात आणखी एका अडचणीची भर पडली आहे. राज्यांना केंद्राकडून जे एकूण अनुदान मिळते, ते राज्यांच्या दृष्टीने महत्त्वाचे असते आणि याचा एकूण आकडा रु. ४४,९८५ कोटी होता. हा आकडा ०२-०३ वर्षातील सुधारित अंदाजानुसार आहे. केंद्रसरकारच्या अर्थसंकल्पात यासाठी रु. ४८,७८६ कोटी दाखविण्यात आले होते, म्हणजे जो सुधारित अंदाज रु. ४४,९८५ कोटी ठरला त्यात रु. ३,८०१ कोटींची तूट आली.

राज्यांचा करातील वाटा त्यांना चौदा हप्त्यांत देण्यात येतो. त्यातील अकरा हप्ते पहिल्या अकरा महिन्यांत देण्यात येतात आणि याचा आधार अर्थसंकल्पात पूर्ण वर्षासाठी जी तरतूद केलेली असते तो असतो. याशिवाय उरलेले तीन हप्ते मार्चमध्ये देण्यात येतात. राज्यांना करातील वाटा हप्त्याने देण्याची ही पद्धत काहीशी दोषयुक्त आहे. यामुळे केंद्राच्या अर्थसंकल्पात मूळ तरतूद आणि सुधारित अंदाज यामध्ये जी घट येते तिचा परिणाम या शेवटच्या तीन हप्त्यांवर मार्चमध्ये होतो. म्हणजे अर्थसंकल्पीय वर्षाच्या शेवटच्या महिन्यात केंद्राला अचानक जाग येते आणि आपण राज्यसरकारांना जो एकूण आकडा मान्य केला आहे तो साध्य होणार नाही, याची दखल वर्षाच्या अखेरीस मार्चमध्ये एका रकमेने घेतली जाते. त्यामुळे शेवटच्या महिन्यात राज्यांना तुटीचा अचानक फटका बसतो.

मुळातच राज्यसरकारे पैशाची उधळपट्टी करण्यात कधीच कमी पडत नाहीत आणि अशा परिस्थितीत ३१ मार्चचा दिवस जसा जवळ येतो, तशा राज्यांच्या अडचणी वाढतात. विशेषत: अनेक राज्ये रिझर्व बँकेकडून वेज ॲन्ड मिन्स ॲडव्हान्सेस अंतर्गत त्यांना ठरवून दिलेल्या अधिकाधिक मर्यादेपर्यंत उचल घेत असतात आणि जेव्हा केंद्रसरकारकडून अचानकपणे निधी मिळणार नाही असे कळते तेव्हा अधिकच गोंधळ होतो.

राज्यसरकारांचे यावर आपले एक म्हणणे आहे. त्यांच्या मते, केंद्रसरकारचे करसंकलन जेव्हा कमी होते, त्यावेळी राज्यसरकारांना मिळणाऱ्या वाट्यात घट करावी लागते. या घटीचा अंदाज घेऊन राज्यांना देण्यात येणाऱ्या निधीमध्ये अचानक

वर्षाअखेर कपात न करता वर्षभरात ती पसरणे हा एक पर्याय होऊ शकतो. जेव्हा कपात एकरकमी आणि अचानक होते, त्यावेळी राज्यांनी आपल्या अर्थसंकल्पात केलेल्या तरतुदी पूर्णपणे निष्फळ ठरतात.

दुसरी एक सूचना आहे परंतु ती वादग्रस्त आहे. राज्यांना केंद्राच्या एकूण करसंकलनातून जो वाटा मिळतो त्याचे प्रमाणच कमी करता येईल. अर्थात, राज्यांना ही सूचना कधीच मान्य होणार नाही. मुळात १९९५ पासून केंद्रसरकार अनेक पक्षांच्या आघाड्यांतून बनते आणि त्यामध्ये राज्यातील अनेक स्थानिक आणि प्रादेशिक पक्षांना महत्त्व मिळालेले आहे. राज्यसरकारांना मिळतो त्यापेक्षा अधिक वाटा हवा आहे, त्यामुळे ते कमी वाटा घ्यायला तयार होतील ही अजिबात शक्यता नाही. व्यावहारिक पातळीवर केंद्र आणि राज्यसरकारे यांच्या संबंधात अधिक सुसूत्रता आणि सामंजस्य साधता आले, तर या प्रश्नावर काही तोडगा निघू शकतो. आजपर्यंत या प्रश्नाची पुरेशी सार्वजनिक दखल घेण्यात आली नाही आणि चर्चाही झाली नाही हे एक आश्चर्य आहे.

■

# १.१० आर्थिक सुस्थिती आणि सुधारणाकार्यक्रम

नुकत्याच सादर केलेल्या आर्थिक सर्वेक्षणात दरडोई राष्ट्रीय आणि राज्य उत्पन्नाची आकडेवारी आहे. त्यातून असे दिसते की, राष्ट्रीय उत्पन्नाची पातळी लक्षात घेता भारतीय नागरिकाचे सरासरी जीवनमान सुधारले आहे. परंतु विविध राज्यांत उत्पन्नातील दरी रुंदावली आहे. यासाठी दरडोई नेट नॅशनल प्रॉडक्ट (एनएनपी) आणि सर्व राज्यांच्या सरासरी जीडीपीचे स्टँडर्ड डेव्हिएशन लक्षात घेतले आहे. यासाठी १९८० ते २००० ही २० वर्षे हा संदर्भकाळ आहे.

राज्यांच्या सरासरी जीडीपी उत्पन्नाच्या भोवती गेल्या २० वर्षांत साधा स्टँडर्ड डेव्हिएशनचा आकडा बराच वाढला आहे. त्यावरून या काळात विषमता (डिस्पर्शन) बरीच वाढली आहे असे दिसते. सन १९८०-८१ मध्ये स्टँडर्ड डेव्हिएशनचा दरडोई जीडीपीचा आकडा रु. ४९३.३ होता. तो १९९० मध्ये रु. १५०० झाला आणि सन २००० मध्ये हा आकडा रु. ४६५० झाला.

हे आकडे ऐंशीच्या आणि नव्वदीच्या दशकांत विभागले, तर चित्र अधिक स्पष्ट होते. ऐंशीच्या दशकात विषमता तीनपटीने वाढली आणि तुलनेत नव्वदीच्या दशकात तिपटीपेक्षा अधिकने वाढली. म्हणजे एकूण वीस वर्षांत निव्वळ डिस्पर्शनचा आकडा दरडोई रु . ४००० ने वाढला. यावरून असे दिसते की, अनेक राज्ये विकासप्रक्रियेत मागे पडत आहेत. उदा. दरडोई जीडीपी उत्पन्न हरियानात रु. २१००० पेक्षा अधिक होते आणि आसामात ते रु. १०००० पेक्षा कमी होते.

मागील वीस वर्षांचा विचार केला, तर केवळ दरडोई उत्पन्नाची पातळी सर्वच राज्यांत वरची आहे. फक्त ऐंशीच्या आणि नव्वदीच्या दशकांचा वेगवेगळा वाढीचा दर बघितला, तर नव्वदीमध्ये पंचवीस राज्यांपैकी फक्त दहा राज्यांत वाढीचा दर मागील दशकापेक्षा जास्त होता.

दरडोई उत्पन्नाचा कंपाऊंड ॲन्युअल ग्रोथ रेट (सीएजीआर) विचारात घेता ओरिसा, केरळ आणि जम्मू काश्मीर या राज्यांत ऐंशीच्या आणि नव्वदीच्या दशकांत दरडोई उत्पन्न २०० बिंदूंनी वाढले. दिल्ली आणि पश्चिम बंगाल हे अपवाद वगळता इतर उत्तरेकडील राज्यांत शंभर बिंदूंपेक्षा कमी म्हणजे मंद गतीने वाढ झाली.

महाराष्ट्रात तर गती कुंठित झालेली दिसते आणि वाढ फक्त ७ बिंदूंची आहे. याबरोबर दक्षिणेकडील राज्यांमध्ये वाढ अधिकच मंद होती.

एकूण १५ मंद गतीने वाढणाऱ्या राज्यात, सात राज्यांमध्ये उत्पन्नाच्या वाढीत २०० बिंदूंनी घाटा आला. या सातांपैकी चार राज्यांत ही घट ३०० बिंदूंनी होती आणि सर्वांत आसाममध्ये ही घट ४७५ बिंदूंनी होती. विशेष म्हणजे पंजाब, हरियाना आणि गुजराथ या राज्यांतही नव्वदीच्या सुधारणा कार्यक्रमात उत्पन्नातील वाढ मंदावली होती.

आंध्र प्रदेश, हिमाचल प्रदेश, गुजराथ, त्रिपुरा, महाराष्ट्र, मणीपूर, कर्नाटक आणि तामीळनाडू या राज्यांत दरडोई उत्पन्नात १०० बिंदूंची वाढ झालेली दिसते. म्हणजे येथे मंद गती होण्याचे जरी टळले असले तरी वाढीची गती ठळकपणे वाढत नाही असे दिसते. या आकड्यांबरोबर लोकसंख्येतील वाढ लक्षात घेतली, तर या राज्यांतून अधिक लोकसंख्या वाढ झाल्यामुळे दरडोई उत्पन्नातील वाढ स्थिरावलेली दिसते. याला फक्त दिल्ली आणि जम्मू ,काश्मीर हे अपवाद आहेत.

एकूण चित्र पाहता असे दिसते की, उत्तर-पूर्व राज्यांत विकासाचे प्रश्न अधिक बिकट आहेत. आर्थिक सर्वेक्षणाच्या आकडेवारीवरून हे उघड आहे की, नव्वदीमध्ये सुधारणा कार्यक्रम सुरू झाला आणि राज्याराज्यांतील दरडोई उत्पन्नातील तफावत वाढत गेली. तसेच अनेक राज्यांनी नव्वदीच्या दशकात ऐंशीच्या तुलनेत कमी वेगाने प्रगती केली.

■

# १.११ राज्यसरकारे कर्जाच्या विळख्यात

भारताच्या रुपयांतील कर्जाचे आंतरराष्ट्रीय पत निर्धारण संस्थेने अवमूल्यन केले आणि त्याला जवळपास कचऱ्याचा दर्जा (जन्क स्टॅट्स) बहाल केला. अनेकांनी याविरोधात प्रतिक्रिया दिल्या. वस्तुस्थिती मात्र अशी आहे हे नाकारता येणार नाही. देशातील सार्वजनिक वित्तव्यवस्थेची सुधारणा करण्याला पर्याय उरला नाही.

अनेक वर्षांपासून म्हणजे १९७८-७९ पासून केंद्रसरकार सतत महसुली तूट दाखवीत आहे. यापासून धडे घेऊन राज्यसरकारे १९८७-८८पासून महसुली तुटीवर शासन चालवित आहेत. आता केंद्र आणि राज्यसरकारे यांची एकत्रित देणी (आऊटस्टँडिग लायबलिटिज) जीडीपीच्या ७६ टक्के आहेत. यात केंद्राने राज्यांना दिलेली नक्त कर्जे घेतलेली नाहीत. यापूर्वी सन १९९०-९१ या वर्षात देशावर मोठे वित्त संकट आले होते आणि तेव्हाही हा आकडा ६२ टक्के होता.

एकूण एकत्रित देणी यांचे एकूण कर महसुलाबरोबरचे प्रमाण याहीपेक्षा काळजीचे आहे. सन १९९०-९१ आणि २००२-०३ या काळात केंद्रासाठी हे प्रमाण ५.५ वरून ६.४ टक्के झाले. राज्यांसाठी हे प्रमाण ३.७ वरून ४.५ टक्के झाले. केंद्र आणि राज्यसरकारे यांचे एकत्रित प्रमाण चारवरून पाच टक्के झाले. अधिक सोप्या शब्दात याचा अर्थ असा की, केंद्र आणि राज्यांचा सर्व कर महसूल एकत्रित देणी चुकती करण्यासाठी वापरला तरीसुद्धा त्यासाठी पाच वर्षे लागतील. यामध्ये या देण्यांवरील व्याज तसेच संरक्षण आणि प्रशासन यावरील खर्च गृहीत धरलेला नाही. थोडक्यात, आपण कर्जाच्या विळख्यात सापडलेलो आहोत आणि सरकार फक्त आलेल्या दिवसाचा विचार करत आहे.

प्रशासनाचा खर्च कमी करणे, महसुलात वाढ करणे, भांडवली खर्चाची उपयुक्तता वाढविणे आणि करआकारणी आणि संकलन यांचा आधार वाढविणे या दृष्टीने विचार करता येतो. सध्या गोळा होणारे करउत्पन्न हे केंद्र आणि राज्यसरकारांच्या एकूण महसुली उत्पन्नाच्या ७९ टक्के आहे. या करउत्पन्नातील ७० टक्के सीमा शुल्क (कस्टम्स), उत्पादनशुल्क (एक्साईज) आणि विक्री कर (सेल्स टॅक्स) यातून मिळतात. भारतात मोठ्या संख्येने गरीब आहेत आणि त्यांच्या किमान गरजाही आज

भागविता येत नाहीत. येथे ग्राहकावर या करांचा मोठा बोजा आहे आणि एकूण जीडीपीमध्ये त्यांचे प्रमाण ११ टक्के आहे. युरोपातील तीस श्रीमंत देशांत या करांचा भार जीडीपीच्या फक्त ७ टक्के आहे. या उपभोक्त्यावरील करांचे प्रमाण कमी झाले तर अधिक ग्राहकांची मागणी वाढेल आणि त्यातून सेवा कर आणि इतर प्रत्यक्ष कर अधिक महसूल देतील. त्याचप्रमाणे करसंकलनातील कार्यक्षमता वाढविता येईल.

दुसरा एक पर्याय आहे आणि तो म्हणजे विकासाचा वेग वाढविणे. दहाव्या पंचवार्षिक योजनेत ही मांडणी आहे. यातील प्रमुख बाबी पुढीलप्रमाणे - करसुधारणा, राज्य आणि केंद्रसरकार यांना वित्तीय शिस्त (यामध्ये शासनाचा आकार कमी करणे, प्रशासकीय खर्चात काटछाट करणे आणि अनुदानात कपात करणे यांचा समावेश आहे.), निर्गुंतवणूक, वीज आणि कामगारविषयक कायद्यात सुधारणा तसेच विदेशी प्रत्यक्ष गुंतवणुकीला अधिक प्रोत्साहन यांचा समावेश आहे. यासाठी केंद्र आणि राज्यसरकारे यांची सहमती होऊन एका दिशेने कारवाई झाली पाहिजे. परंतु आज सर्व राज्यांत लोकानुरंजन करणे हेच सर्वमान्य बनले आहे. ज्या कोणत्या तात्त्विक बाबी ठरल्या आहेत आणि त्यांच्यावरील कारवाई अपेक्षित आहे, त्याचे भान कोणीच ठेवत नाही अशी आज परिस्थिती आहे. केंद्रसरकारही याच मार्गाने जात आहे.

राज्यसरकारे कृषीच्या निविष्टांवर भरपूर अनुदाने देत आहेत. सिंचन, पाणी, आणि वीज यांच्या वापरावर हवी तशी अनुदाने मिळत असल्यामुळे कृषिक्षेत्रात उत्पादकता वाढत नाही. तसेच या क्षेत्रात जी लक्ष्ये ठरविली जातात तीही चुकीची आहेत. अधिक दुर्दैवाचे म्हणजे पाणी हा सर्वांत मोलाचा घटक आहे आणि अनुदानांमुळे त्याच्या वापरात उधळपट्टीला प्रोत्साहन मिळते. याचे एक कारण म्हणजे कृषीमधील वीजपंपांना जे अनुदान मिळते त्यामुळे पाण्याचा गैरवापर होतो आणि त्याचे विजेच्या क्षेत्रामध्येही इतर प्रश्न निर्माण झाले आहेत.

राज्यसरकारांची प्रशासकीय यंत्रणा प्रमाणाबाहेर वाढली आहे. तसेच राज्यांमध्ये होणारा भांडवली खर्च आणि सामाजिक क्षेत्रातील खर्च यात अपव्यय जास्त आहे. नव्वदीच्या दशकात केंद्रसरकारने सुधारणा कार्यक्रम टप्प्याटप्प्याने राबविला; परंतु खऱ्या अर्थाने राज्यसरकारांच्या पातळीवर सुधारणांची अंमलबजावणी झालेली नाही. या पातळीवर आर्थिक विकासाचे वातावरण बदललेले नाही आणि पायाभूत सुविधांचा दर्जा सुधारलेला नाही. एकूण महसुली रकमेच्या वसुलीतून सुमारे ७५ टक्क्यांपेक्षा अधिक खर्च हा बिगरविकासाचा महसुली खर्च आणि कर्जावरील व्याज यावरचा असतो. आजपर्यंत राज्यसरकारांनी कृषि उत्पन्नावर प्राप्तीकर बसविण्याचे टाळलेले आहे आणि सगळा भर विक्रीकरातून उत्पन्न वाढविण्यावर आहे. तसेच शक्य होईल तेवढे केंद्राकडून कर्ज घ्यायचे आणि खुल्या बाजारातून कर्जे काढायची, असाच सर्व

राज्यसरकारांचा कारभार आहे.

वित्त आयोगाने नेहमीच राज्यसरकारांना झुकते माप दिलेले आहे आणि त्यांच्या शिफारशीनुसार केंद्रसरकारच्या कर महसुलातील वाढता वाटा राज्यांना दिलेला आहे. राज्यांना त्यांच्या एकूण महसुली उत्पन्नातील २१ टक्के रक्कम या मार्गाने केंद्राकडून मिळते; परंतु त्यासाठी त्यांनी कोणती शिस्त पाळावी याचे त्यांच्यावर बंधन नाही. केंद्राकडून राज्यांना भरपूर अनुदाने मिळत असतात आणि राज्यांच्या एकूण महसुलात आणखी १७ टक्के यातून मिळतात. याला धरून वारंवार बाजारात जाऊन कर्ज काढणे, अल्पबचतीतून आणि भविष्य सुरक्षा निधीतून आणि इतर काही मार्गांनी कर्ज काढणे हे राज्यसरकारांचे ठरावीक मार्ग आहेत. अशा रीतीने प्रत्यक्षात कर्जफेड करण्याची वेळ सारखी पुढे ढकलता येते.

आता या पुढे देशात नियोजनाची नवीन पद्धत अमलात आणावी लागेल. आज केंद्र आणि राज्यसरकारे सगळीच एका गंभीर वित्तीय पेचप्रसंगात सापडलेली आहेत. अशाच प्रकारच्या संकटाला तोंड देता न आल्यामुळे लॅटिन अमेरिकेमध्ये अर्जेंटिना देशाची दिवाळखोरी जाहीर करावी लागली. त्याच्या शेजारचा ब्राझील देशही या उंबरठ्यावर थांबला आहे.

यापुढे राज्यांना वित्तसाधने उपलब्ध करून देताना एक शिस्त लावली पाहिजे. वित्त आयोग असो किंवा केंद्राची कर्जे आणि अनुदाने असोत किंवा बाजारातून उभारलेली कर्जे असोत, या सर्वांचीच उपलब्धी दहाव्या योजनेच्या अंमलबजावणीशी जोडली गेली पाहिजेत. जी राज्ये कबूल केलेली लक्ष्ये साधणार नाहीत त्यांना वर उल्लेखलेला निधी मिळता कामा नये. यामध्ये नियोजन आयोगाव्यतिरिक्त रिझर्व बँकसुद्धा महत्त्वाची भूमिका बजावू शकेल. राष्ट्रीयीकृत बँकांवर रिझर्व बँकेचे नियमन असते आणि जी राज्ये वित्तीय शिस्त पाळणार नाहीत, त्यांना बाजारातून कर्जे मिळणार नाहीत, अशी व्यवस्था करता येईल. राज्यसरकारांना शिस्त लावण्याचा नुसता धाक समजत नाही. त्यासाठी काहीप्रसंगी शिक्षाही करावी लागेल. अन्यथा राज्यसरकारे कर्जाच्या विळख्यात सापडतील आणि त्याची किंमत केंद्रसरकारला द्यावी लागेल.

■

# १.१२ खर्चिक कर्जाची फेड

मागील काही वर्षांत आर्थिक सुधारणांचा कार्यक्रम रखडलेला आहे. नव्वदीच्या सुरुवातीला भारत सरकारची दिवाळखोरी जाहीर करण्याची वेळ आली आणि त्या संकटातून सुटका करून घेण्यासाठी जागतिक बँकेने घातलेल्या अटी मान्य कराव्या लागल्या. तेथून जागतिकीकरण, उदारीकरण आणि मुक्त व्यापार याचे पर्व सुरू झाले आणि त्यापूर्वीच्या चाळीस वर्षांच्या केंद्रीय नियोजनापासून दूर जाण्याची प्रकिया सुरू झाली.

या स्थित्यंतरामध्ये अनेक जमेच्या आणि वजाबाकीच्या गोष्टी झाल्या. जमेची बाजू म्हणजे उद्योगक्षेत्रात परवानापद्धती निकालात निघाली आणि परदेश व्यापारावरील नियंत्रण कमी झाले. एकूण करपद्धतीत मूलगामी सुधारणा सुरू झाल्या. मुख्य म्हणजे या नव्या धोरणामुळे विकासाची गती वाढली आणि नियोजनाच्या काळात जी वार्षिक वाढ सुमारे तीन टक्क्यांनी होत होती ती पाच टक्क्यांवर गेली. त्याबरोबर दारिद्र्याचे प्रमाण सुमारे दहा टक्क्यांनी कमी झाले. पूर्वीच्या केंद्रीय नियोजनात जे आर्थिक सत्तेचे सरकारच्या हातात केंद्रीकरण झाले होते त्यात बदल होऊन अनेक क्षेत्रात सुधारणा कार्यकम सुरू झाला. या धोरणातील सर्व उलथापालथी घडत असताना एक अनपेक्षित फायदा झाला. आंतरराष्ट्रीय व्यवस्थेमध्ये आणि मुख्यत: अमेरिकेमध्ये भरभराटीची लाट आल्यामुळे माहिती-तंत्रज्ञानाचे क्षेत्र नव्याने खुले झाले आणि भारतात मोठ्या संख्येने उच्चशिक्षित मनुष्यबळ असल्यामुळे एक निर्यातीचे मोठे दालन खुले झाले. तसेच मोठ्या संख्येने तंत्रज्ञानातील मनुष्यबळाची निर्यात झाली आणि त्यांच्याकडून देशाला परतीचे उत्पन्न मिळू लागले.

या घटनाक्रमात काही गोष्टी बिघडत गेल्या. सर्वांत ठळक बाब म्हणजे केंद्रस्थानी स्थिर काँग्रेस राजवटीचे दिवस संपले आणि विरोधी पक्षांची संयुक्त सरकारे सत्तेवर आली. त्याचा परिणाम म्हणून मोठ्या प्रमाणावर राजकीय स्पर्धा सुरू झाली आणि आर्थिक सुधारणा राबविण्याच्या तपशीलावर सहमती निर्माण होईनाशी झाली. आश्चर्य म्हणजे तत्त्वत: सर्वच प्रमुख राजकीय पक्षांनी जगामध्ये घडणाऱ्या घटनांचा योग्य अर्थ लावून जागतिकीकरणाची आणि मुक्त अर्थव्यवस्थेची गरज मान्य केली.

परंतु ही तात्त्विक सहमती तेवढ्यापुरतीच टिकली. प्रत्यक्षात तपशिलात निर्णय घेताना प्रत्येक बाबींवर तात्पुरत्या राजकीय स्वार्थाला डोळ्यांपुढे ठेवून सर्वच राजकीय पक्ष लोकानुनय करण्याच्या भूमिका घेऊ लागले. यातून मागील सात-आठ वर्षांत देशाला राजकीय अस्थैर्याला तोंड द्यावे लागत आहे. साहजिकच याचा परिणाम सुधारणा कार्यक्रमांवर झालेला आहे.

या सर्व काळात सर्वांत कोणत्या एका निर्णयामुळे शासनसंस्था धोक्यात आली असा जर प्रश्न विचारला, तर पाचव्या वेतन आयोगाचा उल्लेख करावा लागेल. केंद्रसरकारने १९९७ मध्ये जनता पक्षाच्या राजवटीत आपल्या कर्मचाऱ्यांना खुश करण्यासाठी पाचवा वेतन आयोग स्वीकारला. विशेष म्हणजे त्यातील ज्या लाभाच्या शिफारशी होत्या, त्यावर अंमल झाला आणि ज्या अप्रिय शिफारशी होत्या त्या नाकारण्यात आल्या. यामुळे फार मोठा आर्थिक बोजा शासनाने पत्करला आणि शेवटी शासनाची संपूर्ण वित्तव्यवस्था संकटात सापडली. त्याचा लगेचच परिणाम म्हणून विकासकामांवरील भांडवली खर्च कमी झाला आणि प्रशासनावरील महसुली खर्च हाताबाहेर गेला. केंद्रसरकारने राज्यसरकारांना न विचारता हा निर्णय घेतल्यामुळे पुढे सर्व राज्यसरकारांनीही या वेतन आयोगाच्या शिफारशी आपल्या कर्मचाऱ्यांना मंजूर केल्या त्याचा फक्त राज्यशासनांवरील खर्च सुमारे एक लाख कोटी रुपयांनी वाढला. परिणामी, सर्व राज्यसरकारे पूर्णपणे ठप्प झाली.

अशा या सर्व घडामोडींच्या संदर्भात एक चांगली गोष्ट घडत होती. मागील काही वर्षांत रिझर्व बँकेने स्थिरपणे काम करून टप्प्याटप्प्याने मुद्रा धोरण आणि मुद्राव्यवस्था यामध्ये अनेक दूरगामी सुधारणा घडवून आणल्या. त्यामध्ये व्याजदर कमी करणे आणि त्यातून कर्जावरील व्याजाचा खर्च कमी करणे हे साधले. त्यामुळे देशातील औद्योगिक उत्पादनाला कमी खर्चाचे कर्ज उपलब्ध झाले आणि आंतरराष्ट्रीय स्पर्धेमध्ये आपले स्थान मिळविणे सोपे झाले. त्याचबरोबर सरकारने जे उच्चदराने परदेशी बाजारात कर्ज घेतले होते तेही मुदतीपूर्वी परत करण्याचे धोरण रिझर्व बँकेने घालून दिले. सरकार नजीकच्या काळात १५ कोटी (१.५ बिलियन डॉलर) कर्ज अशा रीतीने परतफेड करून कमी करेल असे चित्र आहे.

रिझर्व बँकेने हा निर्णय घेण्याचे कारण म्हणजे अनेक चांगल्या गोष्टी घडत आहेत. देशाकडे जो एकूण परदेशी चलनाचा साठा आहे त्यातून पंधरा महिने देशाच्या आयातीचा खर्च भागविता येईल. मागील फक्त अठरा महिन्यांतच या साठ्यामध्ये तीस अब्ज (तीस बिलियन) डॉलरची भर पडली आहे. देशाच्या परदेशी चलनाचा साठा जीडीपीच्या सुमारे १६ टक्के आहे. सरकारने एशियन डेव्हलपमेंट बँक आणि जागतिक बँक यांचे फेब्रुवारी २००३ मध्येच तीन अब्ज (तीन बिलियन) डॉलर परत केले आहेत. सध्या गेल्या काही महिन्यांत रुपया आणि डॉलर यांच्या

संबंधात रुपयाचे अधिमूल्यन (ॲप्रीसिएशन) होत आहे. ही एक नवी परिस्थिती आहे. याचे एक कारण म्हणजे आज आंतरराष्ट्रीय राजकारणात अमेरिका ही जरी एकमेव महासत्ता असली तरी तिच्या अनेक निर्णयांविषयी जगभर एक विरोधाची लाट आहे. विशेषत: अमेरिकेने इराकमध्ये जो लष्करी हस्तक्षेप केला, त्याविषयी जगात एक असंतोष आहे. अशी महासत्ता असूनही आर्थिकजगतात अमेरिकेचा डॉलर हा दुबळा होत आहे. त्याच वेळी युरोपियन युनियनचा युरो तुलनेने आपली शक्ती वाढवीत आहे. जगातील दुसऱ्या क्रमांकाची आर्थिक महासत्ता जपान आहे; परंतु तेथे गेली तेरा वर्षे आर्थिक मंदीने ठाण मांडलेले आहे. त्यामुळे जपानचे चलन येन हेही चलनबाजारात दुबळे समजले जाते. अशा सर्व संदर्भात भारतीय अर्थव्यवस्था स्थिर आणि वेगवान आहे, असे मानले जाते आणि त्यामुळे रुपयाचे मूल्य चढे आहे.

परदेशी गुंतवणूकदारांना युरोची शक्ती वाढत असल्यामुळे तेथे गुंतवणूक करणे फायद्याचे आहे, त्याच वेळी भारतात एनआरई खात्यातून अधिक प्रमाणात ठेवी येत आहेत आणि त्याचा आपल्या बँकांना फायदा होत आहे. विशेष म्हणजे बँका आपल्या ठेवींवरील व्याजदर कमी करत असूनही त्यांच्या ठेवींमध्ये वाढ होत आहे. या घटनांचा फायदा घेत बँकेचे क्षेत्र आपले स्वास्थ्य सुधारत आहे आणि एका अर्थाने भारताच्या आर्थिक व्यवस्थेची ही एक मोठी शक्ती आहे.

थोडक्यात, भारताने परदेशी चलनाचा साठा बऱ्यापैकी मोठ्या प्रमाणावर गोळा करून आपल्या शक्तीचे प्रदर्शन केलेले आहे. गेल्या काही वर्षांत जागतिक व्यवस्थेमध्ये मंदीची लाट असूनही आणि भारताचा निर्यात व्यापार कमी असूनही आपल्या बॅलन्स ऑफ पेमेंट्‌समध्ये प्रथमच मागील सतत पंधरा महिन्यांत शिल्लक गोळा केलेली आहे. त्यामुळे सरकारची वित्तव्यवस्था संकटात आली असूनही रिझर्व बँकेने आपले कतृत्व दाखविले आहे. त्यामुळे भारताची अर्जेंटिना किंवा ब्राझील यांच्यासारखी दिवाळखोरीची परिस्थिती झालेली नाही. उलट, देशाने आपली परदेशी कर्जे मुदतीपूर्वी फेडत आणली आहेत.

■

# १.१३ राज्यांचे कर्ज आणि केंद्राची मदत

केंद्र आणि राज्यसरकारे यांच्या संबंधात एक नवीन परिस्थिती निर्माण झालेली आहे. यात अनेक विषय आहेत. त्यापैकी एक आहे राज्यसरकारांनी केंद्रसरकारला परत करावयाचे कर्ज. याबरोबर तुलना करावी लागेल केंद्राने राज्यांना दिलेल्या कर्जाची. हा प्रश्न झाला आहे कारण सन २००२-०३ मध्ये प्रथमच राज्यांनी जी कर्जाची परतफेड करायची आहे, त्याची रक्कम केंद्राकडून मिळणाऱ्या कर्जापेक्षा अधिक आहे.

आता अखेरीस केंद्रसरकारने राज्यसरकारांची अधिक खर्चाची कर्जे मागे घेऊन त्याऐवजी कमी खर्चाची कर्जे उपलब्ध करून देण्याचे ठरविले आहे. यात महाराष्ट्र आणि प. बंगाल सोडता इतर सर्व राज्ये सामील होणार आहेत. या दोन राज्यांचा एकूण राज्यांच्या शिल्लक कर्जामध्ये मोठा वाटा आहे आणि केंद्राने या कर्जबदल योजनेत अधिक सवलत द्यावी, असा त्यांचा आग्रह आहे, यावर केंद्रसरकार काय करणार हे अनिश्चित असले तरी सध्याच्या योजनेनुसारही अनेक राज्यांना त्यातून उसंत मिळेल. अर्थात, याचा राज्यांच्या वित्तीय परिस्थितीवर होणारा परिणाम मर्यादित स्वरूपाचाच असेल कारण मुळात कर्जाचा बोजा कमी झाल्याशिवाय नुसता कमी व्याजाचा बोजा पुरेसा नाही. आज राज्यसरकारे व्याज रक्कम व्यतिरिक्त आपल्या महसुलातून मूळ कर्जाची मोठ्या प्रमाणावर परतफेड करीत आहेत. साहजिकच त्यांच्या वित्तव्यवस्थेत कोणतेही संतुलन राहिलेले नाही. हा मूळ प्रश्न आहे.

१९९६-९७ मध्ये राज्याने एकूण घेतलेल्या केंद्राच्या कर्जापैकी एकचतुर्थांश रक्कम कर्जाच्या परतफेडीमध्ये खर्ची पडली. ही परतफेडीची रक्कम नंतरच्या वर्षांत खूप वाढली आहे आणि महसुली तूट सतत चालू राहिली म्हणजे त्यातून कर्जाचा डोंगर वाढत राहतो आणि त्यावरील व्याजाचा बोजाही वाढतो. मग एक वेळ अशी येते की, यांची परतफेड करण्यासाठी अधिक कर्जे काढावी लागतात. आता नेमके हेच घडत आहे.

राज्यसरकारांना आपला महसूल वाढविण्याचा हा एक रास्त मार्ग वाटतो. आपल्या देशाची रचना संघराज्याची आहे आणि त्यामध्ये राज्यांना आपले महसुली उत्पन्न वाढविण्याचे फार थोडे मार्ग उपलब्ध आहेत. त्यामुळे कदाचित राज्यसरकारे

अशी भूमिका घेत असतील. परंतु हे वरकरणी आहे. राज्यसरकारे आपले अपयश झाकण्यासाठी याचा उपयोग करीत आहेत. जेव्हा केंद्राचे अंदाजपत्रक मांडले जाते आणि त्यात वित्तीय तुटीचे अंदाज दिले जातात, त्यावेळी त्यावर टीका होते. आणि ती टीकाही रास्त असते. परंतु जेव्हा राज्यसरकारे सतत तुटीचा मार्ग अवलंबतात तेव्हा मात्र फारशी चर्चा होत नाही. राज्यांना अल्पबचतीतून अधिक कर्ज दिले जाते आणि त्यामुळे त्यांची वित्तीय तूट वाढली आहे. परंतु ही टीका झाली की, राज्यसरकारे आपल्याजवळ निधी उभारण्याचे आणखी पर्याय नाहीत, असा कांगावा करतात.

नव्वदीच्या दशकात राज्यसरकारांची महसुली उत्पन्ने वाढली; परंतु त्यांचा एकत्रित महसुली खर्च त्याहीपेक्षा अधिक वेगाने वाढला. नव्या शतकाच्या सुरुवातीच्या वर्षांतही त्याच दिशेने वाटचाल सुरू आहे. सन २००१-०२ मध्ये सुधारित अंदाजानुसार सगळ्या राज्यांचा एकत्रित महसूल अगोदरच्या वर्षापेक्षा १३.८ टक्क्यांनी वाढला. मात्र, त्याच काळात महसुली खर्च १४.६ टक्क्यांनी वाढला. साहजिकच त्यातून वित्तीय असमतोल अधिक वाढला. त्याचबरोबर राज्यांनी महसूल वाढविण्याची जी लक्ष्ये ठरविली होती तीसुद्धा गाठली नाहीत. राज्यांची कर आणि बिगर कराची महसुली उत्पन्ने २००१-०२ मध्ये फक्त १०.६ टक्क्यांनी वाढली. या तुलने केंद्राकडून राज्यांना जी मदत मिळाली ती २०.१ टक्क्यांनी अधिक होती. केंद्राकडून जी मदत मिळाली, त्यामध्ये अनुदानाच्या रकमेत ३७ टक्क्यांनी वाढ केली होती.

यामुळे राज्यांच्या वित्तव्यवस्थेत आणखी बिघाड झाला. त्यांची एकूण ठोक वित्तीय तूट (ग्रास फिस्कल डेफिसीट) २२.१ टक्क्यांनी वाढली. ही रक्कम २०००-०१ मध्ये रु.८७,२७९ कोटी होती. ती २००१-०२ मध्ये रु. १,०६,५९५ कोटी झाली. एकूण जीडीपीच्या हे प्रमाण ४.५ टक्के होते.

आता राज्ये केंद्रसरकारवर अधिकाधिक अवलंबून राहत आहेत, त्यामुळे त्यांच्या एकूण कर्जाच्या दायित्वात वाढ झाली आहे. एकूण २६ प्रमुख राज्यांपैकी सात राज्ये अशी आहेत की, ज्यांच्या कर्जाच्या दायित्वात २००१-०२ मध्ये २० टक्क्यांपेक्षा अधिक वाढ झाली. यापैकी आंध्र प्रदेश, गुजरात आणि हिमाचल प्रदेश ही तीन राज्ये अशी आहेत ज्यांच्या कर्जाच्या दायित्वात २५ टक्क्यांपेक्षा अधिक वाढ झाली.

इतके मोठे वित्तीय संकट समोर उभे असताना राज्यसरकारे काय करत आहेत हे बघण्यासारखे आहे. त्यांचा प्रयत्न या सर्व कर्जाची जबाबदारी केंद्रावर टाकण्याचा आहे. तसेच यापुढे केंद्राकडून अशा पद्धतीने मदती मिळतील की, आजच्या संकटातून आपली सुटका होईल, अशी आशा सर्व राज्यसरकारांना आहे. मधल्या काळात कर्जाचे दायित्व मात्र वाढत आहे.

■

# १.१४ राज्यांमध्ये असंतुलन

देशातील विकासप्रक्रियेमध्ये विविध राज्यांची विकासाची क्षमता वेगवेगळी आहे. अगोदरच्या चाळीस वर्षांच्या केंद्रीय नियोजनाच्या आणि नंतर मागील पंधरा वर्षे उदारीकरणाच्या वाटेवर राज्यांनी आर्थिक विकास करून घेतलेला आहे. ही सतत चालू राहणारी प्रक्रिया असल्यामुळे सगळ्याच राज्यांच्या अर्थव्यवस्था पुढे गेल्या आहेत; परंतु त्यांच्यामधील आर्थिक वाढीचा दर वेगवेगळा असल्यामुळे त्यांच्यामधील असंतुलनही वाढलेले आहे. देशाचा आकार आणि लोकसंख्या लक्षात घेता हे अपरिहार्य आहे. परंतु कोणत्या मर्यादेपर्यंत असंतुलन देशाला परवडू शकते, याचेही भान केंद्रसरकारला ठेवावे लागते. जेव्हा आपण उदारीकरण पत्करले तेव्हा हे सगळे अपेक्षित होते.

केंद्रसरकारच्या सेंट्रल स्टॅटिस्टिकल ऑरगनायझेशनने ही तुलनात्मक आकडेवारी (१९९३-९४ ते २००३-०४) प्रसिद्ध केलेली आहे. राज्याची आर्थिक व्यवस्था तोलण्याचे परिमाण म्हणजे निव्वळ राज्य उत्पन्न (नेट स्टेट डोमेस्टिक प्रॉडक्ट / एनएसडीपी). या निकषावर देशामध्ये महाराष्ट्र राज्य प्रथम क्रमांकावर आहे. येथे राज्याची मोठी औद्योगिक क्षमता उपयोगी पडली आहे. त्यानंतर दुसरा क्रमांक उत्तर प्रदेश राज्याचा आहे. येथे मोठ्या प्रमाणावर कृषिक्षेत्रामध्ये साधनसामग्री आहे.

या राज्यांच्या क्रमवारीमध्ये जी पाच राज्ये आहेत, त्यामध्ये तामीळनाडू हे एकच राज्य असे आहे ज्याचे स्थान सुधारणा कार्यक्रमाच्या काळात खालावलेले आहे. या पाचांपैकी जे पाचव्या क्रमांकावर पश्चिम बंगालचे राज्य आहे त्यात सुधारणा झालेली आहे. या पाच राज्यांमध्ये महाराष्ट्र, उत्तर प्रदेश आणि गुजराथ असे क्रमांक आहेत आणि मागील पंधरा वर्षांत यांची स्थाने बदललेली नाहीत.

नव्वदीच्या दशकात या राज्यात कृषीचा विकास बऱ्यापैकी झाला आणि त्यामुळे राज्य उत्पन्नात वाढ झाली. अर्थात, त्या राज्यात दीर्घकाळ डाव्या पक्षांच्या आघाडीचे राज्य आहे म्हणून त्यांनी याचे श्रेय घेतलेले आहे. परंतु जो खरा बदल झालेला आहे तो औद्योगिक उत्पादनाच्या क्षेत्रातील आहे आणि मागील काही वर्षांत त्यात प्रगती दिसत आहे. या राज्यात अधिक संख्येने औद्योगिक कंपन्यांची नोंदणी

झालेली आहे आणि तेथे नवे गुंतवणूकदार आकर्षित होत आहेत. हे सगळे चित्र अलीकडेच बदललेले आहे त्या अगोदरच्या काळात जरी त्या राज्यात औद्योगिकीकरणाची दीर्घ परंपरा होती तरीही कामगार संघटनांच्या संघर्षाच्या भूमिकेमुळे खासगी उद्योगक्षेत्र निरुत्साही झालेले होते. मात्र, मागील काही वर्षांत तेथे डाव्या आघाडीच्या सरकारची मानसिकता आणि तात्त्विक भूमिका बदललेली आहे. अर्थात, या बदलाचे ठोस दृष्य परिणाम येत्या काळात अधिक दिसतील.

त्याचबरोबर राज्य उत्पन्नात वाढ झाल्यामुळे पश्चिम बंगालमध्ये दरडोई उत्पन्नातही वाढ झालेली आहे. ही वाढ वर्षाला ५.६ टक्क्यांची आहे. १९९३-९४ मध्ये दरडोई उत्पन्न रु. ६,७५६ होते ते ०३-०४ मध्ये रु. ११,६१२ झाले. या दहा वर्षांच्या काळात सगळ्या राज्यांमधून सरासरी वार्षिक वाढीचा दर ४.४ टक्के होता.

जर सगळ्या राज्यांचा दरडोई उत्पन्नाच्या आधारावर विचार केला, तर पश्चिम बंगालचा क्रमांक सहा अंकांनी सुधारला आहे. तो अगोदर अठरा क्रमांकावर होता आणि आता तो बारावर आला आहे. या उलटसुलट घडामोडींमध्ये जशी पश्चिम बंगालची स्थिती सुधारली तसा तमीळनाडूचा क्रमांक दोन अंकांनी घसरला.

तमिळनाडू राज्याचे स्थान का बदलले हे पाहावे लागेल. अगोदर म्हटल्याप्रमाणे एनएसडीपीचा विचार केला, तर पहिल्या पाच राज्यांत तमिळनाडू हे एकच राज्य असे आहे की, ज्याचे स्थान खालावले. तमिळनाडूप्रमाणेच महाराष्ट्राचाही एकूण एनएसडीपीमधील वाटा १४.६ टक्क्यांवरून १२.७ टक्के इतका कमी झाला. तरीही महाराष्ट्राने इतर राज्यांच्या पुढची आघाडी सोडली नाही.

जरी एकूण एनएसडीपीमध्ये महाराष्ट्राचा क्रमांक पहिला असला तरी दरडोई उत्पन्नाचा विचार केला, तर महाराष्ट्राने आपले स्थान गमावून गुजरातनंतर क्रमांक मिळविला आहे. खरे तर गुजरातने दहा वर्षांत आपले स्थान सातव्या क्रमांकावरून चौथ्या क्रमांकावर आणले आहे. या बदलामुळे महाराष्ट्राचा पाचवा क्रमांक आणि पंजाबचा सहावा क्रमांक खाली गेला आहे.

या तुलनेने कोणती राज्ये पुढे गेली? महाराष्ट्राचा एकूण एनएसडीपीमधला वाटा दहा वर्षांत कमी झाला तरीही त्याचा पहिला क्रमांक टिकून आहे. पश्चिम बंगालने आपला वाटा ०.८ टक्क्यांनी आणि गुजरातने ०.९ टक्क्यांनी सुधारलेला आहे. महाराष्ट्र, उत्तर प्रदेश, पश्चिम बंगाल, गुजरात आणि तमिळनाडू ही पाच प्रमुख राज्ये आहेत ज्यांचा एकूण एनएसडीपीमधील वाटा एकत्रितपणे चाळीस टक्क्यांच्या वर आहे.

या सगळ्या तुलनात्मक आकडेवारीतून निष्कर्ष काढताना सावधानता बाळगली पाहिजे. राज्यांच्या विकासामध्ये जी असमानता वाढली तो संदर्भकाळ नव्वदीच्या

सुधारणा कार्यक्रमात येतो. त्यामुळे अभ्यासक ही राज्याराज्यात वाढलेली विषमता आर्थिक सुधारणा कार्यक्रमाशी जोडणार हे उघड आहे; परंतु यात फसगत होईल. मुळात नव्वदीच्या अगोदर चाळीस वर्षे केंद्रीय नियोजन कार्यरत होते आणि त्यात केंद्रसरकारची जबाबदारी प्रमुख होती. त्या काळातच राज्यांमध्ये विकासाच्या विषम पातळ्या होत्या. ऐतिहासिकदृष्ट्या हासुद्धा केंद्रीय नियोजनावर ठपका ठेवता येणार नाही.

जेव्हा भारतासारखा मोठा देश गरीब आणि मागासलेला असतो त्याचा अर्थच देशातील वेगवेगळ्या विभागांमध्ये विकासाची प्रक्रिया वेगवेगळी असणार हे उघड आहे. स्वातंत्र्य मिळण्याच्या अगोदर परदेशी अमलाखाली जी राजवट होती त्याकाळात औद्योगिकीकरणाची प्रक्रिया मार्गी लागलेली होती. त्यामध्ये महाराष्ट्र, तामिळनाडू आणि पश्चिम बंगाल ही राज्ये तुलनेने पुढे होती कारण परकीय राजवटीखाली मुंबई, चेन्नई आणि कलकत्ता ही बंदरे व्यापारासाठी विकसित करण्यात आली. त्याभोवतीच विकासाला आवश्यक असणाऱ्या वित्तसंस्थांचे जाळे उभे राहिले. साहजिकच स्वातंत्र्यानंतर नियोजनाच्या काळातही या राज्यांना अगोदर मिळालेले फायदे मिळतच राहिले.

नियोजनाच्या काळातही केंद्रसरकारने जाणीवपूर्वक देशामध्ये प्रादेशिक असंतुलन वाढू नये, या दृष्टीने अनेक धोरणे अमलात आणली. त्यासाठी सार्वजनिक उद्योगाच्या माध्यमातून मागास राज्यांमध्ये मोठ्या गुंतवणुकीचे प्रकल्प सुरू करण्यात आले. तसेच औद्योगिकीकरणाचा विस्तार अधिक समपातळीवर होण्याच्या दृष्टीने प्रोत्साहनात्मक धोरणे राबविण्यात आली. काही प्रमाणात याला यशही मिळाले. त्यातूनच पंजाब, हरियाना, केंद्रशासित दिल्लीचा परिसर, गुजराथ, कर्नाटक अशा राज्यांनी औद्योगिकीकरणात बरीच प्रगती करून घेतली. परंतु या नियोजनातील यशाला काही मर्यादा होत्या.

देशामध्ये जी आजही गरीब राज्ये आहेत, त्यामध्ये हिंदी भाषिक प्रदेश प्रमुख आहेत. उत्तर प्रदेशचा काही भाग, बिहार, मध्य प्रदेश आणि राजस्थान या राज्यांत दारिद्र्याचे प्रमाण अधिक आहे आणि विकासाची प्रक्रिया अगदी दुबळी आहे. याला जोडून ओरिसा आणि आंध्र प्रदेश हे बिगर हिंदी भाषिक प्रांत आहेत ज्यांचा समावेशही गरीब राज्यांतच होतो. याचबरोबर आसाम राज्यही मागासलेले आहे आणि या तीनही राज्यांमध्ये भातशेती प्रमुख आहे. तसेच आदिवासी समुदायही मोठ्या संख्येने आहेत.

वर उल्लेखिलेल्या हिंदी भाषिक आणि बिगर हिंदी भाषिक राज्यांमध्ये दारिद्र्य मोठे असले तरीही त्यात एक फरक आहे. जी हिंदी भाषिक राज्ये आहेत ती गंगेच्या खोऱ्यात आहेत आणि तेथे मुळात जमीन आणि सिंचन यांच्या सुविधा नैसर्गिक आहेत. परंतु दुर्दैवाने या राज्यांमध्ये जमीन सुधारणा झालेल्या नाहीत आणि ग्रामीण समाजातील अनेक शेतीवर अवलंबून असलेले घटक हे मागासवर्गातील आहेत.

यातून या राज्यांमध्ये पुढारलेल्या जाती आणि मागास जाती यांच्यात एक आर्थिक आणि राजकीय विषमता दीर्घकाळ रुजलेली आहे. त्यामुळे या राज्यांना जी नैसर्गिक साधनसामग्री आहे त्याचे फायदे त्यांनी विकासप्रक्रियेत मिळविलेले नाहीत.

त्याचबरोबर जे बिगर हिंदी भाषिक प्रांत आहेत त्यांच्या जवळही नैसर्गिक साधनसामग्री विपुल आहे. आता सुधारणा कार्यक्रमाच्या अंतर्गत जेव्हा खासगी भांडवल गुंतवणुकीला प्रोत्साहन मिळेल त्यातून अनेक मूलभूत भांडवली उद्योग या राज्यांमध्ये बदल घडवून आणू शकतील. याची उदाहरणे म्हणजे कोळसा, लोखंड, वीज, ॲल्युमिनियम अशा उद्योगांचे देता येईल. ओरिसा राज्यात दक्षिण कोरियातील पोस्को या मोठ्या पोलाद उद्योगाने गुंतवणूक केलेली आहे आणि त्यातून तेथील सगळीच विकासप्रक्रिया एका नव्या भ्रमणकक्षेत प्रवेश करेल.

या विषयात आणखी एक नव्याने विचार करावा लागेल. देशामधील राज्यांचे कोणत्याही एका निकषावर क्रमांक ठरविले आणि काही दहा-वीस वर्षांच्या काळानंतर त्यांची प्रगती पाहिली, तर अर्थातच चित्र बदललेले दिसेल. किंबहुना हे चित्र जितके पूर्णपणे बदलेल तितकी विकासाची प्रक्रिया जोमदारपणे मार्गी लागलेली आहे, असे ठामपणे म्हणता येईल. अशा तुलनेमध्ये एनएसडीपी किंवा दरडोई उत्पन्न हे निकष पुरेसे वस्तुनिष्ठ आहेत. त्यामुळे जेव्हा एकेवेळी प्रगत राज्ये वरच्या स्थानावर होती त्यांचे स्थान खाली गेले म्हणजे काही विपरीत घडले असे समजण्याचे कारण नाही. किंबहुना विकासप्रक्रियेमध्ये जेव्हा मागासलेली राज्ये अधिक वेगाने आपला विकास करून घेतील, तेव्हा त्यांचा क्रमांक वरचा येईल आणि त्यातूनच देशातील विषमता आणि असंतुलन कमी होईल, असे समजले पाहिजे.

देश स्वतंत्र होण्यापूर्वी फक्त अगदी थोडीच क्षेत्रे औद्योगिकीकरणात प्रगती करत होती. महाराष्ट्राचे उदाहरण घेतले तर फक्त मुंबई, पुणे हे क्षेत्र विकासात पुढारलेले होते. परंतु नंतरच्या काळात इतर अनेक क्षेत्रांमध्ये विकास झाला आणि त्यातूनच काही प्रमाणात राज्यांतर्गत संतुलित विकासाची प्रक्रिया मार्गी लागली. हीच गोष्ट थोड्याफार प्रमाणात देशभर घडली आणि त्यामुळे आता तुलनेने अनेक राज्ये औद्योगिकीकरणाच्या वाटेने आपली प्रगती करून घेत आहेत. एकुणात विचार केला तर देशामध्ये आता अविकसित राज्यांची संख्या अगदी थोडी आहे आणि बहुतांश राज्यांमध्ये विकासप्रक्रिया मार्गी लागलेली आहे. जो प्रगतीमध्ये फरक दिसत आहे त्याचे एक कारण म्हणजे या विकास होणाऱ्या राज्यांमध्ये प्रगतीचा वेग अलग अलग आहे. हे साहजिकच आहे कारण या राज्यांमध्ये जी नैसर्गिक साधनसामग्री आहे ती वेगळी आहे आणि त्यामुळे प्रत्येक राज्यामध्ये विकासाचा चेहरा वेगळा असणार आहे.

जो काळजीचा प्रश्न आहे तो म्हणजे जरी गरीब राज्ये संख्येने थोडी असली तरीही तेथे लोकसंख्येचे प्रमाण अधिक आहे आणि त्यामुळेच देशातील गरिबीच्या

संख्येला एक प्रादेशिकतेचे परिमाण आहे. या मागास राज्यांमध्ये मूळ विकासप्रक्रियाच अडचणीत आलेली आहे आणि त्यामुळे शासन आपल्या अगदी किमान जबाबदाऱ्याही पार पाडण्यात अपयशी ठरत आहे. बिहारसारखे राज्य हे या दुर्दैवाचे उत्तम उदाहरण आहे. तेथे जमीन सुधारणा तर झाल्याच नाहीत; परंतु तेथे किमान रस्ते, पूल आणि शाळा हे कार्यक्रमही अयशस्वी झालेले आहेत. याचे प्रमुख कारण म्हणजे तेथील सगळ्याच पक्षांची राजकीय संस्कृती आणि तेथे जातीवर उभारलेले राजकारण. अशा परिस्थितीत विकासाची धोरणे आणि प्रक्रिया यांना फारसा काही अर्थच राहत नाही. थोडक्यात, येत्या काळात राज्याराज्यांमधील अंतरे वाढली तरीही मागासलेल्या राज्यांमध्ये विकासप्रक्रिया चालू आहे की खंडित झालेली आहे, या प्रश्नाला महत्त्व येणार आहे.

■

# १.१५ अल्पबचत आणि राज्यांच्या वित्तव्यवस्था

देशामध्ये नव्वदीत उदारीकरण सुरू झाल्यापासून राज्यांच्या वित्तव्यवस्था हा एक स्वतंत्र अवघड प्रश्न बनलेला आहे. अगोदरच्या चाळीस वर्षांच्या नियोजनातून देशाच्या अर्थव्यवस्थेचा पाया मुळापासून बांधण्यात आला आणि त्याच्यातून जी विकासाची क्षमता उभारण्यात आली, त्यामुळे आता आर्थिक वाढीचा दर टप्प्याटप्प्याने वरच्या पातळीवर पोहोचत आहे. साहजिकच, केंद्राच्या वित्तव्यवस्थेइतकेच राज्यांच्या वित्तव्यवस्थेचे महत्त्व वाढलेले आहे. त्यांच्यामध्ये आर्थिक वाढीची स्पर्धाही सुरू झालेली आहे, त्यामुळे त्यांच्या वित्तव्यवस्था किती सुस्थितीत आहेत, हा मोक्याचा प्रश्न बनलेला आहे.

देशामध्ये एनएसएसएफ ही योजना ज्या प्रकारे राबविली जाते, त्यातून सार्वजनिक वित्तव्यवस्थेशी निगडित असलेल्या अनेक धोरणांचे प्रश्न उपस्थित झालेले आहेत. सगळ्यांत पहिला प्रश्न म्हणजे एनएसएसएफच्या निधीतून राज्ये जी कर्जे उभारतात, त्यावर त्यांना इतके जास्त व्याज का द्यावे लागते? एनएसएसएफची जी गुंतवणूक असते ती सुमारे सरासरी पाच ते सहा वर्षांच्या काळासाठी असते. मग अल्पबचत निधीतून जी गुंतवणूक केली जाते तिचा कालखंड पंचवीस वर्षांचा का असतो? राज्यांनी मागील काळात या एनएसएसएफमधून कर्जे उचललेली आहेत त्याचे व्याजदर अकरा टक्के ते साडेतेरा टक्के या दरम्यान होते. मग राज्यांनी या खर्चिक कर्जाची मुदतीअगोदर परतफेड केली तर ती चालेल काय? राज्यांवर इतर कोणत्याही मार्गाने मिळणाऱ्या कर्जाच्या जागी एनएसएसएफमधून कर्ज घ्यावे, अशी एकादृष्टीने सक्ती होते. त्याचे समर्थन कसे करायचे? प्रमुख कर धोरणात बदल झाले तर बचतीचे जे वेगवेगळे पर्याय असतात, त्यांच्यावर लगेच परिणाम होतात. साहजिकच अल्पबचत पर्यायावरही हे परिणाम होतात आणि या निधीच्या संकलनात चढउतार होतात. जर राज्यांनी आपली खर्चिक कर्जे वेळेअगोदर फेडली आणि जर एनएसएसएफच्या निधीत चढ-उतार होत राहिले, तर मग राज्यांच्या वित्तव्यवस्था नक्कीच डळमळीत होतील. या सगळ्या शक्यतांचा आज विचार करण्याची वेळ आली आहे.

या निधीची काही आकडेवारी बघण्यासारखी आहे. वेगवेगळ्या अल्पबचत योजनांतून जी शिल्लक ठेव १९९९ मध्ये होती तो आकडा रु. १,७६,२२१ कोटी होता. केंद्रसरकारने या ठेवींच्या आधारावर एनएसएसएफच्या निधीवर साडेअकरा टक्के दराने रोखे उभे केले. सन १९९९ पूर्वी केंद्रसरकार वेगळ्या आधारावर राज्यांना या अल्पबचतीतून कर्ज उपलब्ध करून देत असे. राज्यामध्ये अल्पबचतीतून जितक्या नक्त ठेवी गोळा होत होत्या त्याच्या पंच्याहत्तर टक्के कर्ज राज्यांना देण्यात येत असे. ही प्रथा १९९९ -०० पर्यंत चालू राहिली. नंतर २०००-०१ या वर्षात हे प्रमाण ऐंशी टक्के करण्यात आले आणि नंतरच्या २००२-०३ वर्षात हे प्रमाण शंभर टक्के करण्यात आले. याच वर्षात राज्यांच्या कर्जामध्ये अदलाबदल करण्याचीही योजना पुढे आली आणि तिची मुदत संपल्यानंतरही आज ती चालू आहे. या एनएसएसएफच्या आधारावर जी कर्जे मिळतात त्यांची गुंतवणूक ही सुमारे २५ वर्षांसाठी असते आणि पहिल्या पाच वर्षांत व्याज नसते. नंतर त्यावर व्याजाचा वार्षिक दर साडेनऊ टक्के असतो. राज्यांनी कर्जाच्या अदलाबदलीच्या योजनेअंतर्गत जी मुदतीअगोदर कर्जाची परतफेड केली ती बहुतेक १९९९ पूर्वीची होती. या एनएसएसएफवर जी कर्जाची परतफेड झाली, ती केंद्रसरकारने आपल्या खास रोख्यात गुंतविली आणि त्यावर फक्त बाजारात मिळणारा व्याजदर देण्यात येतो.

राज्यांना उच्च व्याजदर हाच एक ताप नाही. थकीत व्याजाची देय रक्कमही वाढत आहे. या एनएसएसएफच्या आधारावर जे कर्ज १९९९ नंतर काढण्यात आले आणि त्याची गुंतवणूक झाली त्याची परतफेड २००५-०६ पासून सुरू होणार आहे. जर राज्यांनी अशा कर्जातून उभारलेला सगळा निधी चालू वर्षात वापरला तर त्यांना इतर मार्गांनी मिळणारे स्वस्त कर्ज विसरून जावे लागेल. असा एक पर्याय म्हणजे बाजारपेठेतून कमी दरावर कर्ज काढणे. राज्यांना ते अशी बाजारपेठेतून किती रकमेची कर्जे उचलू शकतात, याच्या मर्यादा घालून देण्यात आलेल्या आहेत. जर या राज्यांनी एनएसएसएफचा पर्याय वापरला, भविष्य निर्वाह निधीतून उचल घेतली आणि परदेशांतून मिळालेल्या प्रकल्पांसाठी मिळत असलेला निधी, असे सर्व मार्ग वापरले, तर त्यांना घालून दिलेली कर्जाची मर्यादा संपून जाईल. मग बाजारातून कर्ज उचलण्याचा पर्यायच उपलब्ध होणार नाही. राज्यांना अल्पबचतीतून मिळणारा गुंतवणूक निधी दर महिन्याला गोळा होत असतो आणि ही राज्ये अशी रोख रक्कम आणि रोखे हे रिझर्व बँकेकडे ठेवत असतात. त्यावर त्यांना पाच टक्क्यांपेक्षा कमी परतावा मिळतो.

राज्ये जी एनएसएसएफच्या पर्यायातून गुंतवणूक करतात त्यावर व्याजदर ठरविला जातो, ती एक अगदी गुंतागुंतीची आणि दुर्बोध प्रक्रिया आहे. एनएसएसएफच्या व्यवस्थापनात त्यातून मिळणारे उत्पन्न आणि त्यावर होणारा खर्च या दोन्हीत पूर्ण

संतुलन असावे लागते. या संतुलनात गुंतवणूकदारांना जे दायित्त्व असते त्याच्या ज्या मत्ता असतात यांचा अंतर्भाव होतो. एनएसएसएफच्या व्यवस्थापनात जो खर्च होतो त्यात प्रामुख्याने गुंतवणूकदारांना जे व्याज द्यावे लागते ते आणि व्यवस्थापनावरील खर्च या बाबी असतात.

एनएसएसएफच्या व्यवस्थापनाचा खर्च त्यांच्या एकूण ठेवीच्या दायित्वाचा ०.८ टक्के इतका आहे. या दोन बाबींमुळे एनएसएसएफचा निधी किमान ९.५ टक्के यापेक्षा अधिक दरानेच कर्जउभारणीसाठी वापरता येऊ शकतो. जेष्ठ नागरिकांसाठी जी बचत योजना आहे, त्यावर नऊ टक्क्याने व्याजदर लावण्यात आलेला आहे. यामुळे कोणत्याही पर्यायातून बचत केली तरीही व्याजदर येत्या काळात नऊ टक्क्यांपेक्षा कमी होण्याची काही शक्यता नाही. एनएसएसएफने अगोदरच २००४-०५ पर्यंत जो एकूण तोटा केलेला आहे त्याची रक्कम रु. १३,३९७ कोटी आहे. म्हणजे या रकमेवर तर काहीच उत्पन्न मिळत नाही. आता जी केंद्राने राज्यांना त्यांच्या कर्जात अदलाबदल करण्याची सुविधा दिली आहे त्यातून रु. ९२,६४२ कोटींची वेळेअगोदर परतफेड होणार आहे. यासाठी जे कर्ज मिळणार आहे, त्यावर मिळणारा परतावा हा फक्त ६.६४ टक्के या दराने आहे. यातून केंद्रसरकारची रु. ४,५०० कोटी इतकी दरवर्षाला बचत होणार आहे. परंतु इतक्याच रकमेची राज्यांच्या तुटीत भर पडणार आहे. केंद्र आपल्या तुटीची काळजी करते ते रास्त आहे; परंतु त्यासाठी राज्यांना वाऱ्यावर सोडण्याची गरज नाही.

राज्यांना आपल्या कर्जाचा खर्च कसा कमी होईल हे ठरविण्याची मुभा असली पाहिजे. बाजारपेठेतून कर्ज उभारणे हा स्वस्ताचा पर्याय आहे. परंतु या कर्जाला आरबीआयची निर्विवाद हमी असते. त्यामुळे राज्यांना बाजारातून हवे तितके कर्ज उचलण्याचे अमर्याद स्वातंत्र्य देता येणार नाही. व्याजदराचा विचार करताना नेहमीच कर्जाच्या परतफेडीचा काळ आणि ते बुडण्याचा धोका यांचा विचार होत असतो. राज्यांनी बिगर एसएलआरचे (स्टॅट्युटरी लिक्विडिटी रेषो) रोखे देण्यास सुरुवात करावी म्हणजे बाजारपेठेशी हे व्याजदर किती सुसंगत आहेत, याचे संकेत मिळू लागतील. केंद्रसरकार राज्यांना अल्पबचतीच्या मार्गावर ढकलून देऊन परत त्यांनी एकूण कर्जाच्या मर्यादेमध्ये राहावे, अशी अपेक्षा करू शकत नाही. याला पर्याय म्हणजे १९९९ जी पूर्वी प्रथा होती त्याकडे परत वळणे. दुसरा पर्याय म्हणजे राज्यसरकारच्या एकूण तुटीमध्ये एनएसएसएफच्या पर्यायातून जी गुंतवणूक करण्यात येईल तिचा वाटा ६० टक्क्यांपेक्षा अधिक असता कामा नये, अशी अट घालणे. याच्यावर जी रक्कम असेल त्याचा बोजा केंद्र सरकारने आपल्याकडे घ्यावा आणि एनएसएसएफ राज्यांना जो व्याजदर लावते त्याच दराने केंद्राने हे कर्ज स्वीकारावे.

येत्या काळात एकूण करपद्धतीत जसजसे बदल होत जातील त्याला धरून

अल्पबचतीच्या निधीमध्येही चढ-उतार होत राहतील. करप्रणालीत अगोदरच मागील काही वर्षे बदलाची प्रक्रिया चालू आहे. तसेच अल्पबचतीच्या आधारावर जी कर्जे उभारली आहेत त्यातील पहिल्या पाच वर्षांचा काळ संपल्यावर राज्ये त्यावरची परतफेड सुरू करतील. त्यामुळे एनएसएसएफमधून पूर्वी जी कर्जे उभारण्यात आली त्यांची वेळेअगोदर फेड करणे म्हणजे शून्यांची बेरीज करणे आहे. आता एनएसएसएफच्या गुंतवणुकीवर कमी व्याज लावले, तर त्यातून या निधीच्या उत्पन्न आणि खर्चात अधिकच अंतर वाढेल आणि त्यामुळे पुढच्या गुंतवणुकींवर अधिक दराने व्याज द्यावे लागेल.

एनएसएसएफचा पर्याय आणि त्यावर उभारलेली कर्जे यांचा राज्यांच्या वित्तव्यवस्थेशी जवळचा संबंध आहे. असे असूनही एनएसएसएफविषयी जेव्हा काही निर्णय होतात तेव्हा राज्यांचे मत कोणीच विचारत नाही. ही निर्णयप्रक्रिया बदलणे सहज शक्य आहे आणि त्यात राज्यांचा सहभाग वाढविणे रास्त आहे. एकूणच राष्ट्रीय अल्पबचत निधी यावर केंद्र सरकारने नव्याने विचार करण्याची गरज आहे. सगळेच संदर्भ बदलले आहेत आणि यापुढे राज्यांच्या वित्तव्यवस्था संकटातून बाहेर पडून त्या सशक्त होणे सगळ्यांच्याच हिताचे आहे.

■

# १.१६ अल्पबचत आणि राज्ये : काही आकडेवारी

देशामध्ये राष्ट्रीय विकास परिषद म्हणजे नॅशनल डेव्हलपमेंट कौन्सिल (एनडीसी) वेळोवेळी धोरणांचा विचार करण्यासाठी भेटते आणि त्यामध्ये सगळ्या राज्यांचे मुख्यमंत्री भाग घेतात. या एनडीसीच्या बैठकीत एका महत्त्वाच्या विषयावर सखोल विचार करण्यासाठी उपसमिती बनविण्यात आली. नॅशनल स्मॉल सेव्हिंग्ज फंड (एनएसएसएफ) म्हणजे राष्ट्रीय अल्पबचत निधी आणि त्यातून निर्माण झालेल्या राज्यांच्या कर्जाचा बोजा याचा समिती विचार करणार आहे. राज्यांनी या एनएसएसएफच्या पर्यायातून जी कर्जे उभारली आहेत त्यांचा एकत्रित परिणाम राज्यांच्या वित्तव्यवस्थेवर होत आहे आणि त्या धोक्यात आलेल्या आहेत. काही राज्यांच्या मुख्यमंत्र्यांनी या परावलंबनावर चिंता व्यक्त केली आणि त्याची केंद्राने दखल घेतली.

अर्थात, हा काही नवीन विषय नाही. मागील काही वर्षांत राज्यांनी या आधारावर जी कर्जे उभारली होती त्यातून व्याज रकमेचे दायित्व वाढत होते आणि काही राज्ये जेरीला आली होती. आता या काळजीत आणखी एक कारण भरीला पडले आहे. बाराव्या वित्त आयोगाने राज्यांची कर्जे निर्लेखित (राइट ऑफ) करावीत अशी शिफारस केलेली आहे. परंतु हे काही विनाअट नाही. हे जर हवे असेल, तर राज्यांनी आपली महसुली तूट बऱ्यापैकी कमी केली, तरच त्यांना हा फायदा मिळणार आहे.

राज्यांच्या कर्जावर जे व्याज फेडावे लागत होते. या राज्यांच्या एकूण महसुली उत्पन्नाचा २५ टक्के भाग या व्याज रकमेतच संपत होता. त्या अगोदर १९९९-२००० या वर्षात हे व्याजाचे एकूण महसुली खर्चातील प्रमाण १७ टक्के होते. आणखी काळजीची बाब म्हणजे राज्यांचे शिलकी अदत्त दायित्व (आऊटस्टँडिंग लायबलिटिज्) वाढले तर आहेच; परंतु त्याच्या स्वरूपातही बदल झालेला आहे. मुख्य बदल म्हणजे यातील अधिक कर्जे महागडी आहेत. एका बाजूने राज्यांनी केंद्राकडून जी कर्जे उचलली, त्यात मागील अनेक वर्षांत घट झाली आहे. परंतु दुसऱ्या बाजूने एनएसएसएफमधून काढलेली कर्जे, बाजारातील कर्जे आणि बँका आणि इतर वित्तसंस्थांबरोबर बोलणी करून काढलेली कर्जे यांचे प्रमाण बऱ्यापैकी वाढलेले आहे.

अर्थात, बाराव्या वित्त आयोगाने महाग कर्जे मागे घेऊन कमी खर्चाची कर्जे अशी अदलाबदल सुचवली आहे त्यातून राज्यांना व्याजापोटी जी रक्कम द्यावी लागते तिचा बोजा काहीसा जरूर कमी होईल; परंतु प्रत्यक्षात कर्जउभारणीत खंड न पडल्यामुळे कर्जाची रक्कम आणि त्यावरील व्याज यात वाढच होत आहे.

यात आश्चर्य वाटण्यासारखे नाही. सर्व राज्यांचा त्यांच्या महसुली उत्पन्नापेक्षा महसुली खर्च अधिक वेगाने वाढत आहे. त्यामुळे ही दरी भरून काढण्यासाठी कर्जाचा पर्याय स्वीकारला जातो. २००३-०४ मधील सुधारित अंदाजानुसार सर्व राज्यांच्या मिळून महसुली उत्पन्नात अगोदरच्या वर्षापेक्षा १७.७ टक्क्यांनी वाढ झाली. परंतु या काळात महसुली खर्च मात्र १९.९ टक्क्यांनी वाढला. साहजिकच राज्यांच्या वित्तव्यवस्था आणखी असंतुलित झाल्या. राज्यांची राजकोषीय तूट ०३-०४ वर्षात ३८ टक्क्यांनी वाढली होती.

सर्व राज्यसरकारे नेहमी आपण आपले महसुली उत्पन्न वाढवू आणि आपला महसुली खर्च आटोक्यात आणू, अशा घोषणा करत असतात. परंतु त्या वल्गनाच असतात. राज्यसरकारांचे महसुली उत्पन्न किती वाढू शकते हा वादाचा विषय आहे; परंतु त्यांचा महसुली खर्च अजिबात कमी होऊ शकत नाही हे तर उघड आहे. त्याचे कारण म्हणजे या खर्चातील मोठा भाग त्यांच्या कर्मचाऱ्यांच्या पगार आणि भत्त्यावर खर्च होतो आणि त्याचबरोबर कर्जावरील व्याजाची रक्कमही तितकीच मोठी असते. या दोन बाबी पूर्ण केल्यावर विकासासाठी जवळपास काहीच शिल्लक उरत नाही.

अशा सर्व बाजूंच्या अडचणी लक्षात घेतल्या, तर राज्यांना कर्ज काढणे आणि रोजचा खर्च भागविणे हाच मार्ग पत्करावा लागतो. त्यांना आपल्या पातळीवर उत्पन्न वाढविण्याचे अगदी थोडे पर्याय आहेत आणि त्यामुळे कर्जउभारणी हा सगळ्यांत सोपा मार्ग आहे. सगळी राज्ये नेमके हेच करत आहेत.

राज्यसरकारे कर्ज उभारतात आणि त्यांना कर्ज देणारे कोण आहेत? हे आहेत अल्पबचत करणारे सर्वसामान्य गुंतवणूकदार. केंद्रसरकार आणि इतर मार्गांनी मिळणारे कर्ज जवळपास थांबले असल्यामुळे हाच राज्यांना भरवशाचा मार्ग वाटतो. खरे तर अगदी नव्वदीच्या सुरुवातीपासूनच अल्पबचत योजनेच्या मार्गाने जो निधी गोळा होतो त्यावर कर्ज काढणे, हे राज्यसरकारांना शक्य झाले आहे. अल्पबचतीवरील व्याजदर जेव्हा केंद्रसरकारने कमी करण्याचे ठरविले, तेव्हा राज्यसरकारांनी जोरदार विरोध केला आणि त्याचे कारण एकच होते. राज्यांना हाच एक खात्रीचा पर्याय वाटत होता. विशेष म्हणजे राज्यांच्या या आशंका बिनबुडाच्या ठरल्या. व्याजदर कमी झाल्यानंतरही राज्यांना अल्पबचतीतून अधिक कर्जे मिळालेली आहेत.

या सर्व अल्पबचत मोहिमेमध्ये पश्चिम बंगालच्या सरकारने खूप परिश्रम घेतले आणि हा निधी गोळा करण्यामध्ये पंचायतींचा उपयोग करून घेतला. मागील

पाच वर्षांत या सरकारने एनएसएसएफमधून खूप निधी गोळा केला आणि त्यावर आधारून दहापटीने कर्जउभारणीमध्ये वाढ केली. महाराष्ट्रामध्ये याच काळात अशा कर्जामध्ये आठपटीने वाढ झाली. त्याचप्रमाणे उत्तर प्रदेशमध्ये आणि गुजराथमध्ये ही वाढ अनुक्रमे ९.३ टक्के आणि ११.४ टक्के झाली.

देशातील सर्व राज्यांनी मिळून एकुणात एनएसएसएफवर आधारून जी कर्जे उभारली आहेत त्यातील निम्मा वाटा या चार राज्यांचा आहे. यातून एक गोष्ट स्पष्ट होते. पश्चिम बंगाल, महाराष्ट्र, गुजराथ आणि उत्तर प्रदेशचा काही भाग ही तुलनेने सुस्थितीत असलेली राज्ये आहेत. जर या राज्यांचे अल्पबचतीच्या निधीतून कर्जे उभारण्यावर इतके परावलंबन असले, तर इतर राज्यांची कल्पना येऊ शकते. मागील काही काळात राज्यांच्या वित्तव्यवस्था सुदृढ करण्याचा प्राधान्यक्रम देशाने मान्य केलेला आहे; परंतु प्रत्यक्ष व्यवहारात हे सर्व उतरायला बराच काळ वाया जाईल असे दिसते.

■

## १.१७ अल्पबचतीचा व्याजदर आणि राज्यांवरील ओझे

देशामध्ये अल्पबचतीवर कोणता व्याजदर असावा, यावर नेहमी मोठा वाद होत असतो. त्याचे एक उघड कारण म्हणजे हा फक्त अर्थशास्त्रातील प्रश्न नव्हे. अल्पबचत करणाऱ्या नागरिकांची संख्या मोठी असल्यामुळे त्यांची मते राजकारणात महत्त्वाची असतात आणि सर्व राजकारणी त्याविषयी फार दक्ष असतात. विशेषत: अनेक मध्यमवर्गीय नोकरदार कुटुंबांना अल्पबचतीमधून मिळणारे व्याजाचे उत्पन्न हे निवृत्तीकाळात एक मोठा आधार असते. त्यामुळे सरकारी आणि खासगी क्षेत्रातील कर्मचारी आणि कामगारवर्ग यांनी मोठ्या संख्येने अल्पबचतीमध्ये गुंतवणूक केलेली आहे. तसेच वेळोवेळी सरकारने प्राप्तीकरामध्ये अनेक सवलती दिल्यामुळेही नोकरदारवर्गाने अल्पबचतीमध्ये सतत गुंतवणूक केलेली आहे. शिवाय ही सरकारची योजना असल्यामुळे त्यात पैसे गुंतविताना सुरक्षिततेचीही काळजी करावी लागत नाही.

देशात नियोजनाच्या काळात व्याजदर नेहमी चढे होते आणि त्यामुळे बचतदार वर्गाला समाधान होते. नव्वदीपासून जेव्हा सुधारणा कार्यक्रम अमलात येऊ लागला, तेव्हा व्याजदर खाली येऊ लागले. जागतिक अर्थव्यवस्थेशी जोडून घेताना हे सर्व साहजिक आणि अपेक्षित होते. जसा बचतदार वर्ग आहे तसा कर्ज घेणाराही मोठा वर्ग आहे आणि त्यांना कमी व्याजाने कर्ज उपलब्ध होणे जगातील स्पर्धेला तोंड देण्यासाठी आवश्यकच होते. परंतु प्रत्यक्षात हे जेव्हा घडू लागले तेव्हा बचतदारांच्या तक्रारी आणि नाराजी वाढू लागली आणि राज्यकर्त्यांना हा एक यक्षप्रश्न वाटू लागला. यामुळे दरवेळी जेव्हा अर्थसंकल्प सादर केला जातो त्या सुमारास अल्पबचतीवरील व्याजदरांची मोठी गहन चर्चा होते. खरे तर त्यात नवीन काहीच नसते; परंतु कामगारनेते मोठा नेट लावून वित्तमंत्र्यांवर दबाव आणत असतात आणि आपल्या मतदारसंघांकडून शाबासकी मिळवितात. वित्तमंत्रीही वेगवेगळ्या दबाव गटांना न्याय द्यायचा म्हणून सरतेशेवटी व्याजदर आहे तितकाच ठेवतात आणि बदल करण्याचा निर्णय लांबणीवर टाकतात. हे सर्व सोपस्कार आजच्या राजकारणाला धरून झाले असे म्हणता येईल.

प्रश्न आहे तो सगळा अर्थकारणाचाच. त्यात काही सोपी उत्तरे नाहीत. या सर्व

चर्चेमध्ये एक मुद्दा दुर्लक्षित राहतो तो या लेखाचा विषय आहे. केंद्रसरकार या विषयात निर्णय घेते; परंतु त्याचा सर्व बोजा राज्यसरकारे सांभाळतात. याचे कारण म्हणजे राज्यामध्ये अल्पबचतीच्या माध्यमातून जी बचत गोळा होते ती सर्व रक्कम कर्ज म्हणून केंद्रसरकारकडून त्या त्या राज्याला दिली जाते. म्हणजे या बचतीवरील व्याजदर वाढले तर त्याचा बोजाही संबंधित राज्यसरकारे उचलतात. हा वाढीव बोजा किती असतो हे बघण्यासारखे आहे.

अर्थात, राज्यसरकारे याची फारशी फिकीर करतात असे समजण्याचे कारण नाही. राज्यांच्या पातळीवर महसूल वाढविण्याचे परिणामकारक मार्ग नसल्यामुळे त्यांचा सगळा भर अल्पबचतीचा निधी वाढविण्यावर असतो.

काही राज्यांना अल्पबचतीचा पर्याय फारच उपयोगी पडलेला आहे. याचे उदाहरण म्हणजे पश्चिम बंगाल. या राज्यात पंचायतव्यवस्था भक्कम असल्यामुळे ग्रामीण भागातून मोठ्या प्रमाणावर अल्पबचत झालेली आहे. या गुंतवणुकीला कोणताच धोका नसल्यामुळे त्या राज्यातील जनतेने अल्पबचतीचा स्वीकार व्यापक प्रमाणावर केला आहे.

राज्यामध्ये भरीव अल्पबचत झाली म्हणजे राज्यसरकारच्या महसुलाची बाजू भक्कम होते कारण अशा मार्गाने गोळा झालेला सगळा निधी केंद्राने दिलेले कर्ज म्हणून राज्यालाच मिळतो. हे या योजनेचे सर्वांत मोठे आकर्षण आहे. केंद्रसरकारने राज्यांना जी कर्जे दिली आहेत त्या सगळ्यामध्ये अल्पबचतीमधून परत मिळणारा निधी हा सगळ्यांत प्रमुख आहे. सन २००२-०३ च्या पहिल्या दहा महिन्यांत अल्पबचतीतून पश्चिम बंगालमध्ये एकूण रु. ११,०६२ कोटी गोळा झाले. सगळ्या राज्यांमध्ये पश्चिम बंगालचा वाटा १४ टक्के होता.

तरीही देशामध्ये गोळा होणाऱ्या या निधीच्या रकमेमध्ये उत्तर प्रदेशचा क्रमांक दुसरा आहे.

महाराष्ट्राबरोबर गुजरातची तुलना करता येईल. गुजरात राज्याचा आकार लहान असूनही या राज्याचा देशाच्या एकूण अल्पबचत निधीमध्ये वाटा गेली पाच वर्षे नऊ टक्क्यांच्या पेक्षा थोडा वर आहे. या तुलनेने महाराष्ट्राचा वाटा दहा टक्क्यांच्या थोडासा वर आहे. वर म्हटल्याप्रमाणे पश्चिम बंगालचा वाटा १४ टक्क्यांच्या वर आहे आणि त्यानंतर उत्तर प्रदेशचा वाटा १२ टक्क्यांच्या भोवती आहे. देशामध्ये अल्पबचत निधीच्या विषयात ही चारच राज्ये ठळक आहेत.

राज्यांची तुलना करता गोवा आणि हरियाना अशा लहान राज्यांनी अल्पबचतीच्या मार्गातून मिळणाऱ्या निधीचा फारसा गंभीरपणे विचार केलेला नाही. परंतु आता हळूहळू या राज्यांना आपण एका महत्त्वाच्या पर्यायाकडे दुर्लक्ष करीत आहोत याची जाणीव झालेली आहे. मागील चार वर्षांत गोवा राज्यात अल्पबचतीच्या निधीमध्ये

सुमारे ऐंशी टक्क्यांनी वाढ झालेली आहे. याच काळात हरियाना राज्यात हा अल्पबचतीचा आकडा ६८ टक्क्यांनी वाढलेला आहे.

अल्पबचतीच्या निधीमधून परत राज्याला केंद्राचे कर्ज मिळत असल्यामुळे राज्यांच्या एकूण कर्जाच्या ओझ्यात भर पडली आहे. सर्व राज्यांनी मिळून जे केंद्राकडून कर्ज उचललेले आहे त्याची एकूण अदत्त (आऊटस्टँडिंग) रक्कम सतत वाढत आहे. एका दृष्टीने राज्यसरकारे आपले अपयश झाकण्यासाठी या मार्गाने केंद्राकडून उसनवारी करत आहेत. नेहमी जेव्हा केंद्रीय वित्तमंत्री आपण ठरवून दिलेले वित्तीय तुटीचे गुणोत्तर पाळत नाहीत, तेव्हा त्यांच्यावर नेहमी टीका होते. परंतु यामध्ये राज्यांचीही भागीदारी असते याचे बऱ्याचदा भान ठेवले जात नाही.

■

# १.१८ राज्य वित्त महामंडळांची पुनर्मांडणी

देशाने मागील दशकात जागतिकीकरण स्वीकारले आणि एक नवी वाटचाल सुरू केली. त्यापूर्वीच्या चाळीस वर्षांत केंद्रीभूत नियोजनप्रकिया स्थिरावली होती. त्यातून देशाचे काही फायदे झाले आणि काही तोटे झाले. परंतु हा ताळेबंद वेगळा विषय आहे. या पद्धतीमुळे विकासाचे सर्व मार्ग खुंटले आणि नव्वदीच्या सुरुवातीलाच आर्थिक आणीबाणीची परिस्थिती निर्माण झाली. त्यामुळे जागतिकीकरण स्वीकारण्याचा एकच पर्याय जागतिक बँकेने पुढे ठेवला आणि तोच स्वीकारावा लागला. तेव्हापासून वित्तव्यवस्था सुधारण्याचे भगीरथ प्रयत्न सुरू आहेत आणि त्यामध्ये हव्या त्या गतीने धोरणात बदल होत नाहीत. देशाच्या विकासाचा दर जरी पूर्वीपेक्षा सुधारला असला तरी तो वर्षाला पाच टक्क्यांच्या भोवती घुटमळत आहे. राज्यकर्ते मात्र पंचवार्षिक योजना आखताना तो आठ आणि दहा टक्क्यांच्या भोवती असेल, अशा कवीकल्पना करत आहेत.

वित्तसंस्थांची पुनर्रचना यात अनेक अडचणी आणि प्रश्न आहेत. यामध्ये सगळ्यांत ठळक यशाचे उदाहरण म्हणजे राष्ट्रीयीकृत बँकांनी परत मिळविलेली शक्ती आणि विश्वासार्हता. युनिट ट्रस्ट ऑफ इंडिया या सर्वांत मोठ्या सरकारमान्य संस्थेला जीवदान देताना अनेक कसरती कराव्या लागल्या आणि सरकारला आपल्या महसुलातून भरीव अनुदान उचलून द्यावे लागले. म्हणजे देशातील सर्वच करदात्यांनी मिळून या संस्थेला अनुदान दिले आणि त्यातील युनिट स्कीम ६४च्या ठेवीदारांना खुश केले. त्यासाठी परत प्राप्तीकरात सवलती देण्यात आल्या. थोडक्यात, पूर्वीच्या अनुदाने देण्याच्या आणि सवलतींचे आमिष दाखविण्याच्या संस्कृतीमध्ये आजही खंड पडलेला नाही. एकूणच नियोजनाच्या काळात ज्या सवयी हाडामाशी रुळल्या आहेत त्या सोडणे अवघड जात आहे.

वित्तव्यवस्थेची आणि वित्तसंस्थांची पुनर्मांडणी ही अजून पूर्ण झालेली नाही. या व्यवस्थेला दोन धोक्यांना सामोरे जावे लागेल. यातील एक धोका सहकारी बँकिंग व्यवस्थेमध्ये आहे आणि त्यावर बरीच चर्चा चालू आहे. त्याचे एक कारण म्हणजे सर्वच राजकीय पक्ष सहकारक्षेत्राच्या दुरवस्थेला जबाबदार आहेत आणि सहकारी

बँकांच्या व्यवस्थापनात अनेक घोटाळे आणि गैरव्यवहार यांनी थैमान मांडले आहे. तसेच या बँकिंगक्षेत्रातील ठेवीदारांचा मध्यमवर्ग आपल्या कष्टाच्या ठेवी बुडत असल्यामुळे क्षुब्ध मन:स्थितीत आहे. याचे लगेचच राजकीय परिणाम निवडणुकीत होत असल्यामुळे राजकीय पक्षांना आपले आर्थिक भ्रष्टाचार आणि मतदारांचा रोष यामधून कसा मार्ग काढायचा या चिंतेने घेरलेले आहे.

आणखी एक दुसरा धोका आहे ज्याची अजून सार्वजनिक चर्चेमध्ये पुरेशी दखल घेण्यात आलेली नाही. राज्यांच्या वित्तीय महामंडळांची प्रकृती अजिबात चांगली नाही. खरे तर या वित्तसंस्था कधी कोलमडून पडतील हे सांगणे अवघड आहे. अर्थात, आज देशाची आर्थिक व्यवस्था इतकी सशक्त आहे की, यातून निर्माण होणारे धक्के सहन करता येतील. असे असले तरी एकुणातच ठेवीदारांचा आत्मविश्वास ढासळेल हे नक्की.

बहुतेक राज्य वित्त महामंडळे ही बुडालेली आहेत. या प्रश्नाचा अभ्यास करण्यासाठी आयडीबीआयचे निवृत्त अध्यक्ष जी.पी.गुप्ता यांची एक समिती नेमली होती. त्यांनी सन २००१ मध्ये जी आकडेवारी गोळा केली, त्यानुसार अठरा राज्य वित्त महामंडळांपैकी बारा संस्थांचे नक्त मूल्य (नेटवर्थ) शून्य आहे. गुप्ता समितीच्या मतानुसार मुक्त अर्थव्यवस्थेमध्येही ही महामंडळे उपयुक्त कार्य करू शकतात आणि त्यांना आणखी भांडवल देणे समर्थनीय आहे. अर्थात हे करताना त्यांची पुनर्रचना करणे आवश्यक आहे. समितीच्या मते, पुढील चार वर्षांकरिता यासाठी रुपये ३,६०० कोटी लागतील. या भांडवलनिर्मितीचा वाटा आयडीबीआय, सीडबी, केंद्रसरकार रिझर्व बँक आणि राज्यसरकारे यांनी उचलावा, अशी समितीची शिफारस आहे.

यामधील काळात या राज्य वित्त महामंडळांची अधिकच दुरवस्था झालेली आहे आणि त्यात काही बदल होण्याची चिन्हे नाहीत. म्हणजे आणखी अधिक रकमेचे भांडवल या संस्थांना पुरवावे लागेल असे दिसते. केंद्रसरकार अशा कोणत्याही उपक्रमाला तयार नाही. तसेच राज्यसरकारेही अनेक संकटांना तोंड देत असल्यामुळे असा भांडवलपुरवठा करण्याच्या परिस्थितीत नाहीत. या राज्य वित्त महामंडळांचा कारभार पाहिला, तर त्या संस्था बंद करणे हेच शहाणपणाचे ठरेल असा टीकाकारांचा निष्कर्ष आहे. यात बरेच तथ्य असले तरी या संस्था बंद करणे ही फारशी सोपी गोष्ट नाही.

वित्तसंस्था दिवाळखोरीत काढणे यात बऱ्याच अडचणी असतात. राज्य वित्त महामंडळे या आपल्यादृष्टीने जरी मोठ्या संस्था नसल्या तरी त्यांचा एकत्रित परिणाम धोकादायक ठरू शकतो. या महामंडळांना सर्वांत अधिक मदत सीडबी आणि बँका यांची आहे आणि यांना सर्वांत अधिक नुकसान सोसावे लागेल. तसेच या महामंडळांचे

जे कर्जदार व्यवस्थित उद्योग करत आहेत तेही अडचणीत येऊ शकतील. मुख्य म्हणजे यामध्ये लघुउद्योजकांचे क्षेत्र धोक्यात येईल.

बँकांना अजून एका सत्याला सामोरे जायचे आहे. राज्य वित्त महामंडळे राज्यसरकारांच्या हमीचे रोखे बँकांना देत असतात. सरकारे अडचणीत येऊ नयेत म्हणून ही महामंडळे आपल्या दृष्टीने प्रयत्नांची पराकाष्ठा करतात. परंतु या रोख्यांची परतफेड करताना अनेक अडचणी उभ्या राहिलेल्या आहेत. राज्यसरकारे ही लवकरच थकबाकीदार म्हणून घोषित करावी लागतील आणि जेव्हा असे प्रसंग मोठ्या प्रमाणावर येतील, त्यावेळी खरोखरी बँका काय करू शकतील हा प्रश्न आहे. सरतेशेवटी बँका किती सरकारी इमारती आणि सचिवालये ताब्यात घेऊ शकेल? थोडक्यात, सरकार जी कर्जे उभारते आणि ज्या कर्जांना हमी देते त्यांची वसुली करणे जवळपास अशक्यप्राय आहे.

जी राज्य वित्त महामंडळे चांगले काम करू शकतील त्यांची काळजीपूर्वक निवड करून त्यांना शक्ती देता येईल. ज्याप्रमाणे बँकिंगक्षेत्रात बँकांना अधिक भांडवल पुरवून जीवदान देण्यात आले तोच प्रयत्न काही निवडक राज्य वित्त महामंडळांच्या बाबत करता येईल. असे करण्यामुळे सीडबी आणि बँका यांना जो खर्च येईल तो या संस्थांच्या दिवाळखोरी जाहीर करण्यामुळे येणाऱ्या तोट्यापेक्षा कमी असेल.

ही महामंडळे चालू ठेवण्यात आणखी एक विचार करता येईल. लघुउद्योगक्षेत्राला त्या मार्गाने काही प्रमाणात शक्ती देता येईल. गेल्या काही वर्षांत लघुउद्योगक्षेत्राला बँकांकडून जो कर्ज निधी उपलब्ध होतो ते प्रमाण घटत आहे. सन १९९९ मध्ये ते प्रमाण १६ टक्के होते आणि २००२ मध्ये ते १२.५ टक्के झाले. येत्या काळात बँकांना लहान आणि मध्यम आकाराच्या उद्योगांना कर्ज देण्यात फार उत्साह वाटेल ही शक्यता कमी आहे. फारतर बँका या क्षेत्रातील जे उद्योग कार्यरत आहेत त्यांना साहाय्य करतील. परंतु जे उद्योग नव्याने सुरू होतील त्यांच्याबाबत बँकांना फारसे प्रेम असणार नाही. नेमक्या या नव्या उद्योजकांना राज्य वित्त महामंडळांनी मदत करावी, अशी मूळ अपेक्षा होती. आता ही महामंडळे जर बरखास्त करण्यात आली, तर त्याचा काही प्रमाणात आर्थिक व्यवस्थेवर आणि औद्योगिक वाढीवर परिणाम होईल हे उघड आहे.

जर राज्य वित्त महामंडळे सक्षम करायची असली, तर एका मूळ प्रश्नावर उत्तर शोधावे लागेल. सध्या राज्यसरकारांची वित्तव्यवस्था बिकट संकटात सापडलेली असताना यापुढे सरसकट अनुदाने देता येणार नाहीत. शिवाय उदारीकरणाच्या जमान्यात अशा अनुदानांचे समर्थनही करता येणार नाही. मग दुसरा मार्ग म्हणजे राज्य औद्योगिक विकास महामंडळांच्या माध्यमातून काही अध्याहृत अनुदाने देता

येणे शक्य आहे. राज्यांची औद्योगिक विकास महामंडळे सरकारी जमीन कमी किमतीला मिळवितात आणि उद्योजकांना बाजारभावाने विकतात. म्हणजे ही महामंडळे एकादृष्टीने अनुदानच मिळवीत असतात. यामुळे ही औद्योगिक महामंडळे श्रीमंत आहेत आणि त्यांच्याजवळ भरपूर रोख रक्कम आहे. येत्या काळात जर काही निवडक राज्य वित्त महामंडळे ही राज्य औद्योगिक विकास महामंडळात सामील करून घेतली, तर काही प्रमाणात त्यांना निधी उपलब्ध करून देता येईल आणि उद्योजकांना अनुदानेही देता येतील. मुख्य म्हणजे या मार्गाने शासनाच्या तिजोरीतून काही उचलून द्यावे लागणार नाही.

आजमितीला कोणतेही उत्तर असले तरी राज्य वित्त महामंडळांच्या बाबत निर्णय घेण्याची वेळ आलेली आहे. अगोदरच उशीर झालेला आहे आणि यापुढे हा प्रश्न हाताबाहेर जाईल. या मधल्या काळात रिझर्व बँक सर्व व्यापारी बँकांना त्यांनी राज्य वित्त मंहामंडळांना किती कर्जे दिली आहेत याची नोंद घेण्यास सांगू शकेल. त्यातून बँकांना किती तोटा पत्करावा लागेल याचा अंदाज मिळू शकेल. गेल्या काही काळात बँकांनी अनेक प्रयत्न करून आपल्या कारभारात सुधारणा केली आहे आणि पुनर्रचना केली आहे. तसेच त्यांनी नफा मिळविण्यास सुरुवात केली आहे. त्यामुळे शेअर बाजारात या बँकांच्या समभागांचे मूल्य बरेच वाढलेले आहे. त्याचबरोबर शेअर बाजारातही बराच उत्साह आलेला आहे. आता जर राज्य वित्त महामंडळांचे नुकसान बँकांनी सोसायचे आहे, अशी परिस्थिती आली तर शेअरबाजार परत निरुत्साही होईल. गेली अनेक वर्षे शेअर बाजारात मरगळ आहे आणि औद्योगिकक्षेत्रात मंदी आहे. भांडवल उभारणीच्या दृष्टीने देशाला हे परवडणारे नाही. मागील पन्नास वर्षांत सरकारने अनेक चुका करून जर वित्तव्यवस्था धोक्यात आणली असेल, तर त्यावर मार्ग काढण्याची जबाबदारी सर्वस्वी सरकारची आहे. त्यासाठी बँका आणि शेअरबाजार यांनी किंमत चुकवायचे काही कारण नाही. यासाठी राज्य वित्त महामंडळांचे काय करायचे, हे सरकारने लगेच ठरविले पाहिजे.

■

# १.१९ राज्यांच्या नियोजनात कृषीचा वाटा

देशाच्या एप्रिल-जून २००५ सालाच्या पहिल्या तिमाहीमध्ये जीडीपीतील वाढ ८.१ टक्का होती. परंतु परत एकदा कृषीक्षेत्राने हार पत्करली. कृषीचे उत्पादन ०५-०६ वर्षाच्या पहिल्या तिमाहीत फक्त दोन टक्क्यांनी वाढले. मागील वर्षात या तिमाहीत ही वाढ ३.८ टक्के होती. कृषीमधील अपयशामुळे देशाचा एकूण वाढीचा दर खालावतो याची ही पावती आहे.

अर्थात, याची काही कारणे आहेत. काही प्रासंगिक आहेत. पाऊस समाधानकारक झाला नाही आणि यामुळे कृषीला फटका बसला. परंतु खरे कारण म्हणजे मागील काही वर्षांत पुरेशी गुंतवणूक न झाल्यामुळे कृषीचा विकास निराशाजनक आहे. ही आकडेवारी बोलकी असली तरी ती नवीन नाही. कृषीमध्ये सुधारणा करण्याची गरज आहे हे पंतप्रधान, नियोजन आयोग आणि कृषीमंत्री सगळेच उगाळत आहेत. सप्टेंबर २००५च्या अखेरीस दहाव्या पंचवार्षिक योजनेचे मूल्यमापन करण्यासाठी नियोजन आयोगाची बैठक भरली होती. त्यामध्ये पंतप्रधानांनी अनेक पावले टाकण्याचे प्रस्तावित केले होते. त्यानुसार कृषी उत्पादन वाढविण्यासाठी सिंचनात अधिक गुंतवणूक, आधुनिक तंत्रज्ञान आणि व्यवस्थापन, अधिक कर्जपुरवठा आणि पीक रचनेमधील वैविध्य अशा मुद्द्यांवर भर दिला होता. तसेच कृषिमंत्र्यांच्या अध्यक्षतेखाली एक राज्यांच्या मुख्यमंत्र्यांची समिती आक्टोबर २००५च्या पहिल्या आठवड्यात या सर्व विषयात तपशीलवार शिफारशी करेल आणि निर्णय घेईल अशी ग्वाही दिली होती. नंतर कृषिमंत्र्यांनी या समितीची जी बैठक घेतली, त्यामध्ये आणखी काही अभ्यास गट नेमले आणि येत्या काळात त्यांच्या शिफारशी मिळतील, अशी अपेक्षा केली. थोडक्यात, सरकारच्या पातळीवर नवीन काहीच झालेले नाही आणि फक्त चर्चा, विचारविनिमय, समित्या आणि त्यांचे उपगट असे एक कालहरण चालू आहे. कृषीविकासाच्या सर्व समस्यांचे गांभीर्य लक्षात घेतले, तर ही सगळी चालढकल आश्चर्यकारक आहे.

देशाच्या पातळीवर ही जी निष्क्रियता आहे त्याला एक परंपरा आहे आणि पार्श्वभूमी आहे. नेहमीच जेव्हा कधी पाऊसमान दगा देते आणि कृषीचे उत्पादन खालावते तेव्हा केंद्रसरकार काही ठरावीक त्याच त्या घोषणा करीत असते. एकदा ही

वेळ निघून गेली आणि परत एकदा समाधानकारक पाऊस झाला म्हणजे सर्व गोष्टी विसरल्या जातात. अशा या एकूण निष्काळजी भूमिकेमुळे कृषीमध्ये बराच काळ जी गुंतवणूक कमी होत आहे, त्याकडे दुर्लक्ष होत आहे. विशेषत: राज्यांच्या वार्षिक नियोजनाच्या आराखड्यातून कृषीचा वाटा कसा खालावत आहे हे विसरले जात आहे.

दहाव्या योजनेच्या पहिल्या चार वर्षांत (२००२-०३ ते ०५-०६) एकूण २८ राज्यांच्या नियोजनखर्चात रु. ९०,९९२ कोटी वरून रु . १,४२,५७१ कोटी रुपये इतकी वाढ झाली. ही वाढ ५७ टक्क्यांची होती. परंतु कृषी आणि संलग्न क्षेत्रामधील नियोजनखर्चाची वाढ फक्त ३०.४ टक्के (रु. ५,५०७ कोटी वरून रु. ७,१७९ कोटी) होती. याचा परिणाम म्हणून राज्यांच्या एकूण वार्षिक नियोजन खर्चात कृषीचा वाटा ६.१ टक्क्यांवरून पाच टक्क्यांपर्यंत कमी झाला आहे. खरे तर हे प्रमाण कोणत्याही निकषावर अगदी कमी आहे. विशेषत: राज्यांच्या पातळीवर कृषीची प्राथमिकता आणि महत्त्व या आकड्यातून व्यक्त होत आहे असे म्हणता येणार नाही.

एकुणात कृषिक्षेत्राकडे राज्यसरकारांनी जे दुर्लक्ष केलेले आहे ते बघण्यासारखे आहे. एकूण २८ राज्यांपैकी १६ राज्यांमध्ये कृषीचा वाटा दहाव्या योजनेच्या पहिल्या चार वर्षांत घटलेला दिसतो. यामध्ये तर पाच राज्ये अशी आहेत ज्यांनी प्रत्यक्षात कृषीसाठी केलेली तरतूद कमी केलेली आहे. यामध्ये महाराष्ट्र आणि ओरिसा यांचा उल्लेख करण्यासारखा आहे.

यातील तपशील बघण्यासारखा आहे. राज्यांच्या चार वर्षांच्या नियोजनाच्या तरतुदीमध्ये सिंचन आणि पूरनियंत्रण यावरील वाटा १७.२ टक्क्यांवरून १८.४ टक्के झालेला आहे. परंतु वास्तवात यातील बराचसा खर्च हा राज्यांनी पूरनियंत्रणावर केला. परिणामत: सिंचनावरील खर्च कमीच झाला. याहीपेक्षा टीकेची बाब म्हणजे सिंचन आणि पूरनियंत्रण यावर तुलनेने जी थोडीशी वाढ झाली तीसुद्धा काही थोड्या राज्यांमध्येच झाली. इतर राज्यांमध्ये असे काही घडले नाही. ही आकडेवारीमधील वाढ खरोखरी आंध्र प्रदेशमुळे दिसून येते कारण जो काही वाढीव योजना खर्च सिंचन आणि पूरनियंत्रण यावर झाला, त्यातील ५७ टक्के खर्च आंध्र प्रदेशातच झाला. याचा दुसरा भाग म्हणजे २८ राज्यांपैकी २० राज्यांमध्ये प्रत्यक्षात सिंचनावरील खर्च कमी झाला. यामध्येच आठ राज्ये अशी आहेत ज्यांचा प्रत्यक्षातील खर्चही या क्षेत्रात कमी झाला. थोडक्यात, केंद्रसरकार काहीही म्हणत असले तरीही प्रत्यक्षात राज्यसरकारे आपल्या नियोजनात सिंचनविकासाला खरोखरी फारसे महत्त्व देत आहे, असे म्हणण्याची सोय नाही.

■

# १.२० राज्यसरकारांची कामगिरी

भारतासारख्या देशात जेव्हा सार्वत्रिक निवडणुका होतात त्यावेळी अनेक प्रश्नांची चर्चा होते. त्यानंतर लोकं मतदान करतात आणि त्यातून हार-जीत ठरली जाते. त्यानंतर परत एकदा चर्चेला बहर येतो. मात्र, त्यामध्ये फक्त हरलेला पक्ष भाग घेतो. बऱ्याचदा या प्रतिकिया ठरावीक असतात आणि त्यात राजकीय पक्षांचे आत्मचिंतन फारच थोडे असते. परंतु सार्वजनिक जीवनात जे इतर निरीक्षक असतात ते काही प्रमाणात या चर्चेला उजाळा आणतात.

नुकत्याच ज्या सार्वत्रिक निवडणुका झाल्या त्यातून सत्तेवर नवीन राजकीय आघाडी निवडून आली. मागील सरकार ज्या आघाडीने चालविले ते हरले आणि त्याचे कारण म्हणजे त्यांनी कृषीकडे दुर्लक्ष केले, ग्रामीण रोजगार वाढविला नाही आणि खेड्यातील गरिबी हटविली नाही, असे सांगण्यात येते. प्रत्यक्षात जर आकडेवारी बघितली आणि वेगवेगळ्या राज्यात काय घडले त्याचा मागोवा घेतला, तर असे सरसकट निष्कर्ष फारसे तर्काला धरून नसतात असे दिसते. विशेष म्हणजे छत्तीसगड आणि ओरिसा ही सर्वांत गरीब राज्ये आहेत; परंतु तेथे बीजेपीच्या नेतृत्वाखालील राष्ट्रीय लोकशाही आघाडी कडबोळे निवडून आले.

सध्या जी उथळ चर्चा चालू आहे त्या पलीकडे जाऊन काही मूळ विषयाला हात घातला पाहिजे. जी नवीन आघाडी केंद्रात निवडून आली आहे त्यांनी आपला एक किमान कार्यक्रम बनविला आहे. तो मुळात एका गृहीतावर उभा आहे. या कार्यक्रमामागे डावे पक्ष उभे आहेत आणि त्या अटीवरच हे सरकार चालणार आहे. या गृहीताप्रमाणे जे गरिबांचे प्रश्न आहेत, त्यावर केंद्रसरकार काही ठोस उपाययोजना करू शकते. या गृहीताचीच चर्चा करण्याची गरज आहे. दारिद्र्याचे जे बरेचसे प्रश्न आहेत ते राज्यांच्या अखत्यारित येतात. ज्या राज्यात इतके वर्ष प्रचंड खर्च करूनही हे प्रश्न संपले नाहीत किंवा त्यांची धग कमी झाली नाही त्या ठिकाणी केंद्र सरकार काही करू शकते, असे समजणे चुकीचे आहे. अर्थात, अधिक पैसे खर्च होतील पण प्रश्न आहे तेथेच राहतील. आजही अनेक राज्यसरकारांची हीच परिस्थिती आहे.

ग्रामीण भागातील सर्वसाधारण जनतेचा विचार केला, तर त्यातील अनेकांनी

केंद्रसरकारचा कोणताही अधिकारी कधी पाहिलेला नसतो. त्यांचा संबंध हा राज्यसरकारच्या कर्मचाऱ्यांबरोबरच असतो. गावचे तलाठी आणि ग्रामसेवक, शाळेचा शिक्षक आणि कृषी खात्याचा कर्मचारी अशी त्यापैकी काही उदाहरणे. फार तर तालुका आणि जिल्हा पातळीवरील शासनाच्या विविध विभागाच्या अधिकाऱ्यांना त्यांनी अधूनमधून पाहिलेले असते. या ग्रामीण भागातील रयतेला शासनाच्या या सर्व कर्मचाऱ्यांविषयी घृणा आणि तिरस्कार वाटत असतो. त्याचे कारण उघड आहे. हे सर्व कर्मचारी वेळोवेळी अनेक मार्गांनी रयतेला लुटत असतात आणि पीडा देत असतात.

अशा गरीब जनतेच्या हातात निषेध करण्याचे एकच अस्त्र असते आणि त्याचा प्रसंगही पाच वर्षांतून एकदाच येतो. असा प्रसंग आला की, ते सत्ताधाऱ्यांच्या विरोधात मतदान करतात. खरे म्हणजे हे मतदान सरकारमधील राजकीय पक्षांच्या विरोधात असण्यापेक्षा स्थानिक पातळीवरील गैरप्रशासनाच्या विरोधात असते. यालाच नेहमीच्या सवंग चर्चेमध्ये ॲन्टी इन्कम्बन्सी असा लोकप्रिय शब्द आहे. थोडक्यात, खेड्यातील गरीब माणसाला केंद्रसरकार माहीत नसते आणि त्याचे प्रशासनही ओळखीचे नसते. तसेच केंद्रसरकार राज्यांना जी अनेक प्रकारे मदती आणि अनुदाने देते, त्याचीही त्याला काही माहिती नसते.

आत्ताच्या नव्या सरकारमध्ये काँग्रेस पक्ष मोठा आहे आणि नेता आहे. परंतु ज्या राज्यात त्यांच्या हाती सत्ता आहे तेथे त्यांची पीछेहाट झालेली आहे. ही राज्ये म्हणजे पंजाब, केरळ, उत्तरांचल, महाराष्ट्र आणि कर्नाटक. तसेच ज्या राज्यांमध्ये मागील काही महिने सोडले तर त्यांची जेथे सत्ता होती त्या राजस्थान, मध्य प्रदेश आणि छत्तीसगड येथेही त्यांचे नुकसान झाले आहे. या सर्वांची चर्चा करताना ॲन्टी इन्कम्बन्सी (नकारात्मक मतदान) शब्दप्रयोग उपयोगी पडतो.

अर्थात, केंद्रसरकार विकासकामांसाठी राज्यांना अधिक निधी देऊ शकते. या पूर्वीही असेच झाले. परंतु हा निधी सगळा वाया जातो आणि गरीब ग्रामीण जनता त्याविरोधात मतदान करून ते आपल्या नजरेला आणून देत असतात. केंद्रसरकार राज्यांमध्ये आपले स्वतःचे पर्यायी प्रशासन उभे करू शकत नाही आणि त्याला राज्याच्या प्रशासनाच्या माध्यमातूनच काम करावे लागते. म्हणून केंद्रसरकार राज्यांना आपले प्रशासन सुधारण्यासाठी प्रोत्साहन देऊ शकते आणि त्यासाठी लालूचही देऊ शकते. परंतु हे करूनही केंद्रसरकार फक्त अधिक पैसे देऊ शकते आणि बऱ्याचदा तो वाया जाण्याचीच शक्यता अधिक आहे.

भारतात शिक्षणावर जीडीपीच्या चार टक्के खर्च होतो आणि त्यातून फक्त ६५ टक्के जनता साक्षर झाली आहे. याउलट श्रीलंका आणि इंडोनेशिया या देशांत त्यांच्या जीडीपीच्या फक्त १.३ टक्के खर्च करतात आणि तेथे साक्षरतेची पातळी ९० टक्क्यांपेक्षा अधिक आहे. आपल्या देशात शिक्षणातील सर्वांत महत्त्वाचा घटक म्हणजे

शिक्षक आणि मुळात तोच शाळेमध्ये हजर नसतो. त्याला भरपूर पगार आहे, त्याची नोकरी पूर्णपणे सुरक्षित आहे; परंतु त्याला शिक्षक म्हणून काम करण्याचे इमान नाही. शिक्षकांचा सगळा वर्गच प्रस्थापित राजकारणाचा भाग बनलेला आहे आणि जो कोणता राज्यकर्ता पक्ष असतो तो आपल्या मर्जीतील माणसांना शिक्षकाची नोकरी देणे हा आपला अधिकार मानतो आणि राज्यकर्ता म्हणून धर्मही समजतो. तसेच या शिक्षकांचा घटनेअंतर्गतच एक वेगळा मतदारसंघ ठेवण्यात आलेला आहे. त्यामुळे त्यांच्या व्यवसायात राजकारणाची तरतूद कायद्यानुसार करण्यात आलेली आहे.

प्राथमिक शिक्षणात शिक्षकवर्ग इतका बेजबाबदार आणि बेईमान असल्यामुळे प्राथमिक आणि माध्यमिक शाळांच्या विद्यार्थ्यांच्या दर्जावर गंभीर परिणाम झालेला आहे. काही अभ्यासानुसार फक्त सात टक्के विद्यार्थी आपले स्वत:चे नाव नीट लिहू शकतात. जेव्हा असा बिकट प्रश्न असतो तेव्हा केंद्राने अधिक निधी देणे हे त्यावरील उत्तर नाही. त्यासाठी राज्यसरकारांनी आपल्या शिक्षणव्यवस्थेमध्ये सुधारणा करण्याची गरज आहे. त्यामध्ये विद्यार्थ्यांचे जे पालक आहेत त्यांच्या संघटनांना शिक्षकांना काही शिस्त लावण्याचे अधिकार देता येतील. तसेच गावपातळीवर ग्रामपंचायत किंवा सरपंच यांच्या संमतीने शिक्षकाचा पगार देण्यात यावा, अशाही गोष्टींचा विचार करता येईल. परंतु राज्यसरकारांनी शिक्षणव्यवस्थेमध्ये पक्की शिस्त लावण्याशिवाय आजच्या परिस्थितीत सुधारणा होणार नाही. त्यासाठी राज्यसरकारे निधीशिवाय खोळंबली आहेत, असेही समजण्याची गरज नाही.

हीच तर्कसंगती राज्यसरकारांच्या सार्वजनिक आरोग्य आणि कृषी विस्तार विभागांच्या बाबत लावता येईल. येथेही अधिक निधी म्हणजे अधिक पैशाचा अपव्यय असे म्हणावे लागेल. जेव्हा राज्यसरकारे आपली अंमलबजावणीची यंत्रणा शिस्तीखाली आणू शकतील, तेव्हाच ग्रामीण भागातील गरीब जनतेला काही दिलासा मिळेल. या गोष्टी निधीशिवाय अडून राहिलेल्या आहेत असे नाही.

कृषी हा राज्यसरकारांच्या अखत्यारितील विषय आहे. जेव्हा कधी केंद्रसरकार काही सुचविते तेव्हा राज्यसरकारे त्याला विरोध करतात, असा आजपर्यंतचा अनुभव आहे. पंजाब आणि हरियाना राज्यांत प्रथम हरितक्रांतीला बळ मिळाले कारण तेथील सरकारे त्याविषयी आग्रही होती. त्यानंतर ही हरितक्रांती पश्चिम बंगालमध्ये पसरली परंतु बिहार मात्र मागेच राहिला. त्याचे कारण म्हणजे या दोन राज्यांतील सरकारांची मानसिकता वेगळी होती. म्हणजे राज्यसरकारे निवडून आली तरीही त्यांच्या नेतृत्वामध्ये किती आदर्शवाद आहे आणि किती चारित्र्य आहे, हे प्रश्न महत्त्वाचे ठरतात. जेथे राज्याचे नेतृत्व भ्रष्ट आहे आणि तेथील जनतेचे प्रबोधन झालेले नसल्यामुळे दबाव नाही तेथे फारसे काही घडू शकत नाही, अशा राज्यात केंद्राने अधिक निधी दिला तर त्यातून आणखी भ्रष्टाचार वाढू शकतो.

मागील काही वर्षांत कृषीक्षेत्रामध्ये सार्वजनिक भांडवल गुंतवणूक कमी होत आहे, याची चर्चा चालू आहे. परंपरेनुसार कृषीमधील गुंतवणूक ही मुख्यत: सिंचन-व्यवस्थेमध्ये होती. त्यामध्ये अर्थातच मोठी धरणे आणि पाटाचे मार्ग यांना प्राधान्य होते. परंतु देशात पर्यावरणाचे रक्षण आणि प्रकल्पग्रस्तांना न्याय या दोन विषयांवर जनमत संघटित करण्यात आले आहे आणि त्यांना अगदी सुप्रीम कोर्टापर्यंत सहानुभूती मिळालेली आहे. त्यामुळे सरकारला जरी धरणे बांधायची असली तरीही प्रत्यक्षात ही भांडवल गुंतवणूक करता येईल, अशी शक्यता अगदी कमी आहे. पूरनियंत्रण, दुष्काळी शेतीला पाणीपुरवठा, शहरी आणि ग्रामीण लोकसंख्येला पिण्याचे पाणी, तसेच औद्योगिकीकरणासाठी विजेचे उत्पादन अशा अनेक कारणांसाठी धरणे बांधण्याची गरज आहे. परंतु आजच्या प्रस्थापित लोकशाहीमध्ये आता असे मोठे निर्णय घेणे आणि ते अमलात आणणे या व्यवहारातील गोष्टी राहिलेल्या नाहीत.

या तर्काला धरून शहरांच्या जवळ मोठे विमानतळही बांधता येत नाहीत कारण प्रकल्पग्रस्तांना पुढे करून कोणतेही मोठे प्रकल्प सार्वजनिक क्षेत्रांत राबविणे यापुढे फार कठीण होणार आहे. काही वर्षांपूर्वी कोकण रेल्वे प्रकल्पाच्या वेळी गोव्यामधून लोहमार्ग टाकण्यास विरोध करण्यात आला होता आणि त्यामध्ये चर्चेशी निगडित असलेले धार्मिक नेते पुढाकार घेत होते. अर्थात, ही रेल्वे होऊ नये म्हणून अनेक वर्षे खासगी वाहतूक सेवा चालविणाऱ्यांचा खरा विरोध होता.

जसे आता पर्यावरण, धरणग्रस्त आणि प्रकल्पग्रस्त असे नवीन विरोधाचे विषय पुढे आले आहेत, त्याचबरोबर राज्यसरकारे ही पूर्णपणे वित्तीय संकटांच्या वादळात भरकटत आहेत. पूर्वी जी धरणे बांधली आणि पाटाच्या व्यवस्था निर्माण केल्या त्याची देखभाल आणि दुरुस्तीही आता त्यांना परवडत नाही. त्याचे कारण म्हणजे पाण्यावर जी पाणीपट्टी लावली जाते ती अगदीच नाममात्र आहे आणि त्याची आकारणीही नीट होत नाही. त्यामुळे या पाण्याच्या वापराच्या उत्पन्नातून नैमित्तिक खर्चही भागवता येत नाही आणि त्यातून नवीन गुंतवणूक करण्याचा प्रश्नही संभवत नाही. आज शेतकऱ्यांच्या पाणीवाटप संघटना निर्माण करून त्यांच्यावरच पाण्याच्या वितरणाची जबाबदारी टाकण्याची गरज आहे. अशा संस्था आपल्या शेतकऱ्यांकडून पाण्याच्या वापरासाठी योग्य ते शुल्क गोळा करू शकतील आणि ज्या वितरिका आहेत त्यांची देखभाल करू शकतील. अशा पद्धतीने जेव्हा सिंचनाच्या व्यवस्थापनात स्थित्यंतर होईल त्यावेळी सिंचन विभागाचे पाटकरी या पाणीवाटप संस्थांकडे वळविण्यात आले पाहिजे. परंतु कोणत्याच राज्यात असे काही घडण्याची अजिबात शक्यता नाही.

मुळात ब्रिटिश राजवटीपासून जेव्हा आधुनिक सिंचन व्यवस्था निर्माण झाली, तेव्हापासून सरकारमधील सिंचन विभागाची मक्तेदारी अबाधित राहिलेली आहे. किंबहुना

या विभागात पाटकऱ्यापासून भ्रष्ट व्यवस्था ही नेहमीच एक चर्चेचा विषय बनलेली आहे. आता जर शेतकऱ्यांच्या पाणीवाटप संस्था निर्माण करून सिंचनाच्या वितरणाची आणि खर्चाची जबाबदारी त्यांच्यावर टाकायची असली, तर सरकारी कर्मचाऱ्यांचे महत्त्व कमी होणे अपरिहार्य आहे. परंतु आजच्या लोकशाहीव्यवस्थेमध्ये सरकारी कर्मचारी इतके संघटित आहेत की, त्यांच्या हातातील सत्तेची मक्तेदारी काढून शेतकऱ्यांच्या संघटनांना बळ द्यायचे ही अगदी टोकाची शक्यता आहे. मागील काही वर्षांत जागतिक बँकेसारख्या परदेशी मदत देणाऱ्या संस्थांनी हा आग्रह धरल्यामुळे अत्यंत नाईलाजाने आणि अनिच्छेने राज्यसरकारांनी अशा शेतकऱ्यांच्या संघटना निर्माण करण्याला मंजुरी दिली आहे. परंतु या विषयात मागील पंधरा वर्षे ज्या गतीने प्रगती होत आहे, त्यावरून येत्या अनेक वर्षांत त्यात काही भरीव घडेल याची शक्यता नाही. देशात हे जे पूर्णपणे नकारात्मक वातावरण आहे त्याची तुलना मेक्सिको आणि टर्की या देशांबरोबर करता येईल. या देशात पाणीवाटपाची संपूर्ण जबाबदारी शेतकऱ्यांच्या संघटनांवर सोपविण्यात आली आहे.

या बरोबरच कृषिप्रकिया आणि शीतगृहे यांची कशी गरज आहे, यावर बरीच चर्चा होत असते. त्यामुळे कृषिमालाचे नासण्याचे आणि वाया जाण्याचे प्रमाण खूप कमी करता येईल. परंतु जर शीतगृहांची मालिका उभारायची असली तर विजेचा पुरवठा भरवशाचा असावा लागतो आणि या एका विषयात तर सर्व राज्यसरकारांनी स्पर्धा करून आपल्या विजेच्या व्यवस्था पूर्णपणे दिवाळखोर बनविल्या आहेत. आश्चर्य म्हणजे नुकत्याच ज्या सार्वत्रिक निवडणुका झाल्या त्याचा काही राज्यांच्या मुख्यमंत्र्यांनी असा अर्थ लावला आहे की, वीज फुकट द्यावी असा बहुमताचा कल आहे. आंध्र प्रदेश आणि तामिळनाडू राज्यांनी शेतकऱ्यांना फुकट वीज देण्याचा निर्णय जाहीर केला. जर अशा प्रकारची सार्वत्रिक भूमिका सगळ्याच राजकारण्यांची असेल, तर कोणत्याही केंद्रसरकारने कितीही अधिक निधी दिला तरीही शीतगृहांची मालिका काही उभी राहणार नाही.

आज केंद्रसरकार अशा मोक्याच्या वेळी अडचणींना तोंड देणार आहे. केंद्रसरकारने ग्रामीण भागाला, कृषिक्षेत्राला आणि गरिबाला अधिक मदत करावी, असा जनमताचा दबाव आहे. तसेच महाराष्ट्रासारख्या राज्यात लवकरच निवडणुकाही होणार आहेत. त्यामुळे शेतकऱ्याला कर्जे द्यावी, मागची कर्जे माफ करावी, निदान कर्जावरील व्याज सरकारने भरावे, अशा प्रकारच्या मागण्यांचा ओघ सुरू झालेला आहे.

महाराष्ट्रामध्ये उसाची शेती आणि सहकारी साखर कारखाने हेही संकटात आलेले आहेत आणि त्यामुळे या राज्यासाठी काही वेगळे मदतीचे पॅकेज जाहीर करायचे आग्रह होत आहेत. एकदा महाराष्ट्रासाठी वेगळे केले की, मग पश्चिम बंगाल, तामिळनाडू अशीही राज्ये विशेष पॅकेजची मागणी करू लागतील. सध्याचे

केंद्रसरकार चालविण्यात नेमकी ही राज्यसरकारे महत्त्वाची भूमिका बजावत असल्यामुळे केंद्रसरकार वेळोवेळी कसे खिंडीत सापडेल याची ही उदाहरणे आहेत.

वास्तविक पाहता केरळ सरकारने आणि श्रीलंकेने कोणतीही फार मोठी केंद्राची मदत घेऊन काही शंभर टक्के साक्षरता गाठली नाही. त्यासाठी निधीपेक्षा त्यांच्या राजकीय नेतृत्वाने अधिक निर्धार दाखविला. महाराष्ट्रातही पूर्वी रोजगार हमी योजना राबविण्यात आली आणि मध्य प्रदेशमध्ये शिक्षण हमी योजना राबविण्यात आली. यासाठी कोणताच मोठा निधी केंद्र सरकारने दिलेला नव्हता. केंद्र सरकारचाच निधी नव्हे, तर जागतिक बँक आणि इतर संस्थाही राज्यांना मदत करतात. परंतु काही वेळा राज्यांनी त्यांनाही चकविलेले आहे. आंध्र सरकारने वीज उत्पादन आणि वितरण यांची पूर्ण नवीन मांडणी करू, असे सांगून जागतिक बँकेकडून मोठे कर्ज घेतले आणि नंतर शेतकऱ्यांना फुकट वीज देऊ, असे मान्य केले. अशाप्रकारे ग्रामीण भागात आणि कृषीक्षेत्रात सार्वजनिक भांडवल गुंतवणूक करणे शहाणपणाचे होणार नाही. शिवाय ते परवडणारही नाही.

■

# १.२१ गुजरातचा विकास

गुजरात राज्याचा आर्थिक विकास हा एक वेगळा अनुभव आहे. देशाने नव्वदीच्या सुरुवातीला उदारीकरण स्वीकारल्यावर जी वेगवेगळ्या राज्यांत प्रगती झाली त्यात गुजरातचा क्रमांक अगदी वरचा आहे. या तुलनेत गोवा अगर पाँडिचरी अशा लहान राज्यांचा विचार केलेला नाही. अहलुवालिया (२०००) यांच्या आकडेवारीनुसार १९९१ ते १९९८ या काळात राज्याचा विकासाचा दर सरासरी ७.७७ टक्के होता. देशात तो सर्वांत अधिक होता. अर्थात, जी वेगाने वाढणारी राज्ये होती त्यात नेहमीच गुजरातचा समावेश होता असे म्हणता येणार नाही. ऐंशीच्या दशकात येथे सरासरी वार्षिक वाढीचा दर फक्त ५.०८ टक्के होता. हा आकडा देशाच्या सरासरी दरापेक्षा (५.४७ टक्के) कमी होता. मग नंतरच्या पंधरा वर्षांत येथे जो वेगाने आर्थिक विकास झाला त्याची कारणे कोणती होती?

देशात स्वातंत्र्यानंतरच्या पहिल्या चाळीस वर्षांत केंद्रीय नियोजनाचा अधिकृत मार्ग होता आणि त्यात समाजवादाचा उदोउदो होत असे. परंतु त्या काळातही गुजरात राज्यात उद्योग आणि व्यापारात खासगी क्षेत्राला उठाव होता. नंतर १९९१ पासून उदारीकरणाच्या वाटेवर या राज्यातील सरकारने अधिकाधिक खासगी क्षेत्रातून आपल्याकडे गुंतवणूक व्हावी, अशी धोरणे आणि संस्था उभारल्या आहेत. बिबेक देब्रॉय आणि लवीश भंडारी या दोन अर्थतज्ज्ञांनी २००४ मध्ये एक इंडेक्स ऑफ इकॉनॉमिक फ्रीडम असा निर्देशांक तयार केलेला होता आणि त्यातून वेगवेगळ्या राज्यांत किती प्रमाणात आर्थिक स्वातंत्र्य आहे याचे मोजमाप होते. देशातील सगळ्या राज्यांत गुजरातचा क्रमांक प्रथम आहे.

याशिवाय गुजरातने आणखीही काही अप्रुप करून दाखविलेले आहे. या राज्याने बंदरांच्या विकासाचा एक ठोस कार्यक्रम हाती घेतला आहे आणि त्यातून आर्थिक वाढीला प्रोत्साहन दिले आहे. उदारीकरणाच्या मार्गावर राज्यांना जे स्वातंत्र्य मिळाले आहे त्याचा गुजरातने मोठा फायदा घेतला आहे आणि विकासाच्या नव्या संधीही शोधल्या आहेत. ज्या इतर काही राज्यांना समुद्रकिनारा आहे त्यांनी गुजरातच्या अनुभवातून बरेचसे शिकण्यासारखे आहे.

देशामध्ये नव्वदीच्या अगोदर सरकारचा सगळा भर आत्मनिर्भरता आणि स्वावलंबन यावर होता. जेव्हा स्वातंत्र्य मिळाले तेव्हा देशाचा जगाच्या व्यापारातील वाटा २.२ टक्के होता. तो नंतर स्वयंपूर्णतेच्या धोरणामुळे ऐंशीच्या मध्याला ०.४ टक्के इतका खाली आला. राज्यकर्त्यांना आपल्या कर्तृत्वातून हे आपण काही वेगळे साध्य केले आहे असे वाटत होते. त्यांना यात काही विपरीत दिसले नाही. राज्यकर्त्यांची मूळ मानसिकता समाजवादावर आधारलेल्या नियोजनाशी निगडित असल्यामुळे ही अशी समजूत स्वाभाविक असावी. साहजिकच जर सगळ्या विकासाचा भर स्वयंपूर्णता आणि स्वावलंबन यावरच असला, तर जगाशी व्यापाराची देवाणघेवाण फारशी महत्त्वाची नव्हती. त्याचा परिणाम म्हणून बहुदा बंदरविकास हा एकदम दुर्लक्षित विषय राहिला.

या विचारांच्या पार्श्वभूमीवर गुजरातने मात्र उलटी दिशा पकडली. या राज्यात प्रथम बंदरविकास विभाग हा सार्वजनिक बांधकाम विभागाअंतर्गत (पीडब्ल्यूडी) होता. नंतर या विषयाचे महत्त्व वाढविण्यात आले आणि १९८२ मध्ये गुजरात मॅरिटाईम बोर्ड (जीएमबी) अशी एक स्वायत्त संस्था निर्माण करण्यात आली. या जीएमबीच्या माध्यमातून सरकारने अनेक नवीन बंदरांचा विकास कार्यक्रम हाती घेतला. शिवाय त्याला जोडून जे रस्ते आणि रेल्वे यांची गरज आहे त्यांचाही अंतर्भाव केला. सरकारने खासगीकरणाचे वेगवेगळे प्रयोगही केले. उदाहरणार्थ, बोटींवर मालाची चढ-उतार करणे आणि बंदराशी निगडित असलेल्या सेवा पुरविणे यांचे खासगीकरण करण्यात आले. त्यातूनच खासगी क्षेत्राबरोबर काही एकत्र गुंतवणूकही करण्यात आली. बंदराचा विकास आणि व्यवस्थापन हे पूर्णपणे खासगी करण्यात आले.

ऐंशीच्या दशकात जी वाट पाहावी लागली त्यातून लक्षणीय बदल घडून आले नाहीत. परंतु १९९१ नंतरच्या उदारीकरणाच्या नव्या टप्प्यातून घडून आलेले परिवर्तन नजरेत भरणारे आहे. यामध्ये गुजरात सरकारने बंदरविकासाला प्राधान्य दिले आणि त्यातून वेगाने विकास करून देणारे राज्य म्हणून नाव मिळविले. क्रिसील ही मूल्यांकन करणारी नामांकित संस्था आहे. तिच्या अभ्यासानुसार गुजरात राज्याच्या बंदरामधून जी मालाची उलाढाल होते त्यातील ७० टक्के वाटा राज्यांअंतर्गतच्या विकासासाठीच वापरला जातो. फक्त उरलेली ३० टक्के मालाची आवक ही उत्तरेकडील राज्यांकडे पोहोचविली जाते. याचा एक अर्थ म्हणजे या राज्यातील बंदरे ही काही फक्त माल उतरून घेऊन उत्तरेकडे पाठविण्यासाठी नाहीत. या बंदरातून येणारा आणि जाणारा माल हा गुजरात राज्याच्या विकासामध्येच वापरला जातो. म्हणजे गुजरातच्या औद्योगिकीकरणाला त्यातून गती येते.

देशाच्या संविधानानुसार जी प्रमुख बंदरे आहेत त्यावर केंद्रसरकारचा ताबा

असतो आणि जी लहान बंदरे आहेत ती राज्यसरकारांची जबाबदारी असते. परंतु लहान बंदरे म्हणजे काय याची व्याख्याच देण्यात आलेली नाही. गुजरात राज्याने या संदेहाचा फायदा घेऊन अशी लहान बंदरे निर्माण केली आहेत जी सध्याच्या मोठ्या बंदरांपेक्षाही वाढतील. सध्या जर टनभार (टनेज) हा निकष घेतला, तर कच्छच्या आखातामधले सिक्का हे सगळ्यांत मोठे बंदर आहे. येथे रिलायन्स या खासगी कंपनीचा लहान धक्का (जेट्टी) आहे. येथे आता रिलायन्स कंपनी खास आर्थिक क्षेत्र (स्पेशल इकॉनॉमिक झोन) उभारत आहे आणि त्यातून या बंदराची क्षमता दुप्पट होणार आहे.

गुजरात राज्य आणि देशातील लहान बंदरे यांची आकडेवारी बघण्यासारखी आहे. सन २००१ मध्ये देशातील सगळ्या लहान बंदरांतून एकूण १०.८ कोटी (१०८मिलियन) टन मालाची उलाढाल झाली आणि त्यात गुजरातच्या लहान बंदरांचा वाटा ७.१ कोटी (७१ मिलियन) टन होता. यावरून इतर सर्व राज्यांपेक्षा गुजरातने बंदरविकासाला कोणते प्राधान्य दिले आहे हे उघड होते. साहजिकच याचा संबंध गुजरातमध्ये जो वेगाने विकास होत आहे त्याच्याशी आहे.

गुजरात मॅरिटाईम बोर्डाने बंदरविकासाची पायाभरणी ऐंशीच्या दशकातच सुरू केली. नंतर नव्वदीच्या दशकात सरकारने मोठ्या कंपन्यांना त्यांच्या खासगी वापरासाठी मालाच्या चढ-उतारासाठी लहान धक्के बांधण्यास प्रोत्साहन दिले. यात रिलायन्स, इसार ऑईल अशी मोठी नावे आहेत. नंतर १९९५ मध्ये सरकारने बंदरांच्या विकासाबाबतची एक अधिकृत भूमिका जाहीर केली. त्यानुसार सरकार खासगी क्षेत्राच्या सहकार्याने दहा नवीन बंदरविकासाचे प्रकल्प हाती घेणार होते. या उपक्रमातूनच मुंद्रा, दहेज हाजिरा, पिपवाव असे प्रकल्प मार्गी लागले. क्रिसील संस्थेच्या अभ्यासानुसार २०२० सालाच्या सुमारास सिक्का बंदरातून १२.७ कोटी (१२७ मिलियन टन), मुंद्रा बंदरातून ९ कोटी ७८ लाख (९७.८ मिलियन टन), हाजिरा बंदरातून ७.४ कोटी (७४ मिलियन टन) आणि पिपवाव बंदरातून ४.५२ कोटी (४५.२ मिलियन टन) मालाची उलाढाल होणार आहे. सध्या देशामध्ये जे सगळ्यांत मोठे विशाखापट्टणम् हे प्रमुख बंदर आहे त्यातून २००४-०५ सालात फक्त ५ कोटी (५० मिलियन टना) ची उलाढाल झाली.

जेव्हा बंदरांच्या विकासाचा विचार होतो तेव्हा त्याबरोबरच रस्ते आणि रेल्वे यांचे जाळेही उभे करावे लागते. गुजरात सरकारने या सर्वच विषयांत नवीन प्रयोग केले. त्यासाठी केंद्रसरकारच्या रेल्वे विभागाबरोबर सहकार्य करून काही खास विशिष्ट पर्यायांचा (स्पेशल पर्पज व्हेइकल) विचार केला. यात रेल्वे, राज्यसरकार आणि बंदरांच्या विकासात निधी घालणारे गुंतवणूकदार यांना एकत्र आणून रुंदमापी (ब्रॉडगेज) रेल्वेमार्गांची उभारणी करण्याचे प्रस्तावित होते. यातूनच मुंद्रा आणि

पिपवाव या नवीन बंदरांना जोडणारे रेल्वेमार्ग बांधण्यात आले. तसेच दिल्ली आणि मुंबई यांना जोडणाऱ्या रेल्वेमार्गाशी जुळवून घेण्यात आले आहेत. अशा पद्धतीने सगळीच बंदरे रस्ते आणि रेल्वे यांच्या जाळ्यात आणली जाणार आहेत. यामुळे जो मुंबईकडे जाणारी आणि तेथून येणारी मालाची जी आवक-जावक आहे तीसुद्धा गुजरातला आपल्याकडे वळवून घेता येईल. अशा पद्धतीने वाढणारी मालाची वाहतूक आणि उलाढाल गुजरातमध्ये करता आली, तर त्यातून याच्याशी निगडित काही प्रक्रिया उद्योग पुढे येतील. अशा विविध मार्गांनी गुजरात सरकार आपल्या राज्याच्या उत्पन्नात किमान दहा टक्के मूल्य वृद्धी करून घेईल.

गुजरात राज्याला १६०० किमी. लांबीचा समुद्रकिनारा आहे यात काही ठिकाणी समुद्राला खूप खोली आहे आणि विशेष म्हणजे कच्छच्या आखातात हा किनारा मोसमी पावसापासून मुक्त आहे. शिवाय पर्शियन गल्फपासून हे अंतर सर्वांत कमी आहे. जे पश्चिमेचे समुद्रकिनारे आहेत त्याच्या अंतर्भागात खनिज तेलाचे आणि वायूचे मोठे साठे आहेत, त्यामुळे येत्या काळात गुजरातच्या बंदरांचे मोक्याचे स्थान आहे. आतापर्यंत सरकारने हे सगळे फायदे डोळ्यांपुढे ठेवून राज्याच्या नियोजनाचा ढाचा बदलला आहे आणि परदेश व्यापाराशी निगडित असलेले अर्थव्यवस्थेचे फायदे मिळविण्याचे धोरण अनुसरले आहे. याचे उदाहरण म्हणजे आयात केलेल्या आणि राज्यात असलेल्या तेल आणि वायूवर आधारलेले प्रमुख औद्योगिक प्रकल्प उभारण्यात आलेले आहेत. याची उदाहरणे म्हणजे रिलायन्सचा जामनगर येथील तेलाचा प्रक्रिया उद्योग, इसार कंपनीचा तेलाचा उद्योग, कोयाली येथील इंडियन ऑईलची रिफायनरी, दहेज येथील एलएनजीचे टर्मिनल आणि हाजिरा येथील उद्योग. यात इसार कंपनीचा पोलाद कारखाना आहे आणि रिलायन्स कंपनीचा पेट्रो केमिकल उद्योग येतो. याशिवाय या परिसरात अनेक खतांचे, रासायनिक आणि औषधी कंपन्यांचे कारखाने उभारण्यात आलेले आहेत.

गुजरातमध्ये जशी नव्याने बंदरे विकसित करण्यात आली त्याबरोबरच तेथे अनेक उद्योग सुरू करण्यात आलेले आहेत. मुंद्रा बंदराच्या जवळ अंजार येथे पाच नळ उत्पादक कंपन्यांनी एक हब (केंद्र) निर्माण केलेले आहे. जगातील काही मोठ्या केंद्रांपैकी हे स्थान आहे. या पाईप कंपन्या आता पोलाद कारखान्यांची आपली उत्पादने जोडून घेत आहेत. हे पोलाद कारखाने बाहेरून कच्चे लोखंड आणि कोळसा आयात करतात आणि त्यांना नळ कंपन्यांची मदत लागते. सिमेंटचे कारखानेही उभे राहत आहेत आणि त्यासाठी स्थानिक चुनखडीची साधने उत्पादनात वापरण्यासाठी कोळशाची आयातही होत आहे. मुंद्रा आणि सिक्का या बंदरांच्या ठिकाणी खास आर्थिक क्षेत्रे (एसइझेड) उभी करण्यात येत आहेत. यातून देशातील आणि परदेशांतील मोठ्या प्रमाणावर भांडवलाची आवक आणि गुंतवणूक होणार आहे. यापैकी अलंग

हे एक असे समुद्रकिनाऱ्यावरील क्षेत्र आहे जेथे जहाजांची मोडतोड करण्याचा उद्योग स्थिरावलेला आहे. या कामात जगात अलंगचा प्रथम क्रमांक आहे. मागील काही वर्षांत बांगलादेशमध्ये याला स्पर्धा करणारा उद्योग हळूहळू विकसित होत आहे. अडानी उद्योग यांचे निर्यात व्यापारात मोठे स्थान आहे आणि ते मुंद्रा येथे जहाजे बांधण्याचा कारखाना उभारत आहे. एबीजी अशी आणखी एक नामांकित कंपनी आहे जे दहेज येथे असा कारखाना उभारत आहे.

याशिवाय बंदरांच्या माध्यमातून ऊर्जेचा विकास करण्याचा एक उपक्रम सुरू आहे. मुंद्रा बंदरात संपूर्ण देशामध्ये सगळ्यांत वेगाने कोळसा हाताळला जातो. हा वेग आहे ताशी ३५०० टनांचा. येथे एक ६०० मेगावॅटचे विजेचे उत्पादन केले जाते. शिवाय याच जागी एक ४००० मेगावॅटचे महाकाय औष्णिक वीज उत्पादन केंद्र प्रस्तावित आहे.

याशिवाय गुजरातमध्ये आणखी काही नवी बंदरे विकसित करण्यात येणार आहेत. काही नवीन बंदरे बांधली गेली आहेत. यातील काही बंदरांमध्ये काही विशिष्ट मालाची उलाढाल डोळ्यांपुढे ठेवून बांधकाम होत आहे. उदाहरण म्हणजे कृषिमाल आणि कपडमालाची निर्यात. अशा काही ठोस मालाच्या उलाढाली डोळ्यांपुढे ठेवून यातील काही बंदरे निर्माण होतील. अर्थात, अनेक बंदरांमध्ये सरसकट कंटेनरमधून मालाची उलाढाल करण्यासाठी मालधक्के बांधण्यात येतीलच. या सगळ्या बंदरांच्या विकासातून मुंबई आणि नाव्हाशेवा या मोठ्या बंदरांमध्ये जी मालाची आवक-जावक होते त्याला स्पर्धा निर्माण होणार आहे.

या अनेक प्रकारच्या शक्यता येत्या काळात तपासल्या जाणार आहेत. आश्चर्य म्हणजे जे गुजरात सरकार योजत आहे तेच दक्षिणेतील इतर राज्यांनाही सुचायला हरकत नव्हती. विशेषत: मुंबई आणि नाव्हाशेवा या बंदरांच्या बरोबरच महाराष्ट्रातही कोकणपट्टीवर खूप मोठा किनारा आहे आणि यावर अनेक बंदरे विकसित होऊ शकतात. मुळात कोकण विभागातच मागसलेपणाची भावना आहे आणि राज्यकर्त्यांना, कोकण विकासाचा प्रश्न तातडीचाच आहे, मागच्या दीर्घकाळात कोकण विकासासाठी रेल्वेची गरज आहे असे मानण्यात येत होते आणि त्याप्रमाणे अनेक संघर्षातून कोकण रेल्वेची उभारणीही झाली. याबरोबरच आता जर कोकणामधील लहान बंदरे विकसित झाली, तर गुजरातप्रमाणेच महाराष्ट्राला विकासाचा एक नवा मार्ग शोधता येईल. महाराष्ट्र राज्यात पश्चिम महाराष्ट्रात तुलनेने अधिक विकास झालेला आहे आणि कोकण, मराठवाडा व विदर्भ हे काही प्रमाणात मागासलेले विभाग राहिलेले आहेत. यांच्यासाठी राज्यपालांच्या अध्यक्षतेखाली वैधानिक विकास मंडळेही गेली दहा वर्षे काम करत आहेत आणि त्यातूनही मागासलेपणाचा प्रश्न सुटलेला नाही आणि अनुशेषही संपलेला नाही. महाराष्ट्र राज्याची निर्मिती ४८ वर्षांपूर्वी झाली

आणि आश्चर्य म्हणजे आजही राज्यातील सगळ्या विभागांचे मनोमिलन झालेले नाही. अशा राजकीय संदर्भाचा वारसा लक्षात घेता महाराष्ट्राला गुजरात राज्याने विकासाचा नवीन मार्ग कसा शोधला आहे, याचा विचार करायला हरकत नाही. यातूनच नवीन विशेष आर्थिक क्षेत्रे (स्पेशल इकॉनॉमिक झोन्स) आणि लहान बंदरांचा विकास असे उपक्रम एकत्रित करता येतील.

■

# १.२२ बिहारचा विकास

जगात बहुतांशी देशांनी जागतिकीकरण स्वीकारले आहे आणि भारत त्याला अपवाद नाही. आपण येथे गेली सोळा वर्षे आर्थिक सुधारणा कार्यक्रम राबवत आहोत आणि त्यातून देशाने बरेच काही मिळविले आहे. या यशाची बेरीज मोठी असली तरीही याचे टीकाकारही अनेक आहेत. ते फार बोलके असल्यामुळे अनेकदा ते सार्वजनिक चर्चेमध्ये सरस ठरतात आणि जनमताची दिशाभूल करण्यात यशस्वी ठरतात. यापैकी एक मुद्दा म्हणजे देशात गेल्या दोन दशकांत वेगाने आर्थिक वाढ झाली असली तरीही ती असमान आहे. म्हणजे या वाढीतून फक्त काही थोड्या नशीबवान राज्यांचाच फायदा झालेला आहे. शिवाय जी राज्ये सगळ्यांत मागासलेली आहेत त्यांच्याकडे दुर्लक्ष झालेले आहे. त्यामुळे गरीब राज्ये अधिक गरीब झाली. यावरून टीकाकारांचा निष्कर्ष म्हणजे देशात श्रीमंत अधिक श्रीमंत होत आहेत आणि गरीब अधिक गरीब होत आहेत. जागतिकीकरणातून हे असे घडणारच होते आणि त्याचा आता आपण प्रत्यक्ष अनुभव घेत आहोत.

ही काही फक्त डाव्या पक्षांची आणि विचारवंतांची रड नाही. काही सुधारणावादी अभ्यासकही यात सूर मिसळतात. यापैकी एक म्हणजे लॉर्ड मेघनाद देसाई. परंतु बिहार अजूनही मागासलेला आहे. देशातील अनेक विद्वान मंडळींमध्ये आणि प्रसारमाध्यमांमध्ये अशा प्रकारचा एक समज दूरवर पसरलेला आहे. यात तथ्य किती आहे?

सेंट्रल स्टॅटिस्टिकल ऑर्‌गनायझेशन (सीएसओ) ही सरकारची अधिकृत संख्याशास्त्रीय संस्था आहे. सीएसओने वेगवेगळ्या राज्यांवर तुलनात्मक आकडेवारी दिलेली आहे. त्यासाठी १९८०-८१ ते १९९०-९१ हा एक कालखंड आणि १९९३-९४ ते २००४-०५ हा दुसरा कालखंड तुलनेसाठी घेतलेला आहे. यात एकुणात चौदा प्रमुख राज्ये विचारात घेतली आहेत. यावरून बिहार सर्व राज्यांमध्ये अगदी शेवटच्या स्थानावर आहे हे जरूर दिसते. परंतु तेथे ऐंशीच्या दशकात म्हणजे पहिल्या कालखंडात ठोस राज्य उत्पन्नात (ग्रॉस स्टेट डोमेस्टिक प्रॉडक्ट) सरासरी वार्षिक वाढीचा दर ४.६६ टक्के होता आणि नंतरच्या नव्वदीच्या मध्यापासून दुसऱ्या

कालखंडात हा सरासरी दर ४.८९ टक्के होता. याच काळात देशाचा सरासरी दर अनुक्रमे ५.४७ टक्के आणि ६.३२ टक्के इतका होता. या दुसऱ्या १९९३-९४ ते २००४-०५ या काळात लालूप्रसाद यादव यांचे प्रस्थ आणि सत्ता बिहारमध्ये होती.

आकड्यांवरून तरी बिहार राज्यात सुधारणांची गती अगदी मंद होती असे दिसते. परंतु लालूप्रसाद यांच्या नेतृत्वाखाली बिहारमध्ये सरासरी ४.८९ टक्क्यांनी झालेली वाढ ही काही क्षुल्लक समजता येणार नाही. भारताच्या नियोजनाच्या ऐन बहरामध्ये पंडित नेहरू आणि इंदिरा गांधी यांचे समर्थ नेतृत्व होते आणि तेव्हाही देशाचा आर्थिक वाढीचा दर ३.५ टक्के होता. परंतु नेहरूंच्या मुळे देश मागासलेला राहिला, असे कोणी म्हणाले नाही. किंवा भारताची शून्य टक्क्यांनी वाढ झाली आणि त्याला नेहरू-गांधींचे नेतृत्व कारणीभूत होते, अशीही कोणी टीका केली नाही. देशातील डावे पक्ष आणि विचारवंत उलट त्या काळात समाजवादाचा प्रभाव चैतन्याने सळसळत होता, असे नेहमी सांगत असतात. थोडा अधिक समतोल न्याय लावायचा म्हटला तर लालूप्रसाद यांच्या नेतृत्वाखाली बिहारचा विकास पंडित नेहरूंच्या काळातील भारतापेक्षा अधिक वेगाने झाला असे म्हणावे लागेल.

केवळ आकड्यांचा विचार केला तर बिहारमध्ये होणारी आर्थिक वाढ पंजाबपेक्षा अधिक आहे. पंजाब हे देशातील सगळ्यात श्रीमंत आणि विकसित राज्य समजण्यात येत होते. परंतु सीएसओच्या आकडेवारीनुसार नव्वदीच्या मध्यापासूनच्या दशकात पंजाबमध्ये सरासरी वार्षिक वाढ फक्त ४.३९ टक्क्यांनी झाली. या तुलनेने इतर काही मागासलेल्या राज्यातही वाढीचा दर अधिक होता. ओरिसामध्ये ४.८६ टक्के आणि मध्य प्रदेशमध्ये ४.५५ टक्के असा वाढीचा दर होता. याचा एक अर्थ उघड आहे. जागतिकीकरण आले आणि आर्थिक सुधारणा आपण राबविल्या, त्यामुळे श्रीमंत अधिक श्रीमंत झाले असे म्हणता येत नाही. तसेच गरीब अधिक गरीब झाले असेही दिसत नाही. ज्या राज्यांमध्ये संपर्कयंत्रणा अधिक आहे त्यांचा आर्थिक विकास वेगाने झालेला दिसत आहे. त्यामुळे जगाचा विचार केला आणि भारताचा नियोजनातील पहिल्या तीन दशकांचा विचार केला तरीही सगळ्यांत मागासलेल्या राज्यांनी बऱ्यापैकी वेगाने विकास करून दाखविला आहे, असे मान्य करावे लागेल. अगदी बिहार, ओरिसा आणि मध्य प्रदेश या सगळ्यांत मागासलेल्या राज्यांमध्येही वार्षिक वाढीचा दर हा सुमारे पाच टक्क्यांपर्यंत पोहोचला याचे एक अप्रुप आहे हे मान्य केले पाहिजे.

आर्थिक वाढीच्या दराशिवाय इतरही काही परिमाणे महत्त्वाची आहेत. उदाहरणार्थ, साक्षरतेचा प्रसार. देशाच्या तुलनेने बिहारमध्ये सगळ्यांत कमी साक्षरतेचा दर आहे. नव्वदीच्या दशकात देशामध्ये साक्षरता सुमारे २३ टक्क्यांनी वाढली आणि या काळात बिहारमध्ये ही सुधारणा २७ टक्क्यांनी झाली. याचा अर्थ बिहारमध्ये नव्वदीच्या दशकात काहीच घडले नाही किंवा तेथे मागासलेपणा वाढला असे म्हणणे

अन्यायाचे होईल.

आणखी काही विकासाची अंगे लक्षात घेता येतील. यांचा एकूण विचार केला तर देशातील सरासरीपेक्षा बिहारमध्ये अधिक भरीव प्रमाणात विकास झालेला आहे असा निष्कर्ष निघतो. या राज्यात २००२ सालात बालमृत्यू दर सरासरी हजारामध्ये ६१ होता. देशाचा हा सरासरी दर हजारामागे ६३ होता. तसेच हरियाणा आणि आंध्रप्रदेश या तुलनेने विकसित असलेल्या राज्यांमध्येही हा सरासरी दर दर हजारामागे ६२ होता. बिहारमध्ये पुरुषांचे आयुर्मान सरासरी ६५.६६ वर्षे आहे आणि हा आकडा देशाच्या सरासरी ६३.८७ वर्षापेक्षा अधिक आहे. या आकड्यांबाबत एक आक्षेप घेतला जाईल आणि तो म्हणजे बिहार राज्यातील प्रशासनाचा दर्जा कमी आहे आणि त्यामुळे या आकड्यांवरही किती विश्वास ठेवायचा हाही एक प्रश्न आहे. परंतु आकडेवारी किती अचूक आहे हा प्रश्न बाजूला ठेवला तरीही बिहारमध्ये लालू प्रसाद यांच्या नेतृत्वाखाली कोणताच विकास झाला नाही ही एक अतिशयोक्ती ठरेल.

यावरून लालूप्रसाद यांची प्रतिमा देशामध्ये इतकी का खराब आहे, असा कोणीही प्रश्न विचारेल. याची कारणे त्यांच्या नेतृत्वाच्या शैलीशी निगडित आहेत. आपण देशामध्ये एक वादाचा मोठा विषय आहे हेच मुळात त्यांना आवडत असावे. प्रसारमाध्यमे आणि बुद्धिवादीवर्ग यांच्या प्रतिक्रिया अगदी तीव्र आणि टोकाच्या आहेत. लालूप्रसाद यांनी पंधरा वर्षे मुख्यमंत्री म्हणून सत्ता राबविली आणि या काळात त्यांनी आपल्याला सामाजिक न्याय आणि समता राज्यात आणायची आहे, हेच आपले मुख्य ध्येय मानले. विशेषत: मागासवर्गीयांना न्याय आणि प्रतिष्ठा देणे याला त्यांनी प्राधान्य दिले. त्यांच्या लेखी आर्थिकविकास याला फारसे महत्त्व नव्हते. साहजिकच त्यांनी सार्वजनिक गुंतवणूक वाढावी, याकडे काही लक्ष दिले नाही. त्यापेक्षा समाजातील मागासवर्गीयांना आत्मसन्मान आणि प्रतिष्ठा मिळवून देणे याचे मूल्य त्यांनी अधिक मानले. त्यातील मुसलमान समुदायाला संरक्षण देण्याचा त्यांनी जाणीवपूर्वक प्रयत्न केला. यात ते नक्कीच यशस्वी झाले असे म्हणावे लागेल कारण त्यांनी सलग तीन निवडणुकांमध्ये भरघोस यश मिळविले. बिहारमध्ये लालूप्रसाद येण्यापूर्वीही गुन्हेगारी हा एक सगळ्यांत मोठा सामाजिक व्यवहार होता. त्यामुळे लालूप्रसाद यांच्या राजवटीत कायदा आणि सुव्यवस्था रसातळाला गेली आणि गुन्हेगारांना नवी प्रतिष्ठा मिळाली यात तेथील जनतेला फारसा फरक वाटला नाही. किंबहुना समाजातील तळागाळातले वर्ग सत्तास्थानावर आले आणि त्याचबरोबर त्यातील गुन्हेगारही प्रतिष्ठित झाले, हे सत्ताबदलाशी सुसंगतच आहे, असे जनतेने मानले. अर्थातच, बिहार सोडून उरलेल्या देशामध्ये कोणत्याही विवेकी लोकमताला हे आक्षेपार्ह वाटणे स्वाभाविक आहे. त्यामुळेच लालूप्रसाद यांचे नेतृत्व देशाने निंदनीय मानले.

बिहारमध्ये अगदी लालूप्रसादांच्या राजवटीतही विकासाचा वार्षिक वाढीचा दर जवळपास पाच टक्क्यांपर्यंत पोहोचला याची काही कारणे सांगता येतील. बिहारमधून प्रौढ मनुष्यबळाने इतर राज्यांत मोठ्या संख्येने रोजगार शोधला आहे. हे मजूर आपल्या कुटुंबियांना आपल्या मजुरीतील उत्पन्नाचा काही वाटा परत पाठवितात आणि त्याचबरोबर काही कौशल्ये घेऊन येतात. ज्यांनी बाहेर उत्पन्न मिळविले ते आपली बचत देशातील इतर भागात करतात आणि गुंतवणूकही बाहेरच करतात. याचे कारण बहुदा बिहारमध्ये त्यांच्या गुंतवणुकीवर त्यांना पुरेसा परतावा मिळणार नाही हे उघड आहे. बिहारमध्ये शासनव्यवस्था कोलमडून पडली, त्याचबरोबर शिक्षणही रसातळाला गेले. परंतु बिहारमधील जनतेने आपली मुले इतर राज्यांत पाठविली आणि काही प्रमाणात आपली शिक्षणाची भूक भागविली. याचा अर्थ अनेक रास्त आणि चुकीच्या कारणांसाठी लालूप्रसाद यांना यश मिळाले. याची कारणे मात्र त्यांच्या नेतृत्वाशी निगडित नव्हती. तेथे आर्थिक वाढ फार वेगाने झाली असे नाही; परंतु वाढ जरूर झाली. त्यातील वैशिष्ट्य म्हणजे समाजातील मागासलेले आणि दुबळे वर्ग सत्तेच्या स्पर्धेमध्ये सरस ठरले. त्यामुळे त्यांनी आर्थिक फायद्यातही आपला वाटा वाढविला.

देशाच्या आर्थिक विकासात अपयश कशात आले याची चर्चा करताना बिहारबरोबरच उत्तर प्रदेश, ओरिसा, मध्य प्रदेश आणि राजस्थान यांचीही चर्चा होते. हा मुख्यत: देशातील हिंदी भाषिकांचा भाग आहे. या राज्यांची विकासाची आर्थिक आकडेवारी पाहिली, तर १९८० पासून मागील सुमारे पंचवीस वर्षांत या राज्यांमध्येही विकासाचा वार्षिक सरासरी दर हा चार ते पाच टक्क्यांच्या दरम्यान आहे. याचा अर्थ नेहरू आणि इंदिरा गांधी यांच्या काळातील नियोजनाच्या पहिल्या तीस वर्षांत जो सरासरी साडेतीन टक्क्यांचा दर होता त्यापेक्षा या अगदी मागासलेल्या राज्यांचा दरही अधिक होता याची दखल घ्यावी लागेल. या राज्यांमध्ये कायदा आणि सुव्यवस्था आणि काही सामाजिक बाबी या असमाधानकारक नक्कीच आहेत. परंतु आर्थिक विकासाची प्रक्रिया आपण समजतो इतकी दुबळी नाही. उदाहरणार्थ, उत्तर प्रदेशमध्ये दिल्लीपासून जवळच्या नॉएडा या क्षेत्राचा लक्षणीय विकास झालेला आहे. येथे बीपीओचा उद्योग भरभराटीला आहे आणि माहिती-तंत्रज्ञानाची निर्यातही मोठी आहे. मागील अनेक वर्षांत या राज्यात उसाची शेती वाढली आहे आणि राज्यसरकारांनी खासगी उद्योगाला मोठे प्रोत्साहन दिले आहे. त्यातूनच उद्योजक आपली गुंतवणूक येथे वाढवत आहेत. याचे एक निदर्शक म्हणजे उद्योग आणि व्यापारक्षेत्राने ग्रामीण भागातही मोठ्या संख्येने विविध वस्तू भांडारे (सुपर मार्केटस्) सुरू केलेली आहेत. याचा अर्थ ग्रामीण भागात ग्राहकवर्गाची मागणी बऱ्यापैकी वाढली नसती, तर अशा प्रकारची डिपार्टमेंटल् स्टोअर्स इतक्या प्रमाणात उभी राहिली नसती. अगोदरच्या

काळात उसाची शेती आणि साखरेचे कारखाने यांना फक्त पश्चिम उत्तर प्रदेशातच वाव होता. याचे एक कारण म्हणजे येथे सिंचनाच्या सोयी भरपूर होत्या. परंतु नंतरच्या काळात उत्तर प्रदेशच्या इतर भागातही साखरेचे कारखाने उभे राहिले आहेत. या सारखेच्या कारखानदारीतून शेतकऱ्यांचे उत्पन्न बऱ्यापैकी वाढत आहे. साधारणपणे एक साखर कारखाना निर्माण झाला म्हणजे त्या भोवतीच्या सुमारे दोनशे चौरस किलोमीटरच्या क्षेत्रामध्ये शेतकरीवर्गाचे उत्पन्न वाढते असे म्हणता येईल.

देशात सत्तरीच्या मध्यापासून दारिद्र्याची चर्चा सुरू झाली आणि त्यामध्ये नेहमी मागासलेल्या राज्यांचा उल्लेख होऊ लागला. ही राज्ये म्हणजे बिहार, मध्य प्रदेश, राजस्थान आणि उत्तर प्रदेश. यांना एकत्रितपणे बिमारू असे टोपण नाव होते. आता ही संकल्पना जुनी झाली आहे. यातील राजस्थान राज्याने आर्थिक विकासात सगळ्यात अधिक चांगली कामगिरी करून दाखविली. तेथे ऐंशीच्या दशकात सरासरी वार्षिक वाढीचा दर ६.६० टक्के होता. आणि देशात हा सगळ्यांत अधिक होता. नंतर याच राज्याने नव्वदीच्या मध्यापासून हा वाढीचा दर ६.९९ टक्के होता आणि तो देशात चौथ्या क्रमांकावर होता. नव्वदीच्या दशकात राजस्थानमध्ये स्त्रियांच्या साक्षरतेमध्ये वीस टक्क्यांनी भरीव वाढ झाली. त्याचप्रमाणे मध्य प्रदेशमध्ये साक्षरतेचे प्रमाण २००१ सालात वीस टक्क्यांनी वाढले. शिवाय आता या राज्यामध्ये साक्षरतेचा दर ६३.७४ टक्के आहे आणि देशाच्या ६४.८४ या सरासरी दराच्या अगदी जवळ आहे.

उत्तरेकडील काही राज्यांच्या मागासलेपणाच्या विषयात नियोजनाच्या काळात काय घडले, याचीही नोंद घेण्याची गरज आहे. देशाने पन्नाशीच्या दशकापासून सुमारे चाळीस वर्षे केंद्रीय नियोजनाची पद्धती अवलंबिली आणि त्याचे काही परिणाम झाले. या काळातील औद्योगिकीकरणाच्या धोरणाचा काही राज्यांवर विपरीत परिणाम झाला. नियोजनाच्या काळात सरकारने गुंतवणुकीची सर्व जबाबदारी घेतल्यामुळे पायाभूत उद्योगांच्या उभारणीसाठी सार्वजनिक क्षेत्रात हे उद्योग सुरू करण्याचे ठरविण्यात आले. त्याचबरोबर या सरकारी उद्योगांना काही मूलभूत नैसर्गिक साधनसामग्रीची मक्तेदारी स्वरूपात मालकी देण्यात आली. त्यामुळे कोळसा, लोह अशा अनेक नैसर्गिक साधनसामग्रीची मालकी आणि व्यवस्थापन सरकारी उद्योगांकडे आली. दुर्दैवाची बाब म्हणजे ही साधनसामग्री ज्या राज्यांमध्ये भरपूर होती, त्यांना त्याचा पुरेसा मोबदला मिळाला नाही. याची उदाहरणे म्हणजे बिहार, ओरिसा, मध्य प्रदेश ही राज्ये. आता उद्योगाच्या क्षेत्रात सरकारची मक्तेदारी संपल्यामुळे या राज्यांना खासगी उद्योगक्षेत्रातील वाढत्या गुंतवणुकीचा फायदा मिळू लागलेला आहे. त्यामुळे येत्या काळात ही सगळी मागासलेली राज्ये पूर्वीपेक्षा कितीतरी भरीव वेगाने आपला विकास करून दाखवतील असे आज म्हणता येते.

मागील काही वर्षांत ओरिसा राज्यात मोठ्या प्रमाणावर देशातील आणि परदेशांतील उद्योगसमूहांनी पोलाद उद्योगात गुंतवणूक केलेली आहे. तसेच नियोजनाच्या काळात सरकारची मक्तेदारी असलेले कायदेही आता बदलण्यात येत आहेत. याचे एक कारण म्हणजे देशामध्ये मागील सुमारे पंधरा वर्षांत औद्योगिकीकरणाचा वेग वाढल्याबरोबर ऊर्जाक्षेत्रात सगळ्यांत मोठ्या अडचणी निर्माण झालेल्या आहेत. किंबहुना जी औद्योगिकदृष्ट्या पुढारलेली राज्ये आहेत त्यांना विजेची कमतरता सगळ्यांत अधिक प्रमाणात भासत आहे. त्यामुळे त्यांच्या विकासावर मर्यादा आलेल्या आहेत. या गंभीर अडचणींना तोंड देण्यासाठी ऊर्जाक्षेत्रात सरकारला मोठी गुंतवणूक झालेली हवी आहे आणि त्यासाठी खासगी क्षेत्राला त्यामध्ये मोठे प्रोत्साहन देण्यात येत आहे. अशा या अनेक कारणांमुळे कोळशाचे क्षेत्र खुले करण्याची प्रक्रिया सुरू झाली आहे. थोडक्यात, आर्थिक सुधारणांच्या कार्यक्रमाच्या काळात मागासलेली राज्ये अधिक वेगाने प्रगती करून दाखवतील कारण नेमक्या या राज्यांमध्येच नैसर्गिक साधनसामग्री विपुल प्रमाणात आहे. आणि नियोजनाच्या काळात या राज्यांना जो न्याय मिळाला नाही तो आता बाजारपेठेच्या तत्त्वज्ञानातून मिळेल, अशी परिस्थिती दिसते.

थोडक्यात, देशातील औद्योगिकीकरणाचा विचार वेगळ्या पद्धतीने करावा लागेल कारण मागील पंधरा वर्षांच्या सुधारणा कार्यक्रमाच्या काळात आपण नवीन दिशा शोधलेल्या आहेत. यामुळे मागासलेली राज्ये आपली कामगिरी वेगळी करून दाखवतील, अशा आशा आता निर्माण झाल्या आहेत.

■

# १.२३ राज्यसरकारे निधीचा नीट वापर करीत नाहीत

ग्रामीण भागात पायाभूत सुविधा निर्माण करण्यासाठी केंद्रसरकारचा रुरल इन्फ्रास्ट्रक्चर डेव्हलपमेंट फंड (आरआयडीएफ) आहे. परंतु या निधीच्या मंजुरीपेक्षा प्रत्यक्षात वापर बराच कमी आहे. ग्रामीण भागात सिंचन आणि जलनिस्सारण, रस्ते आणि वीज अशा पायाभूत सोयी निर्माण करण्यासाठी आरआयडीएफचा निधी फार महत्त्वाचा आहे. या गुंतवणुकीची सर्व राज्यांत गरज असूनही हा निधी का वापरला जात नाही, हा एक चिंतेचा विषय आहे.

अनेक अभ्यासकांचे प्रामाणिक मत आहे की, अशा पायाभूत सुविधांच्या उपलब्धीमुळे कृषीक्षेत्रातील उत्पादकता वाढेल आणि सध्या देण्यात येणाऱ्या ग्रामीण क्षेत्रातील शेतकऱ्यांना अनुदानांची गरज पडणार नाही. केंद्रसरकारचे सन ०२-०३ मध्ये अन्नावरील अनुदान रु. २४२०० कोटी होते आणि खतांवरील अनुदान रु. ११००० कोटी होते. या तुलनेने केंद्र आणि राज्यसरकारांचा कृषी आणि संलग्न क्षेत्र, सिंचन आणि पूरनियंत्रण, यावरील ग्रामीणविकास यावरील एकूण खर्च ००-०१ सालात फक्त रु. ३२०९७ कोटी होता.

या दृष्टीने केंद्राचा आरआयडीएफ कार्यक्रम महत्त्वाचा आहे हे उघड आहे. या कार्यक्रमाची सुरुवात ९५-९६ मध्ये सुरू झाली. त्याअंतर्गत राज्यसरकारांना आणि सरकारी मालकीच्या महामंडळांना ग्रामीण पायाभूत सोयींचे प्रकल्प पुरे करण्यासाठी कर्जाच्या स्वरूपात निधी देण्यात येत होता. देशातील व्यापारी बँकांनी या निधीला त्यांचे योगदान द्यावे, असे ठरले होते. या बँकांनी कृषीला प्राधान्यक्रमाने त्यांच्या एकूण कर्जवाटपापैकी सुमारे १८ टक्के कर्ज उपलब्ध करून द्यावे, असे बंधन होते. ज्या प्रमाणात या कर्जवाटपात कमतरता येईल तितका निधी बँकांनी आरआयडीएफ कार्यक्रमाला द्यायचा होता. ज्या बँका प्रत्यक्षात कृषीक्षेत्राला कर्ज देऊ शकत नाहीत त्यांची यामध्ये सोय होती. आरआयडीएफचा ३१ मार्च ०२ अखेरीस मूळ निधी रु. २८,५०० कोटी होता.

मागील केंद्रीय अर्थसंकल्पांतून राज्यांनी कृषी आणि ग्रामीणक्षेत्रात सुधारणा कराव्यात म्हणून त्यांना प्रोत्साहनात्मक निधी देण्याचा या कार्यक्रमातून सतत प्रयत्न

केला आहे. सन ०२-०३ मध्ये आरआयडीएफच्या रु. ५,००० कोटींमधून राज्यांना रु. १,१०० कोटी देण्याची तरतूद केली होती. जी राज्ये कृषिमालाची पणन व्यवस्था, सिंचन, वीजपुरवठा आणि आदिवासीविकास या क्षेत्रात सुधारणा करतील, त्यांना ही कर्जे मिळणार होती.

या निधीचे एक वैशिष्ट्य म्हणून यातून मिळणारा पैसा ग्रामीण भागात पायाभूत सुविधा निर्माण करण्यासाठी वापरता येतो आणि राज्यसरकारांना त्यांच्या अर्थसंकल्पात त्याची तरतूद दाखविता येत नाही. कृषीक्षेत्रात होणाऱ्या एकूण गुंतवणुकीपैकी सार्वजनिक गुंतवणुकीचे प्रमाण ३६ टक्क्यांवरून २५ टक्क्यांपर्यंत घसरले आहे. याचा अर्थ खासगी गुंतवणुकीत वाढ झाली असा नसून सरकारी खर्चात कपात झाल्यामुळे ही गुंतवणूक कमी झाली आहे. तुलनेने सरकारचा महसुली खर्च जो बराचसा अनुत्पादक आहे, त्यात मात्र भरमसाठ वाढ झाली आहे.

आरआयडीएफ कार्यक्रमांतर्गत जानेवारी ०३ पर्यंत संचयी मंजुरी मिळालेली गुंतवणूक रु. २५,९७६ कोटी होती आणि त्यापैकी झालेले संचयी वाटप फक्त रु. १५,१२८ कोटी होते. इतक्या प्रमाणात मंजूर रक्कम आणि प्रत्यक्षात वापर यात फरक पडत असल्याने केंद्रसरकारने आरआयडीएफच्या निधी व्यवस्थापनाविषयी काळजी व्यक्त केली आहे.

सन ०२-०३ मध्ये केंद्रसरकारने पंचायत राज संस्था, स्वसहायक गट आणि स्वयंसेवी संस्था यांनाही आरआयडीएफच्या प्रकल्पात सामील करून घेतले आहे आणि ते राबवू शकतील अशा प्रकल्पांची यादी विस्तृत केली आहे. त्यामध्ये पिण्याचे पाणी, प्राथमिक शाळा आणि स्वास्थ्य केंद्राची इमारत, पाणलोटक्षेत्र विकास अशा कार्यक्रमांचा समावेश केला आहे. तसेच आरआयडीएफमधून यासाठीचे कर्ज देण्यात येते, त्याचा व्याजदर १०.५ टक्क्यांवरून ८.५ टक्के इतका कमी केला आहे.

या योजनेमधून ग्रामीण भागात पायाभूत सवलती निर्माण झाल्या, तर त्यातून कृषीची कार्यक्षमता आणि उत्पादकता वाढणार आहे. परंतु त्याचबरोबर या निधीच्या वापरातून राज्यसरकारे आणि स्थानिक पंचायत संस्था यांच्यावरील कर्जाचा बोजाही वाढणार आहे. त्यातही या संस्था ग्राहकाकडून देखभालीचा खर्च वसूल करण्यास तयार नाहीत. अशा अनेकविध कारणांमुळे आरआयडीएफ कार्यक्रमात निधीची मंजुरी, वाटप आणि वापर यामध्ये मोठी तफावत पडलेली आहे. तसेच क्षेत्रनिहायही असमतोल आहे. बिहारमध्ये १८.१ टक्के आणि सिक्कीममध्ये ७८.५ टक्के इतका मंजुरी आणि वितरण यांच्या गुणोत्तरात फरक आहे. पहिल्या ९५-९६ वर्षात लक्ष्याच्या तुलनेने वितरणाचे प्रमाण ९२ टक्के होते, ते पुढील वर्षांत सतत कमी होत ०१-०२ वर्षात २९.५ टक्के इथपर्यंत खालावले. कार्यक्रमाच्या एकूण काळात

(९५-०३ पर्यंत) मंजुरीपैकी निधीचे वितरण फक्त ५८ टक्के झाले. त्यामध्येही रस्तेबांधणीवरील खर्च ३९.२ टक्के आणि सिंचनावरील खर्च ३४.४ टक्के होता. त्यानंतर पूलबांधणीवरचा खर्च १३.१ टक्के आणि पाणलोटविकासावरील खर्च फक्त १.६ टक्के होता. राज्यसरकारे हा निधी आपल्याला अधिकाधिक मिळावा म्हणून किती उदासीन आहेत हे या आकड्यांवरून समजते.

या कार्यक्रमाबाबत अनेक समज आणि अपसमज आहेत. काहींच्या मते, काही बँकांना कृषीला कर्ज उपलब्ध करून देण्यापेक्षा नाबार्डच्या माध्यमातून आरआयडीएफ कार्यक्रमाला निधी देणे सोपे आणि सोयीचे वाटते. कृषीक्षेत्राची विकासाची क्षमता वाढावी हा हेतू रास्त असला तरी या क्षेत्राला योग्य प्रमाणात कर्जाची उपलब्धी होणे देखील अल्पकाळाच्या दृष्टीने तितकेच तातडीचे आहे. अर्थात, ही टीका करणारे अभ्यासक कृषिक्षेत्राला खरोखरी पुरेसा कर्जपुरवठा होतो की नाही, याविषयीची निश्चित आकडेवारी उपलब्ध करून देत नाहीत. या विषयात अनेक दृष्टिकोन असले तरी राज्यसरकारांच्या हिताच्या दृष्टीने या कार्यक्रमाची अधिक परिणामकारक अंमलबजावणी होण्यासाठी मूल्यमापन होणे आवश्यक आहे.

■

# १.२४ राज्यातील पायाभूत सोयींचा विकास आणि असंतुलन

गेल्या पन्नास वर्षांत नियोजनबद्ध विकासप्रकियेमधून देशाने एका नव्या भ्रमणकक्षेत प्रवेश केला आहे. त्याचे आणखी एक नावीन्य म्हणजे गेल्या दहा वर्षांत जागतिकीकरण, उदारीकरण आणि मुक्त अर्थव्यवस्था स्वीकारून आता या प्रकियेत सांधेबदल होत आहे. जगाच्या विकासाच्या अर्थशास्त्रात भारताचा मागील नियोजनांचा आणि लोकशाही अर्थव्यवस्थेचा प्रयोग आणि आताचा जागतिकीकरणाचा प्रयोग हे पूर्णपणे स्वतंत्र अध्याय आहेत. अशा ऐतिहासिकसंदर्भात राज्यांच्या अर्थव्यवस्था कशा आणि कोणत्या वेगाने प्रवास करणार हा एक नवा विषय आहे. त्यामध्येही विकासासाठी पायाभूत सुविधा विविध राज्यात कशा आहेत, याची तुलना यापुढे होणार.

राज्याराज्यांमध्ये विकासाची क्षमता वेगळी राहणार आणि विकासाचा चेहरामोहराही अलग राहणार हे मुक्त अर्थव्यवस्थेमध्ये अपरिहार्य आहे हे मान्य करावे लागेल. त्याचबरोबर राज्यातील विषमतेची दरी एका ठरावीक मर्यादेपुढे वाढू देता येणार नाही कारण त्यातून अस्थिरतेचे आर्थिक आणि राजकीय प्रश्न देशाला अडचणीत आणू शकतात. ही तुलनात्मक क्षमता आणि प्रत्यक्षात विकास राज्यांमध्ये वेगळा का, या चर्चेमध्ये नियोजनाच्या काळात काय घडले, याचेही परीक्षण करावे लागेल कारण उदारीकरणाच्या सुरुवातीला मुळात सर्व राज्ये एका पातळीवर नसली तरी त्यांच्यावर किती दोष ठेवायचा, याचा विवेक ठेवावा लागेल. हा एक चर्चेचा वेगळा विषयच आहे.

येथे विषय आहे वेगवेगळ्या राज्यांमध्ये पायाभूत सोयीसुविधांच्या उपलब्धतेमध्ये किती फरक आहे, ही उपलब्धता एका पातळीवर नाही हे तर उघड आहे. यासाठी अभ्यासकांनी राज्यांमधील पायाभूत सोयीसुविधांचा एक निर्देशांक बनविला आहे. त्यापैकी दिल्ली राज्याला सर्वांत अधिक पायाभूत सोयी आहेत. उत्तरपूर्व राज्यांच्याकडे जवळपास हरतऱ्हेच्या पायाभूत सुविधा अभावानेच आहेत.

हा निर्देशांक बनविताना कोणती पद्धती अवलंबिण्यात आली ते लक्षात घेतले पाहिजे. यासाठी विकासाच्या पायाभूत सुविधा कोणत्या याचा विचार करण्यात आला. यामध्ये तेरा परिमाणे निवडण्यात आली. त्यामध्ये त्यांचे तुलनात्मक महत्त्व आणि

तुलना करता येईल अशा माहितीची उपलब्धता, या दोन्ही बाबी लक्षात घेण्यात आल्या. या सर्व परिमाणांतून पायाभूत सुविधांचे विशेष फायदे आणि त्यातील वैशिष्ट्य दिसते. यामध्ये विद्युतीकरण झालेली गावे, घरगुती वीज वापरणारे ग्राहक, लोहमार्ग, पृष्ठभागावरील रस्ते, एकूण पिकाखालील क्षेत्रात एकूण सिंचनाच्या क्षेत्राचे प्रमाण, बँकेच्या शाखा, डाकघर, प्रत्यक्ष दूरध्वनींची संख्या, प्राथमिक शाळा, रस्त्याने जोडलेली खेडी, विमानअड्ड्यांवर प्रवाशांची वाहतूक आणि सेल्युलरचे ग्राहक अशा बाबी विचारात घेतलेल्या आहेत.

या सर्व पायाभूत सुविधांच्या बाबींवर २६ राज्यांसाठी माहिती गोळा करण्यात आली. त्यामध्ये उत्तरांचल, झारखंड आणि छत्तीसगड ही नव्याने निर्माण केलेली राज्ये विचारात घेण्यात आली नाहीत कारण त्यांची वेगळी माहिती उपलब्ध नव्हती. यामुळे उत्तर प्रदेश, बिहार आणि मध्य प्रदेश या राज्यांसाठी जी माहिती वापरण्यात आली आहे ती त्या मूळ राज्यांच्या क्षेत्राला अनुसरून आहे. या निर्देशांकांमध्ये केंद्रशासित प्रदेशांचा अंतर्भाव करण्यात आला नाही.

ही सर्व आकडेवारी तुलनात्मकदृष्ट्या एका पातळीवर आणण्यासाठी म्हणून एकूण लोकसंख्या किंवा राज्यांचे आणि देशाचे एकूण भौगोलिक क्षेत्र विचारात घेण्यात आले. यामुळे वेगवेगळ्या राज्यांतील आकारामुळे निर्माण होणारे फरक तुलनेसाठी एका समान पातळीवर आणण्यात आले. या निर्देशांकातील सर्व आकडे हे गुणोत्तरात किंवा दरडोई मूल्यात व दर चौ.किमीच्या मूल्यामध्ये देण्यात आलेले आहेत. अशारीतीने सगळी नॉर्मलाईज मूल्ये एका निर्देशांकात वापरण्यात आली आणि त्यासाठी एकूण देशासाठी नॉर्मलाईज मूल्य शंभर बिंदू ठेवण्यात आले. यातून जो एक एकत्रित निर्देशांक मिळाला तो वेगवेगळ्या बाबींच्या सरासरी मूल्यांचे वजन वापरून बनलेला आहे. थोडक्यात, म्हणजे ज्या राज्यांचा निर्देशांक शंभर बिंदूपेक्षा अधिक आहे तेथे देशाच्या सरासरीपेक्षा पायाभूत सुविधांचा विकास अधिक झालेला आहे असे म्हणता येते. या निर्देशांकांच्या मूल्यातून एकावेळी वेगवेगळ्या राज्यांत पायाभूत सुविधा कशा आहेत, यांची तुलना करता येते. तसेच त्यांची क्रमवारी ठरविल्यामुळे एका कालखंडात त्यांची तुलना करता येते.

वर म्हटल्याप्रमाणे हा पायाभूत सोयीसुविधांचा निर्देशांक तेरा बाबी विचारात घेतो. यामध्ये वीज, दूरसंचार, वाहतूक, सिंचन, वित्तीय आणि शिक्षण संस्था अशा काही गोष्टींचा समावेश आहे आणि त्यातून विकासाची वेगवेगळी अंगे निर्देशित होतात. एका अर्थाने हा निर्देशांक व्यापक आहे आणि त्यात राज्यामध्ये विकासासाठी कोणत्या मूलभूत सुविधा उपलब्ध आहेत याचा अंदाज घेता येतो.

दिल्ली राज्यासाठी हा निर्देशांक आठशे बिंदू आहे. म्हणजे एकूण देशामध्ये पायाभूत सोयीसुविधांची जी पातळी आहे त्याच्या सुमारे आठपटीने अधिक सुविधा

दिल्लीमध्ये आहेत. गोवा हे आणखी एक दिल्लीसारखे राज्य आहे आणि तेथेही पायाभूत सोयीसुविधा उच्चपातळीवरील आहेत. तरीही दिल्ली आणि गोवा यांमध्येही बरीच तफावत आहे. या दोन लहान राज्यांचा विचार बाजूला ठेवला, तर उरलेल्या प्रमुख राज्यांमध्ये केरळाचा क्रमांक प्रथम आहे.

दिल्ली राज्यामध्ये इतर कोणत्याही राज्यापेक्षा पायाभूत सुविधांच्या जवळपास सर्व परिमाणांमध्ये पहिला क्रमांक आहे. यातही येथे वाहतूक आणि दळणवळण यांचा दर्जा चांगला आहे. केरळ राज्यातही अशीच परिस्थिती आहे. दिल्ली आणि केरळ या दोन राज्यांत दर शंभर चौरस किमीसाठी १६९६ किमी. आणि १२१ किमी. इतके रस्ते आहेत. एकूण देशासाठी हा सरासरी आकडा ४४ किमी आहे. याप्रमाणेच दूरध्वनी केंद्रातील प्रत्यक्ष दूरध्वनींचे लोकसंख्येच्या तुलनेत दिल्लीत १३.७ टक्के आणि केरळात ५.४ टक्के प्रमाण आहे. देशासाठी हा आकडा २.७ टक्के आहे. पंजाब राज्यातही दूरध्वनींची सुविधा ५.४ टक्के लोकसंख्येसाठी उपलब्ध आहे.

एकूण पायाभूत सोयीसुविधांचा निर्देशांक लक्षात घेता पंजाब राज्याचा क्रमांक चौथा आहे आणि केरळ राज्याच्या खालोखाल आहे. पंजाबमध्ये सर्व राज्यांच्या तुलनेने सर्वांत अधिक सिंचनाची सोय उपलब्ध आहे. एकूण लागवडीखालील क्षेत्रापैकी जवळपास ९५ टक्के क्षेत्र हे सिंचनाखाली आहे. देशासाठी हे प्रमाण ३९ टक्के आहे. केरळ आणि महाराष्ट्र या राज्यांमध्ये अनेक प्रकारच्या पायाभूत सोयीसुविधा पातळीवरील आहेत; परंतु येथे सिंचनाचे प्रमाण सर्वांत कमी आहे.

हिमाचल प्रदेशचे स्थान हे एक आश्चर्यकारक आहे. खरे तर एकूण पायाभूत सुविधांचा निर्देशांक लक्षात घेता या राज्याचे स्थान बरेच खाली म्हणजे अकराव्या क्रमांकावर आहे. याचे मुख्य कारण म्हणजे वाहतुकीच्या सुविधा समाधानकारक नाहीत. विकासाच्या सोयीसुविधांपैकी अनेक बाबींचा विचार करता हिमाचल प्रदेशचे स्थान देशाच्या सरासरीपेक्षा बरेच वरचे आहे. यात फक्त सिंचनाचा अपवाद करावा लागेल. मुख्य म्हणजे या राज्यात विजेची उपलब्धता इतर राज्यांपेक्षा अधिक उच्चदर्जाची आहे. यामध्ये खेड्यांचे विद्युतीकरण आणि घरगुती विजेचा वापर यांचा अंतर्भाव केला आहे. त्याचप्रमाणे या राज्यात बँकेची कार्यालये आणि प्राथमिक शाळांचे प्रमाण अधिक आहे.

यापूर्वीच्या औद्योगिकीकरणात देशामध्ये पश्चिमेकडील राज्यांचा नेहमी वरचा क्रमांक होता. आता दक्षिणेतील राज्ये हे स्थान मिळवीत आहेत. विशेषत: मूलभूत पायाभूत सोयीसुविधांचा विचार केला, तर दक्षिणेतील चार प्रमुख राज्ये या स्पर्धेतील पहिल्या दहा राज्यांमध्ये आपले वरचे स्थान टिकवून आहेत. केरळने तर पंजाबच्या पुढे राहून तिसरा क्रमांक मिळविला आहे. तमिळनाडूने महाराष्ट्राच्या पुढे राहून पाचवा क्रमांक मिळविला आहे. त्याचप्रमाणे कनार्टक राज्याने गुजराथपेक्षा अधिक व्यापक

सोयीसुविधा विकसित केल्या आहेत.

अशा पद्धतीने दक्षिण आणि पश्चिमेकडील राज्यांबरोबर पायाभूत सुविधांचा निर्देशांक हिंदी भाषिक राज्यात उत्तर प्रदेश आणि पश्चिम बंगाल हा शंभर बिंदूंच्या वरच्या पातळीवर आहे. थोडक्यात, या सर्व राज्यांत देशाच्या सरासरीपेक्षा पायाभूत सोयीसुविधांची पातळी वरची आहे. पश्चिम बंगालमध्ये हा विकास अधिक आहे कारण तेथे वाहतुकीच्या सुविधा चांगल्या विकसित झालेल्या आहेत. परंतु वीज आणि सिंचन या क्षेत्रात ते राज्य पाठीमागे आहे. येथे राज्याच्या भौगोलिक क्षेत्राचा विचार करता रेल्वेच्या जाळ्यांचे सर्वांत अधिक प्रमाण आहे. अर्थात, हा क्रमांक दिल्ली राज्यानंतर आहे.

उत्तर प्रदेशमध्ये पायाभूत सुविधांचा विकास झालेला दिसतो कारण सिंचनाचा विकास अधिक झालेला आहे. एकूण पिकाखालील क्षेत्रापैकी सुमारे ६५ टक्के जमीन सिंचनाखाली आहे. देशामध्ये पंजाब आणि हरियाना या राज्यांनंतर सिंचनविकासात उत्तर प्रदेशचा क्रमांक लागतो. ज्या राज्यांना बिमारू क्षेत्र (बिहार, मध्य प्रदेश, राजस्थान आणि उत्तर प्रदेश) म्हणतात त्यातील उत्तर प्रदेशचा अपवाद वगळता इतर सर्व राज्यांचा पायाभूत सुविधांचा निर्देशांक शंभर बिंदूंच्या खाली आहे. त्यातही या सर्व राज्यांत मध्य प्रदेशमध्ये पायाभूत सुविधांचा सर्वांत कमी विकास झालेला आहे. या राज्यात वीज आणि प्राथमिक शाळा यांचा विचार वगळला, तर उरलेल्या सर्व परिमाणांमध्ये देशाच्या सरासरीपेक्षा कमी विकास झालेला आहे. येथे दर शंभर स्क्वेअर किमी क्षेत्रामागे फक्त २१ किमी रस्ते आहेत आणि एकूण खेड्यांपैकी फक्त २८ टक्के गावे रस्त्यांनी जोडलेली आहेत. आश्चर्य म्हणजे मध्य प्रदेश आणि राजस्थान राज्यांत खेड्यांचे विद्युतीकरण उत्तर प्रदेशपेक्षा अधिक आहे. मध्य प्रदेशमध्ये ९६ टक्के आणि राजस्थानमध्ये ९४ टक्के खेड्यांत विद्युतीकरण झालेले आहे. याउलट उत्तर प्रदेशमध्ये हे प्रमाण फक्त ७९ टक्के आहे.

इशान्येकडील राज्यात पायाभूत सुविधांचा विकास पुरेसा झालेला नाही आणि त्याचे चित्र या निर्देशांकातून दिसते. अरुणाचल प्रदेश सर्वांत शेवटच्या क्रमांकावर आहे आणि तेथे देशाच्या सरासरीपेक्षा दोनतृतीयांश प्रमाणातही पायाभूत सोयी नाहीत. मुख्य म्हणजे या राज्यात रेल्वेची सोय देशाच्या तुलनेने जवळपास नगण्य आहे, त्याचप्रमाणे रस्ते आणि दूरसंचारच्या सुविधा फार कमी आहेत. सुमारे ४० ते ४५ टक्के खेडी या राज्यात रस्त्यांनी जोडलेली आहेत आणि देशाची सरासरी ५७ टक्के आहे. या तुलनेने इशान्येकडील राज्यांत प्राथमिक शाळांची उपलब्धता बरीच वरच्या पातळीवर आहे. आकड्यांत विचार करता दर एक लाख लोकसंख्येला मेघालयमध्ये २०९ शाळा, मिझोराममध्ये १४१ शाळा आणि अरुणाचल प्रदेशमध्ये १२२ शाळा आहेत. पायाभूत सुविधांच्या अनेक बाबींत ही राज्ये फक्त प्राथमिक

शाळांच्या निकषात सरस आहेत आणि देशातील अनेक मोठ्या राज्यांपेक्षा येथे प्राथमिक शिक्षणाचा विकास चांगला झालेला आहे.

पायाभूत सोयीसुविधांचा निर्देशांक तयार करताना सर्व १३ बाबींसाठी कोइफिशियंट ऑफ व्हेरिएशन याचाही विचार करण्यात आला कारण वेगवेगळ्या राज्यांत किती प्रमाणात विषमता आहे, याचा त्यातून अंदाज मिळतो. या कोइफिशियन्ट वरून दूरध्वनीचे ग्राहक आणि कच्चे रस्ते या बाबींमध्ये सर्वांत अधिक विषमता आहे. या तुलनेने खेड्यांमध्ये विद्युतीकरण आणि बँकेच्या शाखांचा विकास बऱ्याच समप्रमाणात देशात झालेला आहे. सन १९९५ मध्ये या कोइफिशियन्टचे मूल्य २९ टक्के होते आणि ते २००० सालात ३६ टक्के झाले. थोडक्यात, पायाभूत सुविधांच्या विकासात असमानतेचे प्रमाण काही अंशी वाढले, असे निर्देशांकाच्या आकड्यांवरून म्हणता येते.

■

# १.२५ राज्यांची समाजकल्याण खर्चात काटछाट

गेल्या पाच वर्षांत राज्यसरकारांच्या वित्तव्यवस्था पूर्णपणे घसरणीला लागलेल्या आहेत. त्याची दोन कारणे. एक म्हणजे शासनाचा खर्च वाढला आहे आणि पूर्वी घेतलेल्या कर्जाचा बोजा टाळता येत नाही. अशा अवघड परिस्थितीला तोंड देताना राज्यसरकारांनी एक सोपा मार्ग शोधला आहे. खर्चामध्ये कपातीसाठी समाजकल्याणाच्या कार्यक्रमांचा निधी कमी करायचा. अगोदर म्हटल्याप्रमाणे वेतन, निवृत्तिवेतन यावरचा खर्च आणि व्याज तसेच मूळ कर्जाची परतफेड या दोन्हीही मुद्द्यांवर काहीच सवलत नसल्यामुळे राज्यसरकारांनी जो मार्ग स्वीकारला आहे तो सोपा असला तरी धोक्याचा आहे.

देशातील प्रमुख २९ राज्यांचा एकत्र विचार केला, तर सन २००२-०३ मध्ये त्यांच्या अर्थसंकल्पातून सुमारे २० टक्के निधी तीन समाजकल्याणाच्या बाबींवर खर्च होणार होता. शिक्षण, औषधे आणि सार्वजनिक आरोग्य, आणि कुटुंबकल्याण या कार्यक्रमांवर हा खर्च प्रस्तावित होता. या आकड्यांची तीन वर्षांपूर्वीच्या (१९९९-२०००) आकड्यांबरोबर तुलना केली, तर ही तीन टक्क्यांची कपात होती. प्रत्यक्षात जो खर्च झाला त्याचा आकार मात्र २०.७ टक्क्यांनी मोठा होता. सन १९९९-२००० मध्ये या तीनही कार्यक्रमांवर एकूण रु. ७१,४०४ कोटी पुरविण्यात आले होते आणि २००२-०३ मध्ये हा एकत्रित खर्च रु. ८६,१९६ कोटी झाला. या काळात या २९ प्रमुख राज्यांचा एकूण खर्च ३७.३ टक्क्यांनी वाढलेला होता. अशा पद्धतीने जेव्हा अडचणी येतात तेव्हा राज्यसरकारे समाजकल्याणाच्या कार्यक्रमात कपात करीत असल्यामुळे युएनडीपीच्या मानव विकास निर्देशांकात भारताचा अगदी खालचा क्रमांक लागतो. या तुलनात्मक निर्देशांकात साक्षरतेचा दर, आरोग्याच्या सुविधा आणि सरासरी आयुष्यमान या बाबी विचारात घेतल्या जातात. आणि सध्या देशात नेमक्या या कार्यक्रमांवर कुऱ्हाड चालविली जाते.

अर्थात, राज्यसरकारांनी अडचणींना तोंड देण्यासाठी अशा पद्धतीने नियोजनाचे प्राधान्यक्रम बदलणे नक्कीच टीकास्पद आहे. परंतु बऱ्याचदा या विषयावर चुकीच्या संदर्भात टीका होते असे वाटते. गेल्या दहा वर्षांत उदारीकरणाची धोरणे देशाने

स्वीकारली आणि त्यातून देशाच्या आर्थिक विकासाचा दरही वाढला. परंतु अर्थव्यवस्था मुक्त करण्याच्या प्रक्रियेमुळे केंद्र आणि राज्यसरकारांचे दारिद्र्याच्या प्रश्नाकडे दुर्लक्ष होत आहे, अशी टीका होते. आणि ही टीका करताना वर उल्लेखिलेल्या समाजकल्याणाच्या कार्यक्रमात काटछाट होते याचे उदाहरण दिले जाते.

वास्तविक पाहता या दोन गोष्टी परस्पराशी निगडित नाहीत. राज्यसरकारे अडचणीत आलेली आहेत याची दोन कारणे म्हणजे पाचव्या वेतन आयोगाच्या शिफारशी स्वीकारल्यामुळे प्रशासनांचा खर्च हाताबाहेर गेला आहे. तसेच राज्यसरकारांनी नेहमीच्या अर्थसंकल्पातील मार्गांचा त्याग करून इतर मार्गांनी मोठ्या प्रमाणावर कर्जे उभारलेली आहेत आणि त्याच्या परतफेडीचा आणि व्याजाचा बोजा सरकारला परवडत नाही. म्हणजे अशा शासनबाह्य मार्गांनी कर्जे उभारताना सरकारांनी या येणाऱ्या संकटांचा अजिबात विचार केला नाही आणि त्यामुळे एकूण शासनव्यवस्था मोडून पडण्याची वेळ आलेली आहे. अधिक खेदाची गोष्ट म्हणजे अनेक सरकारे आता मागील कर्जावरील व्याज भरण्यासाठीही आता नवीन कर्जे काढत आहेत. अशा कर्जाच्या विळख्यातून त्यांची सुटका होणे अवघड आहे. वास्तविक पाहता राज्यसरकारांचे हे जे अविवेकी वर्तन होते याचा उदारीकरणाच्या धोरणाशी खरोखरी काही संबंध नाही. त्यामुळे उदारीकरणाच्या लाटेत दारिद्र्याच्या प्रश्नाकडे दुर्लक्ष होते हे म्हणणे तर्काला धरून नाही.

एका अर्थाने गेल्या दहा वर्षांच्या उदारीकरणाच्या काळात दारिद्र्याचे प्रमाण बऱ्यापैकी कमी झालेले आहे. मुळात १९८३ मध्ये दारिद्र्यरेषेखालील कुटुंबांचे प्रमाण ४४.५ टक्के होते. ते १९९३-९४ मध्ये ३६ टक्के झाले आणि २००० साली ते आणखी खाली २६.१ टक्क्यांवर आले. अर्थात, दारिद्र्यरेषेखालील कुटुंबांचे प्रमाण जरी कमी होत असले तरी गरिबांना ज्या समाजकल्याण कार्यक्रमांची गरज आहे त्यांचे महत्त्व कमी होणे हे त्यांच्या हिताचे नाही.

याचे उदाहरण म्हणजे आरोग्याच्या क्षेत्राचे घेता येईल. इतर देशांची तुलना केली, तर आपल्या देशातील आकडेवारी असमाधानकारक आहे. राज्यांचा औषधे आणि सार्वजनिक आरोग्य यावरील एकूण खर्च पाहता हे प्रमाण कमी झालेले आहे. या कार्यक्रमांवर एकुणात १९९९-०० मध्ये फक्त ४.१ टक्के खर्च होत होता आणि तो २००२-०३ मध्ये आणखी खाली ३.७ टक्क्यांवर आला. अर्थात, राज्याराज्यांमध्ये या खर्चाच्या प्रमाणात फरक आहे. दिल्लीमध्ये हा खर्च अर्थसंकल्पाच्या ७.८ टक्के आहे, तर सिक्कीममध्ये तो दोन टक्क्यांहून कमी आहे. महाराष्ट्रात २००२-०३ मध्ये हे प्रमाण ३.४ टक्के, आंध्र प्रदेशात ३.४ टक्के, गुजरातमध्ये २.७ टक्के आणि कर्नाटकमध्ये ३.७ टक्के हे प्रमाण आहे. एकूण २९ प्रमुख राज्यांपैकी २० राज्यांमध्ये २००२-०३ मध्ये सार्वजनिक आरोग्यावरील खर्च अर्थसंकल्पीय तरतुदीत चार

टक्क्यांपेक्षा कमी होता. आणखी काळजीची बाब म्हणजे काही राज्यांमध्ये तर हे प्रमाण आणि प्रत्यक्ष खर्च दोन्हीही घटलेले आहे. पंजाबमध्ये ही घट सुमारे तीन टक्क्यांची आहे. मध्य प्रदेशमध्ये ६.८ टक्के, त्रिपुरामध्ये १२.४ टक्के आणि मिझोराममध्ये २२ टक्के इतक्या प्रमाणात प्रत्यक्ष खर्चात घट झाली. एकूण नऊ राज्यांत अशा प्रकारे सार्वजनिक आरोग्याच्या कार्यक्रमावर कपात झाली.

या तुलनेने काही प्रमाणात राज्यांच्या नियोजनात शिक्षणावरील खर्च थोडा अधिक होता. एकूण राज्यात हे प्रमाण २००२-०३ मध्ये १५.६ टक्के होते. परंतु गेल्या तीन वर्षांत राज्यांचा शिक्षणावरील खर्च २. ४ टक्क्यांनी कमी झालेला आहे तो १९९९-०० मध्ये १८ टक्के होता आणि मागील वर्षी तो १५.६ टक्के झाला. यामध्येही आणखी काही ठळक बाबी निदर्शनास येतात. जी राज्ये तुलनेने प्रगत आहेत त्या राज्यांत शिक्षणावरील खर्च कमी होताना दिसतो. पश्चिम बंगालमध्ये ही घट ६.७ टक्क्यांची तर तामिळनाडूमध्ये ही घट तीन टक्क्यांची आहे. गुजरातमध्येही २.७ टक्क्यांनी शिक्षणावरील खर्च कमी झालेला आहे. एका अर्थाने जरी शिक्षणावरील खर्च काही प्रमाणात कमी झाला असला तरीही राज्यांच्या एकूण अर्थसंकल्पात शिक्षणावरील खर्च ही ठळक बाब आहे. त्याचे एक कारण म्हणजे शिक्षकांच्या पगाराचा खर्च टाळता येत नाही. आणि त्यामुळे या कार्यक्रमात किती कपात करता येते, यालाही व्यवहाराच्या मर्यादा आहेत.

थोडक्यात, कुटुंबकल्याणाच्या योजनांचा राज्य नियोजनात मुळापासून आढावा घेण्याची गरज आहे. फक्त शिक्षण असा सरसकट विचार न करता साक्षरता, प्राथमिक आणि माध्यमिक शिक्षण, मुलींचे शिक्षण आणि आदिवासी व दुबळ्या वर्गांचे शिक्षण याचा अग्रकमाने विचार झाला पाहिजे. अन्यथा उच्चशिक्षणावरील खर्च वाढला म्हणजे समाजातील एकूण गरीबवर्गाचे कल्याण झाले असे मानणे चुकीचे होईल. तोच विचार सार्वजनिक आरोग्याच्या क्षेत्रात करावा लागेल.

■

## १.२६ राज्यांच्या नियोजनात शिक्षणावर खर्च

पुन्हा एकदा देशामध्ये नियोजनात शिक्षणावर किती खर्च होतो याची चर्चा सुरू आहे. केंद्रामध्ये नवे सरकार आल्यावर जो किमान कार्यक्रम आखला आहे, त्यामध्ये शिक्षणावर जीडीपीच्या सहा टक्के खर्च व्हावा अशी अपेक्षा आहे. सध्या हा खर्च चार टक्क्यांच्या आसपास आहे. त्यातूनही आता जो शिक्षणावर वाढीव खर्च होईल, त्यातील निम्मा वाटा प्राथमिक आणि माध्यमिक शिक्षणावर करण्याचे बंधन आहे. सुधारणा कार्यक्रम सुरू झाल्यावर एका दृष्टीने सरकारचे शिक्षणाकडे दुर्लक्ष झाले होते आणि नियोजनाच्या प्राधान्यक्रमातही ढिलाई आली होती. शिक्षणाचा विस्तार आणि दर्जा या दोन्ही बाबींवरील लक्ष उडाले होते.

नव्या सरकारने शिक्षण सार्वत्रिक करण्याचे आणि शिक्षणाचा दर्जा सुधारण्याचे भक्कम आश्वासन दिले आहे. त्यासाठी सरकारने सर्व केंद्राच्या करांवर एक अधिभार बसवून वेगळा निधी उभारायचा आणि त्यातून ही जबाबदारी पार पाडायची अशी मुख्य कल्पना आहे.

केंद्रसरकार आपल्या पातळीवर हे सर्व करेल; परंतु राज्यसरकारे काय करणार हा खरा अडचणीचा प्रश्न आहे. सर्वच राज्ये वित्तीय अडचणींना तोंड देत आहेत आणि त्यातही काही राज्ये तर संकटात सापडलेली आहेत. त्यांना कर्जाचा बोजा नकोसा झाला आहे आणि त्यांच्या स्वत:च्या कर्मचाऱ्यांवरील खर्च हाताबाहेर गेलेला आहे. यात आणखी भर पडली आहे निवृत्त होणाऱ्या कर्मचाऱ्यांची, निवृत्तीवेतने आणि संलग्न खर्चाची. यापैकी राज्यांनी केंद्राची जी देणी आहेत, त्यावर व्याजदर खूप द्यावा लागतो म्हणून केंद्रसरकार गेल्या वर्षापासून ही जुनी खर्चाची कर्जे परत घेऊन त्याजागी कमी व्याजाची कर्जे देत आहे. या अदलाबदलीतून राज्यसरकारांना बरीच सवलत मिळेल. परंतु तरीही ती आपला शिक्षणावरील खर्च वाढवतील ही शक्यता नाही.

या उलट राज्यसरकारे आपल्या महसुली उत्पन्नाची खर्चाशी तोंडमिळवणी करण्याच्या धडपडीमध्ये शिक्षणावरील खर्च कमी करत आहे. वास्तविक पाहता ही सरकारे आपल्या पायावर धोंडा पाडून घेत आहेत. शिक्षणाच्या प्रसारात जरी अनेक त्रुटी असल्या तरीही जो काही प्रसार झाला आहे त्यातून एक ठळक गोष्ट दिसते.

समाजाच्या सर्व थरांमध्ये शिक्षणाची आकांक्षा प्रचंड वाढली आहे. ज्यांना शिक्षण मिळत नाही त्यांनाही आपण किती मोठी संधी चुकवत आहोत याची जाणीव होत आहे. तसेच जगामध्ये आज भारताला प्रतिष्ठा मिळाली आहे कारण येथे उच्च विद्याविभूषित आणि प्रशिक्षित मनुष्यबळ मोठ्या संख्येने उपलब्ध आहे. कुटुंबाच्या खर्चामध्येही शिक्षणाचा वाटा वाढत आहे. तो १९९३-९४ मध्ये १.८ टक्के होता आणि ०२-०३ मध्ये तो २.१ टक्के झाला.

नेमक्या अशा वेळी राज्यांची शिक्षणावरील तरतूद कमी होत आहे. राज्यांची वित्तपरिस्थिती ढासळलेली आहे आणि त्यामुळे काही पर्यायच उरले नाहीत. योजनेतर खर्चामध्ये दोन बाबी ठळक आहेत आणि त्यावरील सगळा महसूल खर्च होतो. एक म्हणजे नोकरांचा पगार आणि भत्ते आणि दुसरे म्हणजे कर्जाच्या व्याजावरील खर्च. यात काहीच सूट मिळत नाही आणि त्यामुळे राज्यसरकारे विकास आणि कल्याणाच्या योजना यांना कात्री लावतात.

सन २००३-०४ मध्ये एकूण २९ प्रमुख राज्यांनी त्यांच्या एकूण अर्थसंकल्पीय खर्चात शिक्षणावर फक्त १४.५ टक्के तरतूद दाखविली होती. अगोदरच्या १९९९-२००० या चार वर्षांपूर्वी जी तरतूद होती त्यापेक्षा हा आकडा ३.५ टक्क्यांनी कमी होता. प्रत्यक्षात मात्र अर्थसंकल्पात जी तरतूद दाखविली होती ती १९९९-०० मध्ये रु. ५६,३४६ कोटी होती आणि ०३-०४ मध्ये हा आकडा रु. ७०,७२५ कोटी होती. म्हणजे ही वाढ या चार वर्षांत २५.५ टक्के होती. परंतु या काळात राज्यांचा एकत्रित खर्च ५५.५ टक्क्यांनी वाढला होता.

ही आकडेवारी देशाच्या एकूण पातळीवर होती; परंतु अनेक राज्यांत परिस्थिती बरीच बिकट होती. आसामसारख्या राज्यात एकूण अर्थसंकल्पात शिक्षणावरील खर्च सुमारे एकचतुर्थांश आहे (०३-०४). तर सिक्कीममध्ये हा खर्च फक्त ८.४ टक्के आहे. गोव्यामध्ये ०३-०४ मध्ये शिक्षणावर दहा टक्क्यांची तरतूद दाखविली होती. अगदी अनेक सुस्थितीत असलेल्या राज्यांनीही यापेक्षा काही वेगळे केले नव्हते. पंजाब राज्याच्या ०३-०४ अर्थ संकल्पात शिक्षणावर फक्त ११ टक्के तरतूद प्रस्तावित आहे. तीच परिस्थिती उत्तर प्रदेश (११.१ टक्के), आंध्र प्रदेश (१२.७ टक्के) आणि गुजरात (१२.९ टक्के) यांची आहे.

याहीपेक्षा काळजीची बाब म्हणजे यापैकी बऱ्याच राज्यांत गेल्या पाच वर्षांत शिक्षणाचा एकूण खर्चातील वाटा कमी होत आहे. पश्चिम बंगालमध्ये ही घट सगळ्यांत मोठी आहे. येथे ८.७ टक्क्यांनी शिक्षणाचा वाटा कमी झाला आहे. तो १९९९-०० मध्ये २२.१ टक्के होता आणि ०३-०४ मध्ये १३.४ टक्क्यांपर्यंत खाली आला. यात आणखी भर म्हणजे पश्चिम बंगालमध्ये शिक्षणासाठी जी तरतूद दाखविली आहे ती या पाच वर्षांत प्रत्यक्षात कमी झाली आहे. हा आकडा १९९९-०० मध्ये रु. ५०११ कोटी होता आणि तो ०३-०४ मध्ये रु. ४७९१ कोटी

झाला. या काळात राज्याच्या एकूण अर्थसंकल्पात खर्चाची जी तरतूद आहे ती मात्र ५७ टक्क्यांनी वाढलेली आहे.

बिहार, हिमाचल प्रदेश, मध्य प्रदेश आणि मणिपूर ही आणखी काही राज्ये आहेत जेथे शिक्षणावर दाखविलेली तरतूद गेल्या पाच वर्षांत कमी झालेली आहे. हिमाचल प्रदेशमध्ये ही घट १९ टक्के, बिहारमध्ये १४.५ टक्के आणि मध्य प्रदेशमध्ये ९ टक्के इतकी आहे.

शिक्षणावरील विषयात जी चर्चा होते त्यामध्ये बऱ्याचदा एक गोंधळ असतो. या विषयातील योजनेतर खर्च लक्षात घेणे आवश्यक आहे कारण शिक्षणात शिक्षकांचा पगार आणि भत्त्याचा वाटा सर्वांत मोठा असतो. आणि योजनेचा मर्यादित काळ संपल्यावर या खर्चाची तरतूद योजनेतर म्हणजे नॉन प्लॅनमध्ये अंतर्भूत होते. केंद्राच्या योजनेतर खर्चात कशी घट झाली ती बघण्यासारखी आहे. ९९-०० मध्ये शिक्षणावरील योजनेतर खर्च रु. २५२१ कोटी होता आणि त्यावर्षीचा एकूण योजनेतर खर्च रु. २,४२,९२३ कोटी होता. ही टक्केवारी १.०४ इतकी होती. २००३-०४ मध्ये शिक्षणावरील योजनेतर खर्च रु. ३,११४ कोटी होता आणि एकूण योजनेतर खर्च ३,५२,७४८ कोटी होता. ही टक्केवारी ०.८८ टक्के होती.

आता केंद्रातील नव्या सरकारने २००४-०५ यावर्षीचा अर्थसंकल्प सादर करताना किमान कार्यक्रमाच्या अंतर्गत सार्वत्रिक शिक्षण करणे आणि शिक्षणाचा दर्जा वाढविणे याची खास जबाबदारी घेतलेली आहे. आजपर्यंतचा अपुऱ्या साधनसामग्रीचा आणि तरतुदींचा अनुभव लक्षात घेता एक महत्त्वाची गोष्ट करण्यात आलेली आहे. त्यानुसार केंद्रसरकारच्या सर्व करांवर एक वाढीव दोन टक्के अधिभार बसविण्यात आलेला आहे आणि त्यातून मिळालेला महसूल पूर्णपणे शिक्षणासाठी वापरला गेला आहे.

सन २००३-०४ मध्ये एकूण कराचा महसूल रु. २,५३,२८४ कोटी होता आणि यावर दोन टक्क्यांच्या अधिभारामुळे एकूण रु. ५०६५.७ कोटी इतके उपलब्ध होतील. हे सर्व महसुली उत्पन्न सर्व शिक्षा अभियान आणि विद्यार्थ्यांना दुपारचा आहार देण्यापोटी खर्च होणार आहे. त्यानुसार प्राथमिक शिक्षणासाठी रु. ९७९७.८ कोटी खर्च प्रस्तावित आहे. मागील सरकारने अंतरिम अर्थसंकल्पात ही तरतूद रु. ४७३२.१ इतकी केली होती. अर्थात, यावर्षी काही अडचणी निर्माण होऊ शकतील कारण अजून अर्थसंकल्पाला मंजुरी मिळायची आहे आणि त्यानंतरच राज्यांना प्रत्यक्षात निधी उपलब्ध करून देता येईल. परंतु यापुढे प्राथमिक शिक्षणाच्या प्रसाराला एक मोठी चालना मिळेल, असे दिवस आले आहेत. यामध्ये राज्यांवर सर्वांत मोठी जबाबदारी आहे आणि आजपर्यंत राज्यांनी या विषयात जी जागरूकता दाखविली आहे, त्यातून आशेपेक्षा अधिक आशंकाच निर्माण होतील. परंतु सर्वसाधारण जनमानसात शिक्षणाची भूक वाढली असल्यामुळे राज्यसरकारेही दबावाखाली बदलू शकतात. ■

# १.२७ केंद्राच्या राज्यसरकारांना अटी

अनेक राज्यसरकारे वित्तीय संकटात सापडली आहेत. त्यासाठी त्यांना जागतिक बँक आणि एशियन डेव्हलपमेंट बँक यांच्याकडून दीर्घ मुदतीची कर्जे हवी आहेत, त्यासाठी केंद्रसरकारने त्यांचा पुरस्कार करणे आवश्यक आहे. याप्रसंगी केंद्रातील वित्त मंत्रालयाने राज्यसरकारांना काही मार्गदर्शक तत्त्वे घालून दिलेली आहेत. ज्यांना या अटी आणि शिस्त मान्य होईल त्याच सरकारांचा पुरस्कार होईल. आताची संकटे ही एक इष्टापत्ती समजून राज्यसरकारांनी ही शिस्त स्वीकारली पाहिजे कारण त्यांच्यापुढे आता दुसरा मार्गच राहिलेला नाही. अर्थात, केंद्रशासन स्वत: कोणती शिस्त अंगी लावणार हाही महत्त्वाचा प्रश्न आहे. आज त्याचे महत्त्व नाही परंतु उद्या राज्यसरकारे एनडीसीच्या बैठकीमध्ये हा प्रश्न विचारतीलच. राज्यांनी स्वत:ला शिस्त लावली तर हा प्रश्न विचारण्याचा नैतिक अधिकार त्यांना मिळेल आणि कधीतरी केंद्रसरकारही शहाणे होईल.

केंद्राने जी मार्गदर्शक तत्त्वे आखली आहेत ती थोडक्यात पुढीलप्रमाणे. मुख्य म्हणजे येत्या तीन ते पाच वर्षांत राज्यांनी वित्तीय तूट स्टेट डोमॅस्टिक प्रॉडक्टच्या तीन टक्क्यांच्या आत आणली पाहिजे. असे झाले तरच केंद्रसरकार राज्यांच्या कर्जांना हमी पुरवील. सध्या बहुतेक राज्यांची वित्तीय तूट इतकी हाताबाहेर गेलेली आहे की, ही मर्यादा सांभाळणे सर्वांत अवघड जाणार आहे. विशेषत: असे करण्यासाठी जी राजकीय इच्छाशक्ती लागते तिचा आज स्पर्धेच्या राजकारणात पूर्णपणे अभाव आहे. केंद्राची दुसरी अट म्हणजे राज्यांनी महसुलात शिल्लक निर्माण केली पाहिजे.

जागतिक बँक आणि एडीबीने राज्यसरकारांनी काही धोरणातील बदल करण्याची जबाबदारी घेतली पाहिजे, असे या मार्गदर्शक तत्त्वांच्या मांडणीत म्हटले आहे. यातील एक अवघड बाब आहे विजेवरच्या अनुदानाची. सर्वच राज्यसरकारांना या अनुदानात कपात करणे सोयीचे नाही आणि मंजूरही नाही. राज्यांना वीजमंडळांची पुनर्रचना करावी लागते आणि त्यातील काही पावले टाकण्यात आली आहेत. आता मंडळांना वीजदर ठरविताना वीज नियामक मंडळाकडे जावे लागते आणि काही प्रमाणात या प्रक्रियेत शिस्त आणि पारदर्शी निर्णय होत आहेत. परंतु या मंडळांच्या

पुनर्रचनेचे अनेक बिकट प्रश्न आहेत. एक म्हणजे कर्मचाऱ्यांची संख्या आणि त्या खर्चाचा बोजा. दुसरे म्हणजे राजकीय हस्तक्षेप आणि वीजवाटपातील गळती आणि चोऱ्या यांचे प्रमाण. तिसरी गोष्ट म्हणजे शेतकऱ्यांना मिळणाऱ्या विजेवरचे अनुदान. हे सगळेच प्रश्न एकमेकाशी निगडित आहेत आणि वीजमंडळे ही भ्रष्टाचाराची आगारे बनली आहेत.

हीच गोष्ट राज्य परिवहन मंडळांची आहे. वीज आणि प्रवासी वाहतूक या क्षेत्रात जी सरकारला मक्तेदारी मिळाली आहे, त्यामुळे हे अनेक बिकट प्रश्न निर्माण झाले आहेत. यांचे खासगीकरण झाल्याशिवाय आणि अधिक स्पर्धेला वाव मिळाल्याशिवाय या क्षेत्रांची पुनर्रचना करता येणार नाही. या संघटनातील कर्मचारी आणि कामगारांचा त्याला पूर्ण विरोध आहे आणि सरकार त्यावर हतबल आहे.

सध्या आठ राज्यसरकारे स्ट्रक्चरल ॲडजेस्टमेंट लोनसाठी केंद्राच्या दारात उभी आहेत. या राज्यांनी परकीय कर्ज घेऊन आपली महसुली तूट भरून काढू नये, अशी केंद्राची अट आहे. त्यासाठी सरकारी कर्मचाऱ्यांची संख्या कमी करावी लागेल आणि खर्च ताब्यात ठेवावा लागेल. तसेच वीज, सिंचन, पाणी यांच्या उपभोगावर गाहकांना अधिक किंमत द्यावी लागेल. राज्यसरकारांना यातील कोणत्याच गोष्टी मान्य होणे परवडणारे नाही.

■

# १.२८ मूल्यवर्धित करआकारणीची सुरुवात

एकूण सुधारणा कार्यक्रमात करपद्धतीमधील सुधारणा एक महत्त्वाचा भाग आहे. त्यातही मूल्यवर्धित करआकारणीची सुरुवात कधीपासून करायची, यावर सारखी चर्चाच सुरू आहे. त्यामुळे त्यावरील कार्यवाही लांबणीवर पडत आहे. मूल्यवर्धित कर म्हणजे व्हॅल्यू ॲडेड टॅक्स म्हणजे व्हॅट.

राज्यपातळीवर या व्हॅटचा अंमल सुरू करण्याचा प्रयत्न प्रथम १९९३ मध्ये सुरू झाला. आत्ताचे पंतप्रधान मनमोहन सिंग हे त्यावेळी वित्तमंत्री होते आणि मूळचा आर्थिक सुधारणाकार्यक्रम त्यांनीच देशात आणला. तेव्हापासून आता दहा वर्षांहून अधिक काळ या विषयावर चर्चा चालू आहे आणि कार्यवाही होऊ शकत नाही. जेव्हा ही संकल्पना आली, तेव्हा बऱ्याच चर्चेनंतर राज्यांच्या वित्तमंत्र्यांची एक सर्वाधिकार समिती नेमण्यात आली. त्या समितीने व्हॅटची सुरुवात कशी करायची, याची एक योजना बनविली आणि सर्व राज्यांनी तिचा स्वीकार एप्रिल २००३ च्या आत करायचा असे मान्य झाले. व्हॅटचा अंमल झाल्यावर राज्यांचे जे थोडेफार नुकसान होईल ते केंद्राने कसे भरून काढायचे, यावर परत वादविवाद झाले आणि कार्यवाही होऊ शकली नाही. त्याचबरोबर निवडणुका जवळ आल्या आहेत, यामुळे राजकीय पक्षांनी धास्ती घेतली.

आता संसदेच्या निवडणुका संपल्यावर नव्या केंद्र सरकारने परत एकदा व्हॅटची सुरुवात करण्याचे आश्वासन दिलेले आहे. परंतु सध्या व्हॅटची जी संकल्पना प्रस्तावित आहे त्यात काही कमतरता आहेत आणि त्यांचा अजून विचार होऊ शकतो.

चांगला व्हॅट म्हणजे काय? ही करप्रणाली किरकोळ विक्रीच्या पातळीपर्यंत नेता येते. तसेच ज्या सर्व निविष्टांवर कर लावायचा आहे ते जमेपोटी दाखविता येते. तसेच त्यातून सर्व माल आणि सेवा यावर कर बसवता येतो आणि या कराच्या दरांमध्ये अगदी कमी फरक ठेवता येतो. आता राज्यपातळीवर जो व्हॅटचा मसुदा प्रस्तावित आहे त्यामध्ये सेवांचा समावेश करण्यात आलेला नाही. त्यामुळे राज्यांची व्हॅटची करपद्धती काही प्रमाणात दुबळी राहणार आहे. त्यामुळे राज्यसरकारे विरोधात आहेत.

देशाच्या संविधानानुसार केंद्रसरकार आपल्या अधिकारात १९९४ पासून सेवांवर कर बसविला आहे आणि आता त्यात साठपेक्षा अधिक सेवांचा समावेश झालेला आहे. संघराज्याच्या संविधानामध्ये सुधारणा करून केंद्रसरकारने सेवांवरील कर हा पूर्णपणे संघराज्याच्या अखत्यारीत आणलेला आहे आणि हा कर आता संघसूचीमध्ये (युनियन लिस्ट) समाविष्ट आहे. त्यामुळे येत्या काळात केंद्रसरकार आपणच अधिकाधिक सेवांवर कर बसवेल आणि राज्यांना यापैकी थोड्या बाबींवर कर बसविण्याची मुभा राहील.

या मांडणीतून दोन प्रश्न निर्माण होणार आहेत. यामुळे जी राज्ये केंद्राला विक्रीकर देतात, त्यामध्ये कोणतीही सवलत राज्यांना देण्यात येणार नाही. तसेच ज्या मालावर राज्ये विक्रीकर भरतात, त्यातही राज्यांना रिबेटची सवलत मिळणार नाही. केंद्रसरकार जी व्हॅटची योजना राबविणार आहेत त्याला सेनव्हॅट म्हणतात आणि जेव्हा केंद्रसरकार सेवांवर कर बसवेल, त्यावेळी राज्यांना काही क्रेडिट मिळण्याची शक्यता आहे. परंतु जेव्हा केंद्रसरकार राज्यांवर विक्रीकर बसवेल तेव्हा असे रिबेट मिळणार नाही. तसेच राज्यांच्या व्हॅटमध्ये सेवांचा समावेश करता येणार नाही. या सर्व बारकाव्यांमुळे व्हॅटची पद्धती ही एका समानतेवर आधारलेली आहे हे म्हणणे मान्य होणार नाही.

याउलट राज्यांनी सेवांवर सरसकटपणे कर बसवावा हे केंद्राला मान्य करता आले असते. तसेच दूरसंचारसारख्या काही थोड्या विषयांत केंद्रसरकार आपल्या अधिकारात कर बसवू शकले असते. प्रशासनाच्या दृष्टीने हे न्यायाला धरून झाले असते कारण बहुतेक सेवांचे स्वरूप असे आहे की, त्यात किरकोळ पातळीवर दिल्या जातात.

सध्याच्या प्रस्तावित व्हॅटच्या संकल्पनेत कोणते दर लागू करावेत हे सुचविले आहे. जो सर्वसाधारण दर (जनरल रेट) असेल तो साडेबारा टक्क्यांनी लागू पडेल. परंतु काही वस्तूंवर चार टक्क्यांनी कर लावता येईल. तसेच सोने आणि अशा काही वस्तूंवर एक टक्का दर लागू पडेल. त्याशिवाय पेट्रोलसारख्या मालावर वीस टक्के दरही लावता येईल. या नव्या व्यवस्थेमध्ये तीन पातळ्यांवर कराचे दर लावता येतील आणि सध्या जो अनेक दरांचा गोंधळ आहे त्या तुलनेने ही मोठी सुधारणा आहे. या चर्चेमध्ये सध्या थोडा गोंधळ आहे. उदाहरणार्थ, जो सर्वसाधारण दर आहे तो किमान दर आहे का आणि हा दर सर्व राज्यांनी राबवायचा आहे का, याविषयी खुलासा नाही. आज हा गोंधळ आहे कारण युनिफॉर्म फ्लोअर रेट (यूएफआर) असा शब्दप्रयोग वापरण्यात आलेला आहे आणि राज्यांना जो तोटा सहन करावा लागणार आहे, त्यासाठी साडेबारा टक्के हा सर्वसाधारण दर यासाठी विचारात घेण्यात आलेला आहे.

एका अर्थाने या यूएफआरच्या संकल्पनेत अंतर्विरोध आहेत. व्हॅटच्या व्यवस्थेमध्ये एक किमान पातळीवरचा दर सगळ्या राज्यांनी स्वीकारावा ही चांगली कल्पना आहे.

कारण त्यामुळे एकमेकांमधील स्पर्धा टाळता येईल. जितके शक्य होईल तितके प्रत्येक राज्यात एक किंवा दोन पातळ्यांवर दर ठेवता येतील. परंतु सर्व राज्यांमध्ये या पातळ्या समान असण्याची गरज नाही. राज्याराज्यांमधील करांच्या पातळ्यांमध्ये सुसंगती आणि सुसंवाद आणणे योग्य होईल; परंतु त्यासाठी सर्वांनी एकच सामाईक दर स्वीकारला पाहिजे असे नाही. खरे म्हणजे कर बसविण्याचा अधिकार याचा खरा अर्थ दर ठरविण्याचा अधिकार असे आहे. जर सर्व राज्यांनी एकच दर ठरवायचे असे मान्य झाले, तर राज्यांच्या हातून एक महत्त्वाचा अधिकार निघून जाईल. असे घडणे अनिष्ट आहे कारण त्यामुळे राज्यांची स्वायत्तता धोक्यात येईल आणि राज्यसरकारांनी वित्तव्यवस्था जबाबदारीने सांभाळावी, अशी अपेक्षा फोल ठरेल.

युरोपियन युनियनमध्ये एक किमान दराची पातळी राबविण्यात येते आणि जो स्टँडर्ड दर आहे तो त्याखाली जाऊ शकत नाही. इयूमध्ये जो सर्वसाधारण व्हॅटचा दर आहे तो लक्झेंबर्गमध्ये पंधरा टक्के आहे आणि डेन्मार्कमध्ये पंचवीस टक्के आहे. या व्यवस्थेमध्ये नियम आणि कार्यवाही यात एक सुसूत्रता साधण्यात आलेली आहे. परंतु दर वेगवेगळे ठेवण्याची सोय आहे. राज्यांनी जी व्हॅटची संकल्पना स्वीकारली आहे, त्यामध्ये अशा प्रकारची लवचीकता नाही. तसेच विक्रेता (डीलर) कोणाला म्हणायचे अशासारख्या महत्त्वाच्या व्याख्याही स्पष्ट नाहीत.

सध्या ज्यांना मेरिट गुड्स म्हणतात त्यावर कमी म्हणजे चार टक्क्यांनी दर लावण्याची सोय आहे. परंतु त्यात सुमारे ऐंशी वस्तूंचा समावेश करण्यात आलेला आहे आणि त्याचे काय समर्थन आहे, असा प्रश्न पडू शकतो. तसेच राज्यांच्या व्हॅटच्या विधेयकात अशा चार टक्क्यांच्या दरासाठी निविष्टांची मोठी यादी जोडण्यात आलेली आहे. त्यातील काहींमध्ये दोनशे बाबींचा समावेश करण्यात आलेला आहे. तसेच डिक्लेयर्ड गुड्स यांच्यावर चार टक्के कर लावण्यात येणार आहेत. यात फक्त तंबाखूचा समावेश नाही. वास्तविक पाहता कपडे आणि साखर यांच्यावर जनरल रेटने कर लावला आणि काही वस्तूंवर अगदी कमी दर लावला, तर राज्यांचा फारसा महसुलाचा तोटा होण्याची शक्यता नाही. जर केंद्राचा विक्रीकर रद्द झाला, तर काही निर्यात करणाऱ्या राज्यांचा महसुली तोटा होऊ शकतो.

नव्या व्हॅटच्या संकल्पनेत सध्या राज्यांचा जो महसूल कमी होणार आहे, त्यासाठी कोणत्या उपाययोजना करायच्या, याविषयी नक्की विचार झालेला नाही. तसेच सर्वच राज्यांचे प्रशासन व्हॅटची अंमलबजावणी करू शकेल, अशा तयारीपर्यंत पोहोचलेले नाही. फक्त हरियाणा राज्याने गेल्या वर्षी व्हॅटची अंमलबजावणी केलेली आहे आणि त्या राज्याचा अनुभव आशादायक आहे. त्यात काही सुधारणा आणि दुरुस्त्या करून व्हॅटची संकल्पना इतर राज्यांमध्येही राबविता येईल. सर्वांत महत्त्वाचे म्हणजे आता यापुढे दिरंगाई टाळणे निकडीचे आहे. ■

# १.२९ केरळात विकासासाठी पैसे नाहीत

देशातील अनेक राज्यांत शासनव्यवस्था ठप्प झालेली आहे. शासनापुढे मुख्य प्रश्न आहे तो कर्मचाऱ्यांचे पगार द्यायचे की विकासकामे बंद ठेवायची. केरळ राज्यात नुकताच सरकारी कर्मचाऱ्यांचा दीर्घकाळ संप झाला त्याचे मुख्य कारण हेच होते. केरळाचे मुख्यमंत्री अँटनी यांच्यापुढे हा प्रश्न आहे. कर्मचाऱ्यांचे पगार आणि निवृत्तीवेतन दिल्यावर विकासासाठी काही पैसेच उरत नाहीत.

सगळीकडेच जी मंदी आहे, त्यामुळे विक्रीकराच्या महसुलात सातशे कोटी रुपयांची तूट आहे आणि राज्याच्या एकूण महसुलात विक्रीकराचा वाटा पमुख आहे. वित्तीय आकडेवारीवरून असे दिसते की, एकूण वार्षिक महसूल हा रु. ९२८० कोटींचा आहे आणि त्यापैकी रु. ८९४० कोटी हे वेतन, निवृत्तीवेतन आणि कर्जावरच्या व्याजाची भरपाई यात खर्च होतात. राज्यात दरमहा सुमारे १७० कोटी रुपयांची महसुली तूट आहे.

वेतनावरील खर्चाचे आकडे बघण्यासारखे आहेत. सन ९०-९१ मध्ये वेतनावर रु. १६८३ कोटी खर्च होत होते ते ९९-०० मध्ये रु. ४५०२ कोटी झाले. तसेच निवृत्तीवेतन रु.२९३ कोटी वरून रु. १८०८ कोटी झाले.

हा खर्च धरून सार्वजनिक कर्जाचा आकडाही सतत वाढत आहे. गेल्या दशकात साधारणपणे वर्षाला वीस टक्क्यांप्रमाणे यात वाढ होत आहे. सन ९०-९१ मध्ये सार्वजनिक कर्जाचा आकडा रु. ४७१७ कोटी होता त्यात पाचपट वाढ होऊन ९९-००मध्ये तो रु. २०१७६ कोटी झाला. सध्या ही कर्जाची रक्कम रु. २५ हजार कोटींपेक्षा अधिक आहे.

या राज्यात वर्षानुवर्षे आरोग्य आणि शिक्षण या क्षेत्रांत कौतुकास्पद प्रगती होत होती आणि त्यासाठी केरळची देशातच नव्हे, परंतु परदेशांतही चर्चा झाली होती. आताच्या वित्तीय पेचप्रसंगामुळे या सर्वच प्रगतीवर पाणी फिरण्याची वेळ आली आहे. सार्वजनिक आरोग्यसेवांमध्ये औषधांचा पुरवठा थांबल्यामुळे खंड पडला आहे. विकासासाठी पुरेशी अर्थसामग्री नसल्यामुळे ०१-०२ या वर्षात राज्याच्या योजनाखर्चात दोनदा कात्री लावावी लागली आहे. प्रथम ही वार्षिक योजना

रु. ३७५० कोटी वरून रु. ३०१५ कोटी झाली आणि पुन्हा ती रु. २२६० कोटी इतकी कमी करावी लागली.

साहजिकच केरळाच्या मुख्यमंत्र्यांना प्रश्न पडला आहे की, आहे त्या उपलब्ध साधनांतून सरकारी कर्मचाऱ्यांचा फक्त पगार आणि भत्ते आणि निवृत्तीवेतन इतकेच भागवायचे असेल तर विकासकामासाठी पैसे कसे उभे करायचे. जर या काळात विकासकामे झाली नाहीत, तर पुढच्या निवडणुकीत लोकांना काय सांगायचे. हाच प्रश्न आज महाराष्ट्रात आहे आणि थोड्याफार फरकाने देशातील अनेक राज्यांत आहे. येत्या काळात यातून काही गंभीर राजकीय प्रश्न उभे राहतील आणि प्रसंगी नवे पेचप्रसंगही निर्माण होतील. सुधारणा कार्यक्रमाच्या मूळ विषयात याची कोणी तरतूद केली नव्हती.

■

# १.३० विविध राज्यांचा आर्थिक विकास

भारतातील विविध राज्यांच्या आर्थिक विकासात बरेच लक्षणीय फरक आहेत. आंतरराष्ट्रीय नाणे निधीच्या एका अभ्यासकाने असे म्हटले आहे की, या देशातील विविध राज्ये जवळपास वेगवेगळया देशांसारखीच विकासाची वाटचाल करताना दिसतात. अशा प्रकारचा एक नुकताच अभ्यास करण्यात आला. त्याचे नाव आहे ग्रोथ थिअरी ॲन्ड कॉनव्हर्जन्स ॲक्रॉस इंडियन स्टेस - ए पॅनल स्टडी ( शेखर अय्यर). या अभ्यासात राज्यांचे दरडोई उत्पन्न, साक्षरता, शहरीकरणाचा वेग असे अनेक लोकसंख्येचे आणि सामाजिक निष्कर्ष विचारात घेण्यात आले होते.

तत्त्वत: वेगवेगळ्या क्षेत्रांचा विकास होत असताना हळूहळू ते सर्व एका समान दरडोई उत्पन्नाच्या पातळीवर येत असतात. याचे एक कारण म्हणजे उत्पादनाच्या प्रक्रियेत त्यात लागणाऱ्या साधनांमध्ये चलनवलन होत असते आणि त्यातून अशी एक आर्थिक पातळी निर्माण होत असते. ही प्रक्रिया जितकी सुलभ आणि जलद गतीने घडते, त्या प्रमाणात ही पातळी एकजिनसी बनत असते. साधारणपणे वेगवेगळ्या देशांचा विचार करताना हे चलनवलन सुलभपणे होत नाही कारण मानवीय आणि वास्तविक भांडवलाच्या हालचालींवर कडक बंधने असतात.

या अभ्यासात असे आढळून आले की, भारतातील विविध राज्यांची आर्थिक भरभराटीची क्षमता वेगवेगळी आहे. यामध्ये काही स्थिर राज्ये आढळून येतात, ज्यांची उत्पादनप्रक्रिया आणि क्षमता उच्च दर्जाची आहे असे म्हणता येईल. या क्रमवारीत हरियाणा राज्याचा प्रथम क्रमांक लागतो आणि सर्वांत शेवटचा क्रमांक केरळचा आहे. याव्यतिरिक्त बिहार, त्रिपुरा आणि तमिळनाडू ही राज्ये केरळाच्या पुढे आहेत. याउलट हरियाणानंतर दुसरा क्रमांक पंजाबचा आहे आणि त्यानंतर गुजरात, जम्मू - काश्मीर आणि आंध्र प्रदेश यांचा क्रम लागतो. हा आलेख १९९६च्या आकडेवारीवर आधारलेली आहे.

या अभ्यासात केरळाचा खास उल्लेख आहे. या राज्यात सामाजिक क्षेत्रात भरीव काम झाले आहे; परंतु येथे आर्थिक प्रगती मंद आहे. यावरून असे सहजपणे म्हणता येईल की, केरळात मानव साधनसामग्री चांगली विकसित होऊनही तिचे

प्रत्यक्ष रूपांतर उत्पादनप्रक्रियेत कार्यक्षमता नीट होत नाही आणि त्यामुळे दरडोई उत्पादन आणि उत्पन्न याची वाढ समाधानकारक नाही. तसेच हे विकसित मनुष्यबळ मोठ्या प्रमाणावर राज्याबाहेर स्थलांतरित झाले आहे. यापैकी मोठी संख्या अरब देशांतही पोहोचलेली आहे. अर्थात, परदेशांत झालेले स्थलांतर ही वस्तुस्थिती असताना परदेशांतून मोठ्या प्रमाणावर निधी केरळ राज्यात परत आलेला असणार हे उघड आहे. एका अर्थाने हा एक आंतर्विरोध आहे असे दिसते.

राज्याचा आर्थिक विकास दोन प्रमुख परिमाणांवर अवलंबून आहे. एक म्हणजे साक्षरतेचा दर. कारण यातून सामाजिक विकास प्रतिबिंबित होतो. दुसरी बाब म्हणजे खासगी गुंतवणूक. या आकडेवारीवरून एक सूत्र दिसते. साक्षरतेमध्ये एक टक्का वाढ झाली, तर पाच वर्षांच्या काळात दरडोई उत्पन्नात सुमारे ऐंशी बिंदूंनी वाढ होते. तसेच गुंतवणुकीत एक टक्का वाढ झाली, तर दरडोई वाढीचा दर ०.१५ टक्के असतो. राज्यसरकारांनी विकासनीती बनविताना हे लक्षात ठेवावे.

■

# १.३१ केरळचा आर्थिक विकास : एक आदर्श

नोबेल पारितोषिकविजेते प्राध्यापक अमर्त्यकुमार सेन यांनी केरळाच्या आर्थिक प्रगतीविषयी नुकतेच टीकात्मक परीक्षण केले. केरळ राज्यात डाव्या विचारसरणीचा प्रभाव आहे आणि तेथील आर्थिक विकासाच्या प्रक्रियेविषयी नेहमीच कौतुकाने बोलले जाते. तसेच इतर राज्यांनी हा आदर्श डोळयांपुढे ठेवून आपले विकासाचे धोरण आखावे असे म्हटले जाते. अर्थात, केरळ राज्यात अनेक सकारात्मक गोष्टी घडल्या हे सर्वमान्यच आहे. येथे शिक्षणावर भर देऊन प्राथमिक शिक्षण सर्वांना देण्यात आले. अनेक सामाजिक सुधारणा करण्यात आल्या आणि सर्वांत महत्त्वाचे म्हणजे जमीन सुधारणा झाली. परंतु या पलीकडे जाऊन स्वयंचलित आर्थिक विकासाची प्रक्रिया केरळ राज्यात वाढीस लागली असे म्हणता येत नाही. येथील मनुष्यबळ मोठ्या संख्येने आखाती देशात गेले आणि त्यांनी फायद्याचा रोजगार शोधला. परिणामी, यातील बराचसा पैसा परत केरळात आला आणि लोकांनी त्यातून आलिशान निवासस्थाने बांधली. त्याबरोबरच इतर चैनीच्या वस्तू खरेदी केल्या. या आर्थिक सुबत्तेतून भांडवल गुंतवणूक मात्र झाली नाही. हे असे का झाले याचा विचार व्हायला हवा.

केरळात विकेंद्रीकरण झाले आणि अधिकाधिक जनतेचा विकासप्रक्रियेत सहभाग झाला. त्याबरोबरच समानतेचे ध्येय सर्वांच्या डोळयांपुढे होते. हे सर्व होते तरी विकास आणि समृद्धीसाठी अधिक कष्ट करावे लागतात याचे कोणी भान ठेवले नाही. या राज्यातील राजकीय विचारप्रक्रिया अशी बनत गेला की, फक्त घोषणांवरच भर देण्यात आला आणि जनतेची कष्ट करण्याची मानसिकता बनविण्याची जबाबदारी कोणी पत्करली नाही. सार्वत्रिक प्राथमिक शिक्षण आणि जमीन सुधारणा या पायाभूत होत्या; परंतु त्यानंतर जी भांडवल गुंतवणूक व्हायला पाहिजे होती ती झाली नाही. त्यामुळे औद्योगिकीकरणाची प्रक्रिया वाढीला लागली नाही.

केरळमध्ये ज्या चांगल्या गोष्टी साधल्या त्यासुद्धा किती टिकणाऱ्या आहेत हा प्रश्नच आहे. नव्वदीच्या मध्यंतरात सार्वत्रिक शिक्षणाचा कार्यक्रम मंदावला होता सन १९९१ मध्ये प्रौढसाक्षरता शंभर टक्के होती; परंतु १९९६ च्या सुमारास हे प्रमाण

९१ टक्क्यांपर्यंत घसरले. या राज्यात दरडोई उत्पन्नाचे प्रमाण हे देशातील सरासरीपेक्षा ५० टक्क्यांनी कमी आहे. मधल्या काळात आखाती देशातील रोजगाराच्या संधी कमी झाल्यामुळे येथे येणाऱ्या पैशाचा ओघ एकदम मंदावला आहे. तरीही वेगवेगळ्या उत्पन्न गटामधील कुटुंबांची दरी वाढली आहे. गेल्या अनेक वर्षांत केरळमधील भातशेतीखालील जमीन सतत कमी होत आहे आणि भाताचे उत्पादनही घटलेले आहे.

थोडक्यात, केरळ राज्यात लोकसंख्या, साक्षरताप्रसार, रोजंदारीच्या संधी, विकेंद्रीकरण आणि लोकसहभाग अशा अनेक क्षेत्रांत लक्षणीय प्रगती करण्यात आली. एकेकाळी केरळात दारिद्र्य आणि बेरोजगारी यांचेच प्राबल्य होते; परंतु तेथे एक लोकाभिमुख प्रशासन आले आणि त्या राज्याचा सर्व चेहरा बदलून गेला. यातून केरळने एक नवा आदर्श निर्माण केला असे समजण्यात येऊ लागले. परंतु हे पुरेसे नाही आणि अजूनही आर्थिक विकास व्हायचा आहे.

■

# विभाग २ : वित्त आयोग

**Finance Commission**

## २.१ बाराव्या वित्त आयोगापुढील काम

आता बाराव्या वित्त आयोगाचे काम सुरू झाले आहे. त्याचे प्रमुख डॉ. सी. रंगराजन आहेत. यापूर्वी ते आंध्र प्रदेशचे राज्यपाल होते आणि त्याअगोदर भारतीय रिझर्व बँकेचे गव्हर्नर होते. त्यांना वित्त आयोगाच्या प्रमुखपदी आणण्यात आंध्रचे मुख्यमंत्री चंद्राबाबू नायडू यांनी आपले राजकीय वजन वापरले. केंद्राच्या राष्ट्रीय लोकशाही आघाडीत सर्वांत अधिक दबदबा नायडूंचा आहे कारण त्यांच्या प्रादेशिक पक्षात सर्वाधिक लोकसभा सदस्य आहेत. त्यानिमित्ताने राजकीय वजन किती चातुर्याने आर्थिक विषयांसाठी राबविता येते, याचा नायडूंनी धडा घालून दिला आहे असे म्हणता येईल. अधिक महत्त्वाचे म्हणजे या पुढच्या राजकारणात केंद्र आणि राज्यसरकारे यांचे आजपर्यंतचे पारंपरिक संबंध बदलून आता नवीन सत्तासंबंध निर्माण होणार आहेत याचे हे संकेत आहेत. आजची राष्ट्रीय लोकशाही आघाडी आणि तिचे केंद्रसरकार हे या बदलत्या स्थित्यंतराचे प्रतिबिंब आहे.

तसे म्हटले तर वित्त आयोगापुढे नेहमीचेच आणि कायम महत्त्वाचे विषय आहेत. केंद्राकडून राज्यांना किती महसूल मिळावा आणि त्या हस्तांतरित महसुलाचे राज्यांमध्ये कसे वाटप करावे. याला जोडून आणखी काही विषय आहेत आणि यामध्ये राज्यांना कर्जाचा भार सुसह्य कसा होईल हा सर्वांत महत्त्वाचा विषय आहे. गेल्या अर्थसंकल्पात आजच्या खर्चिक कर्जाच्या जागी स्वस्त कर्ज उपलब्ध करून देण्याची योजना जाहीर करण्यात आलेली आहे.

राज्यांना जो महसूल उपलब्ध होतो, त्यामध्ये कराची रक्कम आणि सहायक अनुदान (ग्रान्टस इन एड) यांचे वाटप वित्त आयोगाच्या आदेशाप्रमाणे होते. शिवाय इतर प्रकारचीही अनुदाने असतात आणि त्यात योजनांतर्गत अनुदान अंतर्भूत असते. यापैकी पहिल्या प्रकारे ६५ टक्के आणि दुसऱ्या प्रकारे ३५ टक्के अशी एकूण रक्कम राज्यांना मिळते. अकराव्या वित्त आयोगाने केंद्राच्या एकूण महसुलापैकी ३७.५ टक्के रक्कम अशा सर्व अनुदानातून राज्यांना मिळावी, असे सांगितले होते. आता बाराव्या वित्त आयोगापुढे हे प्रमाण वाढावे किंवा नाही, असा महत्त्वाचा विषय आहे.

यावर विचार करताना केंद्र आणि राज्यसरकारे यापैकी कोणाची वित्तव्यवस्था

अधिक अडचणीत आली आहे हा सर्वांत महत्त्वाचा विचार करावा लागेल. यामध्ये दोन ठळक निर्देशांक वापरात आहेत. एक म्हणजे वित्तीय तूट आणि जीडीपी याचे गुणोत्तर आणि दुसरे कर्ज आणि जीडीपी याचे गुणोत्तर. या दोन्हीचा विचार करता केंद्राची वित्तव्यवस्था अधिक काळजी करण्यासारखी आहे असे म्हणावे लागेल. त्याचबरोबर गेल्या दशकांतील सुधारणा कार्यक्रमांचा अंमल सुरू झाल्यापासून राज्यांची वित्तव्यवस्था अधिक वेगाने घसरणीला लागली आहे, याचीही नोंद घ्यावी लागेल. केंद्राच्या कर्जाचे जीडीपीशी गुणोत्तर सुमारे चार टक्क्यांनी बिघडले. ते १९९०-०१ मध्ये ६१.४ टक्के होते आणि ते २००१-०२ मध्ये ६३.८ टक्के झाले. या काळात राज्यांच्या कर्जाचे जीडीपीशी गुणोत्तर सुमारे ३० टक्क्यांनी बिघडले. म्हणजे ते १९.४ टक्क्यांवरून २५.६ टक्क्यांवर पोहोचले. यावरून असे म्हणता येईल की, राज्यांना अधिक महसूल उपलब्ध करून द्यावा लागेल. थोडक्यात, अकराव्या वित्त आयोगाने जी शिफारस केली त्यात आणखी अधिक वाढ करावी लागेल.

दुसरा एक वादाचा विषय आहे आणि तो म्हणजे राज्याराज्यांमध्ये जो असमतोल आहे तो कसा कमी करायचा. राज्यांना ज्यातून महसूल मिळतो आणि जे खर्च करावे लागतात यांचा पाया समान नाही. एका मूलभूत अर्थाने राज्यातील या संबंधांमध्ये समानता कशी आणायची हाच खरा वित्त आयोगाचा उद्देश आहे. राज्यातील समानता याचे कितीही महत्त्व असले तरी गेल्या काही वर्षांत वित्त आयोगांना कार्यक्षमतेचाही विचार करावा लागला आहे. यानिमित्ताने एक प्रश्न पुढे आला आहे. जी राज्ये बेजबाबदारपणे प्रशासन करतात त्यांना अधिक निधी का उपलब्ध करून द्यावा, असा प्रश्न प्रगत राज्ये करत आहेत. ही एक प्रकारची चुकणाऱ्या प्रशासनाला दिलेली बक्षिसी आहे, असा त्यांचा दावा आहे. जर काही राज्ये कायमचीच बेजबाबदारपणे वागणार असतील, तर प्रगतिशील राज्ये किती काळ आपल्या महसुलातील कपात सहन करतील हा प्रश्नच आहे.

प्रगतशील उच्च उत्पन्नातील राज्ये वित्त आयोगापुढे एक दृष्टिकोन मांडतील असे अपेक्षित आहे. त्यांच्यावर आज भारी कर्जाचा बोजा आहे कारण त्यांनी योजनेअंतर्गत विकासकामांसाठी शासनाबाहेरच्या बाजारपेठेतून कर्जे उभारली. परंतु केंद्राच्या कर महसुलात जर त्यांना अधिक वाटा मिळाला असता, तर अशी कर्जे काढण्याचा प्रसंग आला नसता. अर्थात, केवळ कर्जांची पातळी उच्च आहे, त्यामुळे राज्यसरकारे अडचणीत आली आहेत, असे म्हणणे पुरेसे नाही. या कर्जांवर जे उच्चदराचे व्याजदर आहेत, त्यामुळेही हा बोजा असह्य झाला आहे. हे व्याजदर उच्च पातळीवरील होते कारण त्यावेळी चलन फुगवटा होता आणि त्याचे ते प्रतिबिंब होते. परंतु आता कराचा महसूल फार मंदगतीने वाढत आहे कारण चलन फुगवटा अगदी माफक आहे. त्याचबरोबर बाजारात मंदी आहे आणि त्याचाही परिणाम कराच्या

महसुलावर होतो आहे. याचा एक परिणाम म्हणजे राज्यांच्या एकूण महसुली उत्पन्नात व्याज रकमेचे गुणोत्तर सारखे वाढत आहे.

यापूर्वी कधी नव्हता इतका राज्यांवरचा कर्जाचा बोजा कसा सुसह्य करता येईल हा प्रश्न कळीचा बनला आहे. राज्यांच्या वित्तव्यवस्थेची पुनर्रचना कशी करायची, याचा वित्त आयोग विचार करेल आणि त्यामध्ये हा मुख्य मुद्दा असेल. गेल्या दहाव्या वित्त आयोगाने एक सूत्र आखून दिले होते आणि त्यामध्ये कर्जाची साहाय्यता आणि वित्तीय कार्यवाही यांची सांगड घातली होती. या सूत्राच्या आधारे १९९५-२००० या काळात सुमारे रु. २१२ कोटींचे साहाय्य देण्यात आले. नंतर अकराव्या वित्त आयोगाने हेच सूत्र चालू ठेवले; परंतु प्रोत्साहनाच्या रकमेत वाढ केली. एका अंदाजानुसार २०००-०५ या काळात या मार्गाने सुमारे रु. ६०० - ७०० कोटी कर्जावर साहाय्य म्हणून राज्यांना मिळेल.

गेल्या अर्थसंकल्पात राज्यांच्या उच्चदराच्या कर्जांची कमी दराच्या कर्जांची जी अदलाबदल केंद्राने सुचविली आहे त्यातून मिळणारे साहाय्य मोठ्या रकमेचे आहे. वर उल्लेखिलेले आकडे त्या तुलनेने लहानच आहेत. केंद्राच्या नव्या योजनेनुसार राज्यांचा येत्या तीन वर्षांत सुमारे रु. ८१००० कोटी इतका फायदा होणार आहे. ही बचत पुढील दहा वर्षांच्या काळात होणार आहे म्हणजे दरवर्षी सरासरी रु. ८००० कोटींनी राज्यांच्या खर्चात बचत होणार आहे. सन २००२-०३ मध्ये राज्यांनी जी एकूण नक्त व्याज रक्कम दिली, त्याच्या सुमारे १२ टक्के रक्कम इतके हे बचतीचे प्रमाण आहे. महाराष्ट्रात दरवर्षी सुमारे ५०० कोटींचा व्याज रकमेचा खर्च वाचणार आहे म्हणजे ग्रामीणविकासासाठी जो विकासकामांवर खर्च होतो त्यापेक्षा हा बचतीचा आकडा मोठा आहे.

बाराव्या वित्त आयोगाला कर्जाच्या बोजात राज्यांना कशी सवलत द्यायची, याचा विचार करताना त्यांना घालून दिलेल्या विचारार्थी विषयाकडे वळावे लागेल. त्यानुसार राज्यांनी मानवविकासाच्या क्षेत्रात काय काम केले आहे आणि भांडवल गुंतवणुकीसाठी कोणते प्रोत्साहनात्मक वातावरण निर्माण केले आहे, याची दखल घेण्यास सांगण्यात आलेले आहे. आता जर राज्यांना साहाय्य देताना या बाबींना महत्त्व दिले, तर काही प्रमाणात आयोगाच्या मूळ हेतूंना बाधा येईल. तसेच भांडवल गुंतवणुकीसाठी कोणते वातावरण पोषक आहे याची समाधानकारक वस्तुनिष्ठ व्याख्या करणे, हेसुद्धा एक वादाचा विषय होऊ शकेल.

या किचकट बाबीत फसण्यापेक्षा राज्यांवरील कर्जाच्या बोजाचा विचार करताना आयोगाने सामाजिक, भौतिक आणि वित्तीयक्षेत्रात कोणत्या पायाभूत सवलती निर्माण करण्यावर खर्च केला याला प्राधान्य द्यावे. मुळात साधने मर्यादित आहेत आणि जर राज्यांना साहाय्यता द्यायची त्याला जर अटी जोडल्या, तर अंमलबजावणीच्या क्षेत्रात

अनेक प्रश्न उभे राहतील. याला पर्याय म्हणून जर अटी घालून साहाय्य केले तरीही काही प्रश्न निर्माण होतीलच. याचे मुख्य कारण म्हणजे राज्यसरकारे कर्जाच्या ओझ्याखाली पूर्णपणे दबली गेलेली आहेत आणि अटी घातल्या, तर प्रत्यक्षात त्यांना केंद्राकडून साहाय्य मिळेल याचा भरवसा देता येणार नाही. यापूर्वी कधी नव्हता इतका कठीण प्रसंग वित्त आयोगापुढे आहे आणि केंद्र आणि राज्यसरकारे या सर्वांचे समाधान होईल असा मध्यम मार्ग शोधणे फार कठीण आहे. मुख्य म्हणजे केंद्र आणि राज्यसरकारे यांना शिस्त कशी लावायची, हा उदारीकरणाच्या पर्वातील सर्वांत कळीचा प्रश्न आहे. यावरच देशाच्या लोकशाहीव्यवस्थेचे भवितव्य अलवंबून आहे.

■

# २.२ वित्तआयोगापुढील नवा विषय

नोव्हेंबर २००२ मध्ये बाराव्या वित्त आयोगाची नेमणूक करण्यात आली आणि त्यांच्या कामाची विषय सूची ठरविण्यात आली. अधिक भांडवल गुंतवणुकीची गरज आणि विकासप्रकियेतील समतोल यांचे भान ठेवून सरकारची वित्तव्यवस्था कशी सुधारता येईल, याचा आयोगाने अभ्यास करायचा, या कामाची व्याप्ती मोठी आहे आणि त्यातून आयोगाला आर्थिक सुधारणा कार्यक्रम राबविण्यात कोणत्या अडचणी येत आहेत, त्यावर उपाय सुचविता येतील. खरोखरी सुधारणा कार्यक्रम कल्पकतेने आणि धडाडीने राबविल्याशिवाय सरकारची वित्तव्यवस्था सुधारता येणार नाही. यापूर्वीही अशा बिकट प्रश्नांना तोंड देण्यासाठी काही राष्ट्रीय उपक्रम सुचविण्यात आलेले आहेत आणि त्यामध्ये आता आयोग आपली भर टाकू शकते.

आयोगाला तीन मुद्द्यांवर विचार करायचा आहे. एक म्हणजे हितसंबंधांमध्ये संघर्ष आहे किंवा परस्परांमध्ये अविश्वास आहे आणि त्यामुळे भारत काही सुधारणा राबवू शकत नाही. या सुधारणा सर्वांच्या फायद्याच्या आहेत हे बहुतांशी सर्वांना माहीत आहे; परंतु त्यावर अंमल होत नाही. याचे चांगले उदाहरण म्हणजे अनेक राज्यसरकारे पाणी आणि वीज यांच्या वापरावरील दर किंवा करभार वाढवू शकत नाहीत कारण राजकीयदृष्ट्या ते कोणत्याच पक्षाला मानवत नाही. राजकीय पक्षांमध्ये ग्राहकाला खुश ठेवण्यासाठी स्पर्धा असल्यामुळे कोणत्याही सार्वजनिक सेवेचे किमान खर्च भागवता यावे हे कोणाला मान्य नाही. यावर एक मार्ग म्हणजे आयोगाने या विषयावर आदेश द्यावा आणि राजकीय पक्षाची सोय करावी. एकदा राजकीय पक्षांनी आयोगाबरोबर आपली सहमती दिली, तर आयोगाच्या शिफारशींमुळे कठोर निर्णय घ्यावे लागतात असे म्हणण्याची पक्षांना सोय राहील. यामुळे काही सुधारणांची सार्वत्रिक अंमलबजावणी करणे अधिक शक्य होईल. यासाठी निवडणूक आयोगाचे उदाहरण वित्त आयोगाने डोळ्यांपुढे ठेवावे. निवडणूक आयोगाने अनेक कठोर निर्णय दिले आणि प्रत्यक्षात अमलातही आणले. अनेकदा राजकीय पक्षांनी त्यावर वादविवाद केले; परंतु शेवटी आयोगाचे निर्णय मान्य झाले. यामध्ये सुदैवाने न्याय संस्थेनेही मदत केली आणि प्रसारमाध्यमांनीही साथ दिली. राजकीय पक्षांच्या स्पर्धेत

बाहेरच्या पंचाने निर्णय दिला तर काही प्रमाणात सर्वच पक्षांना अवघड निर्णय घेणे शक्य होते असे दिसते. गेल्या काही वर्षांत वेगवेगळ्या स्तरावर नियामक मंडळे स्थापन करण्यात आली आहेत आणि त्यांनी दिलेले निर्णय अमलात येत आहेत. आता राष्ट्रीय पातळीवर आयोगाने हे काम केले, तर काही प्रमाणात राजकीय पक्षांची सुटका होईल आणि मतदारांना खुश ठेवण्यासाठी जी अव्याहत स्पर्धा चालू आहे तिला आळा बसेल.

दुसरा विचाराचा मुद्दा आहे सरकारांचा वित्तीय तूट आणि कर्जाचा बोजा कसा कमी करायचा? यासाठी अनेक विषयांना हात घालावा लागेल. कमी वेळात आणि राजकीयदृष्ट्या सोयीचा असा मार्ग वित्तव्यवस्थेतील सुधारणांसाठी शोधावा लागेल. यासाठी व्याजदर कमी करावे लागतील, विकासाची गती वाढवावी लागेल आणि करव्यवस्थेचा आवाका वाढवावा लागेल. करव्यवस्था सुधारली आणि करदात्यांना कर देण्यासाठी प्रेरणा आणि प्रोत्साहन मिळाले, तर सरकारच्या उत्पन्नात भर पडू शकेल आणि तूट कमी होण्यास मदत होईल.

तिसरा विषय आहे व्यक्ती आणि सरकार यांनी एका नव्या दिशेने वाटचाल करण्यासाठी कोणती धोरणे सुचवावी. यापूर्वीच्या वित्त आयोगाने न्याय्य वाटप (इक्विटी) आणि कार्यक्षमता (इफिशियन्सी) यातील संघर्षाविषयी काही चर्चा केलेली आहे. आता जर एका नव्या दिशेने प्रवास करायचा असेल, तर त्यासाठी प्रोत्साहन (इन्सेंटिव्ह्ज) कसे देता येईल याचा विचार करावा लागेल. या अर्थाने प्रोत्साहन आणि कार्यक्षमता यात थोडासा फरक करावा लागेल. कार्यक्षमता म्हणजे ज्यांनी चांगले कार्य केले आहे त्यांना बक्षीस देणे. याउलट प्रोत्साहन देताना यापुढे जे आपले कार्य सुधारू शकतील त्यांना पाठिंबा देणे अभिप्रेत आहे. या अर्थाने न्याय्य वाटप आणि कार्यक्षमता यातील संघर्ष किंवा विसंवाद कमी करता येईल. या दृष्टीने जर कमी उत्पन्न असलेल्या राज्यांना त्यांच्या पायाभूत सोयी आणि सुधारणा यात वाढ करण्यासाठी आणि मानवीय विकास करण्यासाठी विशेष मदत करण्यात आली, तर ते सर्वांना मान्य होऊ शकेल. यातून एकूण अर्थव्यवस्थेची उत्पादकता वाढेल आणि श्रीमंत राज्ये अशा प्रकारची व्यवस्था मान्य करण्यास तयार होतील. असे करताना जे सूत्र ठरविण्यात येईल ते वस्तुनिष्ठ आणि पारदर्शी असले पाहिजे. तसेच ही मदत देताना कोणतेही डावे-उजवे करण्यास वाव असता कामा नये. यातूनच राज्याराज्यांमध्ये विश्वास वाढेल आणि सर्व राज्ये ते मान्य करतील.

राज्यांना प्रोत्साहन देण्याच्या प्रयत्नात सुधारणा करण्यास बराच वाव आहे याची काही उदाहरणेही सांगता येतील. बाराव्या वित्त आयोगाला कराचे जे नक्त उत्पन्न मिळते त्याची विभागणी केंद्र आणि राज्यसरकारे यांच्यात कशी करावी, याबाबत शिफारस करण्यास सांगितले आहे. सध्या केंद्रसरकारच्या सर्व कराच्या

उत्पन्नातून राज्यांना काही प्रमाणात वाटा मिळतो. राज्यांना हे उत्पन्न वाटताना जे कल्याणकारी कामांसाठी पैसे उचलून द्यायचे ते त्यांना एकरकमी देण्यात यावेत. जर राज्ये खर्च करतात त्या प्रमाणावर केंद्राने त्यांना निधी दिला, तर राज्यसरकारे जादा खर्च करण्याची शक्यता आहे. त्यापेक्षा ही सरकारे जितका कर गोळा करतील त्याप्रमाणात त्यांना निधी दिला, तर राज्यांना आपले कराचे उत्पन्न वाढविण्यासाठी प्रोत्साहन मिळेल. विकास आणि कल्याणकारी निधी मुख्यत: पायाभूत सुविधा, शिक्षण आणि मानव विकास कार्यक्रम यासाठी देण्यात यावा. दारिद्र्यावर मात करायची असल्यास गरिबांना अधिक अधिकार आणि उत्पन्न देणाऱ्या मत्ता मिळण्याची आवश्यकता आहे. त्यातूनच खऱ्या अर्थाने गरिबांचे श्रम भांडवलात रूपांतरित होतील आणि त्यांना स्वत:चा स्वयंरोजगार शोधण्याची प्रेरणा आणि संधी मिळेल.

सरकारी लेखाव्यवस्था सुधारणे आवश्यक आहे आणि त्यासाठी सरकारांना प्रोत्साहन देण्याची गरज आहे. यातूनच सरकारी वित्तव्यवस्थेची पुनर्मांडणी करता येईल त्यात स्थैर्य आणता येईल आणि कर्जाचा बोजा कमी करता येईल. या गोष्टी साधल्या तर विकासाची प्रक्रिया न्याय्य होईल आणि सर्वांना समान संधी मिळेल. यापुढे निधीचा विचार केवळ एक निविष्टा (इनपूट) म्हणून न करता त्यातून कोणते उत्पादन होणार आहे, यावर आधारित हवा. तसेच त्यात पारदर्शकता हवी आणि निधी वितरणाचे निश्चित वेळापत्रक हवे. या गोष्टी साधल्या तर निधीचा योग्य विनियोग होतो का नाही आणि त्यासाठी कोण जबाबदार आहे, ही बाब प्रशासनाच्या सुधारणेमध्ये आणता येईल. तसेच प्रशासनात वेगवेगळ्या पातळींवर निर्णय घेण्याची आणि अंमलबजावणीची निश्चिती करता येईल. आता वित्तीय जबाबदारीचा कायदा (फिस्कल रिस्पाँसिबिलिटी ॲक्ट) बनत आहे आणि त्यात विशिष्ट आणि कालमर्यादित जबाबदाऱ्या आखून देण्यात येणार आहेत. जर वित्तीयव्यवस्थेत शिस्त आली, तर विकासासाठी जी सार्वजनिक गुंतवणूक करावी लागते, त्यात वाढ करता येईल आणि तिचा दर्जा वाढविता येईल. सरकारच्या वित्तव्यवस्थेत त्यांनी वाढीच्या प्रकियेत अतिरिक्त जमा गोळा करावी आणि मंदीच्या काळात जी तूट येईल ती त्यातून भरून काढावी, अशा प्रकारची पुनर्मांडणी करावी लागेल. केवळ वित्तीय तूट हे लक्ष्य न करता सरकारी खर्चावर लक्ष ठेवले, मंदीच्या काळात कराचे उत्पन्न कमी झाले, तर वित्तीय तुटीत वाढ होईल. तसेच करआकारणीचा आधार वाढविला, तर कृषीक्षेत्रावर काही प्रमाणात कर बसविता येईल. कृषी उत्पन्नावर कर बसविण्यापेक्षा जर शेत जमिनीवर महसूल आकारला, तर राज्यसरकारांचे उत्पन्न वाढू शकेल. सर्वच राज्यात असा कर गोळा करण्यासाठी महसुली यंत्रणा उपलब्ध आहे.

यातूनच राज्यांना शेतजमिनीच्या मालकी हक्कांचे संगणकीकरण करण्यास प्रवृत्त करता येईल. तसेच राज्यांमधील सिंचनाचे प्रकल्प ऊर्जा उत्पादनाचे प्रकल्प,

सार्वजनिक क्षेत्रातील उद्योग यासर्व क्षेत्रांत संगणकीकरणाचा वेग वाढविता येईल. अशा पद्धतीने माहिती-तंत्रज्ञानाचा वापर सरकारीव्यवस्थेमध्ये सर्व पातळीवर रुळला, तर वित्त आयोगाला राजकीय पक्षांची सहमती निर्माण करणे शक्य होईल. मुख्यत: ग्राहकांनी वीज, सिंचन अशा सार्वजनिक क्षेत्रातील सेवांसाठी जी अधिक किंमत देणे आवश्यक आहे, त्यासाठी एक स्वतंत्र नियामक मंडळाची व्यवस्था निर्माण करता येईल. या सर्व महत्त्वाच्या आर्थिक बाबी आणि त्यातील खर्च आणि किमतींवरील नियंत्रण हे पूर्णपणे राजकीय पक्षांच्या हातातून काढून घेण्याची गरज आहे. वित्त आयोगाला हे सर्वांत कठीण आणि महत्त्वाचे काम करायचे आहे.

गेल्या काही वर्षांत या दिशेने काही प्रगती होत आहे. त्यात अधिक गती कशी येईल हा खरा अवघड प्रश्न आहे. अकराव्या वित्त आयोगाने या दिशेने पावले टाकलेली आहेत आणि त्यामध्ये राज्यसरकारांना प्रोत्साहन देणे हा एक विचार मंजूर झालेला आहे. अशा प्रोत्साहनाच्या वातावरणातच राज्यसरकारांची वित्तव्यवस्था सुधारता येईल. आता राज्याराज्यांमध्ये अनेक बाबींच्या चर्चेत तुलना होते आणि राज्यसरकारांना त्याची जाणीव आहे. काही प्रमाणात का होईना जी सरकारे मागे पडणारी आहेत त्यांना आपल्यात कोणती कमतरता आहे याचा विचार करावा लागत आहे. येत्या काही वर्षांत केंद्रसरकार आणि राज्यसरकारे यांच्यातील बदलते आर्थिक संदर्भ हा राष्ट्रीय चर्चेमध्ये सर्वांत महत्त्वाचा विषय राहणार आहे. त्यावरच राजकीयव्यवस्थेचे स्थैर्य अवलंबून आहे. या दृष्टीने बाराव्या वित्त आयोगाचे काम ऐतिहासिकदृष्ट्या किती महत्त्वाचे आहे, यावर अधिक भाष्य करण्याची गरज नाही.

■

# २.३ वित्तव्यवस्थेची शिस्त

भारतासारख्या मोठ्या विकसनशील देशात विकासाच्या प्रक्रियेत काही तणाव असतात. ते टाळता येत नाहीत. त्यातील एक म्हणजे वित्तव्यवस्थेला किती शिस्त लावायची आणि किती प्रमाणात सरकारला विकासासाठी अधिक साधनसामग्री मिळवून द्यायची? काहींच्या मते यात विवेकाने सीमारेषा कशी ओढायची आणि या पर्यायांमधील तणाव कसा हाताळायचा, यातच नेतृत्वाचा कस आहे. असे नेतृत्व राजकीय आणि आर्थिक या दोन्ही अंगांनी प्रगल्भ असावे लागते. एका अर्थाने सगळा वैचारिक वाद या विषयाभोवतीच आहे.

केंद्रसरकारने फिस्कल रिस्पाँसिबिलिटी ॲन्ड बजेट मॅनेजमेंट (एफआरबीएम) ॲक्ट मंजूर करून घेतला आहे आणि त्याअंतर्गत एक जबाबदारी स्वीकारली आहे. त्यानुसार केंद्रसरकारची वित्तीय तूट ही जीडीपीच्या तीन टक्क्यांपर्यंतच ठेवण्याची मुभा आहे. शिवाय महसुली तूट ही शून्यावर आणायची आहे. या दोन्हीसाठी २००८-०९ हे वर्ष अंतिम मर्यादा आहे. त्याचबरोबर बाराव्या वित्त आयोगाने (टीएफसी) एक वित्तीय सुधारणा करण्यासाठी एका कर्जाच्या पुनर्मांडणीची शिफारस केली होती. तीही केंद्राने स्वीकारलेली आहे. त्याअंतर्गत २९ राज्यांपैकी २४ राज्यांनी आपल्या पातळीवर वित्तीय जबाबदारीचा कायदा मंजूर करून घेतलेला आहे. त्यानुसार केंद्राप्रमाणेच वित्तीय तूट राज्याच्या ग्रॉस स्टेट डोमेस्ट्रिक प्रॉडक्टच्या (जीएसडीपी) तीन टक्के आणि महसुली तूट शून्यावर आणली जाणार आहे आणि त्यासाठी २००८-०९ साल ही मर्यादा आहे. केंद्रात आणि राज्यात वेगाने आर्थिक वाढ करून दाखवायची असेल, तर त्यासाठी वित्तव्यवस्था सुस्थितीत असणे ही एक पूर्वअट आहे, असे सगळ्यांनी मानले होते.

अर्थात, या चर्चेमध्ये ही एक बाजू झाली. यावर काही अभ्यासकांचा आणि टीकाकारांचा वेगळा दृष्टिकोन आहे. त्यांच्या मते, देशातील प्रश्नांची व्याप्ती आणि गांभीर्य लक्षात घेतले, तर आर्थिकविकासामध्ये सरकारची मोठी जबाबदारी आहे आणि त्यासाठी सार्वजनिकक्षेत्रात अधिक साधनसामग्री सरकारच्या हाती असणे आवश्यक आहे. त्यांच्या मते, भारताच्या विशिष्टसंदर्भात वित्तव्यवस्था ही आटोक्यात

आणणे आणि तिच्या वाढीवर मर्यादा आणणे याचे महत्त्व नाही. त्यापेक्षा ही व्यवस्था वाढीच्या मार्गावर कशी वाटचाल करेल, हे पाहण्याची सरकारची जबाबदारी आहे. आता देशाची अकरावी पंचवार्षिक योजना एप्रिल २००७-०८ पासून २०११-१२ या काळात राबविली जाणार आहे आणि त्यासाठी त्याअगोदर एका भूमिका पत्रावर सार्वजनिक चर्चा सुरू आहे. या भूमिकापत्राच्या मसुद्यात नियोजन आयोगाने आपली पसंती व्यक्त केलेली आहे. आयोगाच्या मते, योजनेला ग्रॉस बजेटरी सपोर्ट (जीबीएस) म्हणजे ठोस अर्थसंकल्पीय साहाय्य वाढीव प्रमाणात उपलब्ध करून देण्यासाठी वेळ पडली, तर एफआरबीएमची लक्ष्ये २००८-०९ या कालमर्यादेपलीकडे गेली तरी ते मान्य करावे.

पंतप्रधानांचे सल्लागार डॉ. सी. रंगराजन यांनी या वादामध्ये एक पक्ष मांडला आहे. त्यांच्या मताचे एक स्वतंत्र मोल आहे कारण ते पूर्वी रिझर्व बँकेचे गव्हर्नर होते आणि त्यांना एक ज्येष्ठ अर्थशास्त्रज्ञ म्हणून स्थान आहे. त्यांच्या मते, सरकारने एफआरबीएमअंतर्गत काही कालबद्ध लक्ष्ये २००८-०९पर्यंत गाठण्याचे ठरविले आहे, त्यात कोणताही बदल करण्यात येऊ नये. आर्थिक वाढीची उंची उच्च पातळीवर नेण्यामध्ये आणि ती तेथे टिकवून ठेवण्यामध्ये ही लक्ष्ये गाठणे याचे एक योगदान आहे. त्यावर आता कोणताही संदेह असता कामा नये. देशाला वेगाने आर्थिक वाढ करून दाखवायची आहे आणि त्याचा मूलाधार हा आर्थिक स्थैर्यामधून मिळणार आहे. आर्थिक स्थैर्य म्हणजे काय? त्यामध्ये अगदी माफक चलनवाढ, स्थिर व्याजदर आणि समाधानकारक अधिदान शेषात (बॅलन्स ऑफ पेमेंटस्) संतुलन ही त्याची वैशिष्ट्ये आहेत.

सरकार वित्तीय जबाबदारी नीट सांभाळत आहे का? याची तीन लक्षणे आहेत. एक म्हणजे वित्तीय सुधारणा फक्त केंद्रसरकारच्या पातळीवर होऊन पुरेशा नाहीत; परंतु राज्यसरकारांनीही त्याला साथ दिली पाहिजे. दुसरी बाब म्हणजे आर्थिक वाढ वेगाने होण्यासाठी आणि ती पेलण्याकरिता एफआरबीएमअंतर्गत जी लक्ष्ये ठरविण्यात आली आहेत त्यात यश मिळाले पाहिजे. अर्थात, ही पूर्वअट आवश्यक आहे परंतु पुरेशी नाही. वर उल्लेखलेली लक्ष्ये फक्त आकड्यांमध्ये गाठणे याचे महत्त्व नाही, तर त्यातून होणाऱ्या बदलांचा दर्जाही चांगला हवा. याचा नेमका अर्थ काय? सार्वजनिक खर्चाची जी वाटणी होते आणि त्यात जो जुळवणीचा तांत्रिक भाग असतो त्याची कार्यक्षमता वाढणे अपेक्षित आहे. तिसरे लक्षण म्हणजे फक्त तुटीबाबतची लक्ष्ये निर्देशित करून ती आपण गाठली आहेत हे समाधान फसवे असू शकते. त्याबरोबरच महसुलाची पातळी आणि खर्चाची पातळी कोणती असणार आहे, याचाही पुरेसा खुलासा होणे आवश्यक आहे. वित्तीय तूट म्हणजे सरकारच्या महसुलात आणि खर्चात असलेला फरक. मग कोणत्याही एका पातळीतील तूट आटोक्यात

ठेवायची असली, तर त्यासाठी महसूल आणि खर्च यांच्या वेगवेगळ्या पातळ्या निर्देशित करता येतात. म्हणजे या पातळ्या पुरेशा वरच्या असल्या, तर त्यातून एका विशिष्ट पातळीवरील वित्तीय तूट गाठता येते.

वित्तीय स्थैर्य आणि जबाबदारी म्हणजे काय, या चर्चेचा संदर्भ लक्षात घेण्याची गरज आहे. त्यासाठी १९९१ पासून आर्थिक सुधारणांना सुरुवात झाली त्या काळात वित्तीय आणि महसुली तुटीचे प्रवाह कोणते होते हे पाहता येतील. पहिल्या पाच वर्षांत तूट कमी होत होती आणि नंतर केंद्र आणि राज्यसरकारांच्या वित्तव्यवस्था नव्वदीच्या मध्यापासून घसरणीला लागलेल्या होत्या. केंद्र आणि राज्यसरकारांची एकत्रित वित्तीय तूट १९९०-९१च्या संकटकाळात जीडीपीच्या ९.३ टक्के होती. नंतर १९९६-९७ या काळात ही एकत्रित वित्तीय तूट ६.३ टक्के झाली होती आणि पुन्हा १९९८-९९ च्या सुमारास हे गुणोत्तर पहिल्यासारखे नऊ टक्क्यांवर पोहोचले होते. याचे मुख्य कारण म्हणजे पाचव्या वेतन आयोगाच्या शिफारशींची किंमत सरकार चुकती करत होते. या एकत्रित वित्तीय तुटीची पातळी २००२-०३ सालापर्यंत नऊ टक्क्यांपर्यंतच स्थिरावली होती. परंतु त्यानंतर मात्र या पातळीमध्ये घट होऊ लागलेली आहे. २००५-०६ सालात ही एकत्रित वित्तीय तूट ७.५ टक्क्यांपर्यंत खाली आली आहे. त्याचप्रमाणे केंद्र आणि राज्यसरकारांची एकत्रित महसुली तूट १९९०-९१च्या पेचप्रसंगात ४.२ टक्के होती. ती नंतर १९९२-९३मध्ये ३.२ टक्के झाली आणि २००१-०२ या सालात ती परत ६.९ टकक्यांपर्यंत वाढली. वित्तीय तुटीप्रमाणेच महसुली तुटीतही २००२-०३ पासून घट आणि सुधारणा झाली आहे. २००५-०६ सालात ही पातळी परत ३.१ टक्क्यापर्यंत खाली आली.

या सगळ्या आकडेवारीचा सारांश काय? गेल्या सोळा वर्षांच्या आर्थिक सुधारणांच्या काळात १९९१ पासून पहिल्या थोड्या काही वर्षांत तुटीचे प्रमाण जरूर कमी झाले. परंतु नव्वदीच्या मध्यापासून वित्तीय परिस्थिती पुन्हा बिघडू लागली आणि २००२-०३ सालापर्यंत ही घसरण चालू होती. त्यानंतर मात्र पुढील तीन वर्षांत आता वित्तीय आणि महसुली तुटीच्या प्रमाणात हळूहळू घट दिसू लागली आहे. म्हणजेच वित्तव्यवस्थेचे स्वास्थ्य सुधारू लागले आहे. वेगवेगळ्या वर्षात जी तूट दिसत होती त्याचे परिणाम कर्ज आणि व्याजाची रक्कम यावर कसे झाले हे बघण्यासारखे आहे. प्रथम कर्ज आणि जीडीपी याचे गुणोत्तर. केंद्र आणि राज्यसरकारे यांचे एकत्रित गुणोत्तर १९९०-९१मध्ये ६४.९ टक्के होते आणि ते २००५-०६ मध्ये ७९.५ टक्के झाले. दुसरे गुणोत्तर व्याजरक्कम आणि जीडीपी. हे प्रमाण या काळात ४.४ टक्क्यांवरून ५.८ टक्क्यांपर्यंत पोहोचले. मुळात कर्जाचा बोजा वाढत होता आणि त्याचबरोबर सरासरी व्याजदरही उंचावला होता, त्यामुळे या गुणोत्तराची पातळी वर गेली.

तुटीच्या विषयात काळजी का करायची? याचे कारण म्हणजे आपल्याकडे फक्त वित्तीय तूट नाही. त्याच्या जोडीला महसुलाचीही तूट आहे. याचा अर्थ काय? केंद्र आणि राज्यसरकारे जी कर्जे उभारत आहेत त्यातील मोठा भाग आपल्या चालू खर्चाची सांगड घालण्यातच वाया घालवीत आहेत. हे चालू खर्च म्हणजे सरकारी कर्मचाऱ्यांचे पगार, निवृत्तिवेतने आणि भरमसाठ अनुदाने. वास्तविक पाहता उभारलेल्या कर्जातून सरकारने आपला चालू खर्च भागविण्याऐवजी हा खर्च भांडवल गुंतवणुकीसाठी आणि विकासकामांसाठी खर्च केला, तर त्यातून उत्पन्नात आणि रोजगारात वाढ झाली असती. पण तसे होत नाही आणि म्हणून काळजी करायची वेळ येते. सरकारचा बेजबाबदारपणा मोजण्यासाठी एक निकष आहे. महसुली तुटीचे वित्तीय तुटीमध्ये किती प्रमाण आहे, यावरून या प्रश्नाचे उत्तर मिळते. हे प्रमाण १९९०-९१ मध्ये ४५ टक्के होते आणि ते २००१-०२ मध्ये ७१ टक्क्यांपर्यंत पोहोचले. म्हणजे एकूण वित्तीय तुटीमध्ये महसुली तुटीचे प्रमाण दहा वर्षांत मूळच्या पेक्षा २५ टक्क्यांनी वाढले. नंतर मात्र यात सुधारणा झालेली दिसते कारण २००५-०६ मध्ये हे प्रमाण ४१.५ टक्क्यांपर्यंत खाली आले. ही प्रगतीच आहे परंतु ही पातळीसुद्धा आणखी खाली येण्याची गरज आहे. आता २००८-०९पर्यंत एफआरबीएमच्या अंतर्गत ठरवून देण्यात आलेली लक्ष्ये गाठता आली, तर मग हे वित्तीय तुटीमधील महसुली तुटीचे प्रमाण शून्यावर येईल. म्हणजे अजूनही ४१.५ टक्क्यांवरून शून्यावर यायला बरेच कष्ट घ्यावे लागतील.

आणखी एक चिंतेचा विषय आहे. तो म्हणजे आपल्या वित्तीय तुटी आपण कबूल करतो, त्यापेक्षा प्रत्यक्षात अधिक आहेत. हे आकडे वरकरणी कमी दिसतात कारण अर्थसंकल्पात सरकारच्या दायित्वाच्या काही बाबी यांना कर्ज म्हणून दाखविले जात नाही. याचे चांगले उदाहरण म्हणजे तेलाचे रोखे (ऑईल बॉन्ड्स). अर्थसंकल्पात ही बाब नियमितपणे दाखविली जाते; पण दायित्व म्हणून धरली जात नाही. या चालू २००६-०७ वर्षात या तेलाच्या रोख्यांचे मूल्य रु. २८,००० कोटी आहे आणि याची योग्य दखल घेतली, तर ती वित्तीय तुटीमध्ये मिळवावी लागेल. तसे केले तर वित्तीय तुटीचे प्रमाण वाढेल आणि ही वाढ जीडीपीपच्या ०.७ टक्के इतकी असेल. म्हणजे हे दायित्व काही चिल्लर समजण्यासारखे नाही.

अर्थात, हा केवळ व्याख्येचा अगर आकड्याचा प्रश्न नाही. त्याच्यातून एकूण अर्थव्यवस्थेच्या स्वास्थ्यावर काय परिणाम होतो याचे महत्त्व आहे. हे बघताना एक गोष्ट प्रथमच कबूल करायला पाहिजे. केवळ वित्तीय तूट म्हणून विचार केला, तर ती काही दोषाची बाब नाही. खरे म्हणजे काहीवेळा काही विशिष्ट परिस्थितीत तिचे अगदी समर्थनही करता येणे शक्य आहे. म्हणजे वित्तीय तूट असावी किंवा नसावी हा काही वादाचा प्रश्न नाही. या तुटीची योग्य पातळी कोणती हा खरा चर्चेचा विषय

आहे. याचे उत्तर अनेक बाबींवर अवलंबून आहे. त्यातही बचतीची पातळी आणि महसुलाचे जीडीपीशी गुणोत्तर यांना विशेष महत्त्व आहे. तसेच जी तूट असते ती मुळात जी कर्जाची पातळी असते आणि त्यावर जे व्याज द्यावे लागते याच्या परिणामातून निर्माण झालेली असते. त्यात व्याजाचा दर परदेशांतील देणीघेणी, भांडवली निधीवरील बंधने अशा अनेक बाबींचा समावेश असतो. अधिक महत्त्वाचे म्हणजे अशा उभारलेल्या कर्जातून जी साधने मिळतात त्यांचा उपयोग कशासाठी केला जातो हे आहे. थोडक्यात, वित्तीय तुटीची पातळी किती समर्थनीय आहे हे ठरविण्यासाठी तिचा संदर्भ लक्षात घेतला पाहिजे. तसेच हा संदर्भ देशादेशांत बदलतो याचेही भान ठेवले पाहिजे.

याचा अर्थ सर्वसाधारणपणे वित्तीय तुटीची पातळी सतत वरची असली, तर अनेक कारणांसाठी तो एक चिंतेचा विषय होतो. एक म्हणजे त्यातून सरकारची विश्वासार्हता कमी होते आणि सरकारच्या वित्तीय धोरणांभोवती धुळीची वावटळ उभी राहते. त्याचे कारण म्हणजे सरकार आपण उभ्या केलेल्या साधनसामग्रीतून मोठा वाटा कर्ज निवारण्यावर खर्च करताना दिसते. याचा अर्थ अर्थव्यवस्थेमध्ये ज्या पायाभूत सुविधा आहेत (रस्ते आणि वीज यांसारख्या) आणि ज्या सामाजिक जबाबदाऱ्या आहेत (शिक्षण आणि आरोग्य यांसारख्या) त्यावर भांडवल गुंतवणूक कमी होत आहे हे जनतेला सहज कळू शकते. यामुळे भांडवली खर्चाचे एकूण सरकारी खर्चामधील प्रमाण कमी होऊ लागते. नेमके १९९०-९१ ते २००२-०३ या काळात असे घडलेले आहे.

जर सरकार वित्तीय तूट आणि त्याबरोबर महसुली तूट दाखवत असेल, तर त्याचा अर्थ आपण जी साधने कर्ज काढून उभी केली आहेत ती चालू खर्च भागविण्यासाठी वापरली जात आहेत, असे म्हणावे लागते. यातून कदाचित अल्पकाळात वाढीची पातळी वर जाऊ शकते; परंतु ही काही टिकाऊ वाढ म्हणता येणार नाही. कोणतीही आर्थिक वाढ भक्कम पायावर टिकवून धरायची असली, तर त्यासाठी महसुली खात्यामध्ये संतुलन असण्याची गरज आहे. तसेच जो निधी कर्जातून उभारला असेल तो फक्त गुंतवणुकीसाठी खर्च झाला पाहिजे.

तिसरी बाब म्हणजे सरकार ज्या प्रमाणात गुंतवणुकीलायक निधी आपल्याकडे वळवून घेते, त्याप्रमाणात खासगी क्षेत्राला गुंतवणूक निधी कमी मिळणार हे नक्की. म्हणजे सरकारी क्षेत्राच्या आणि खासगी क्षेत्राच्या गुंतवणुकीच्या गरजा काय आहेत, याचे भान ठेवून गुंतवणुकीत संतुलन राखणे शक्य आहे. सरकार आणि खासगी क्षेत्र यांचे आपले आपले स्थान आहे आणि जबाबदाऱ्या आहेत आणि दोन्ही क्षेत्रांना एकत्र नांदायचे आहे. त्यामुळे त्यांच्या गुंतवणूक निधीच्या गरजात संतुलन आवश्यक आहे.

चौथा मुद्दा आहे तो म्हणजे वित्तीय तूट सतत येत राहिली, तर त्याचाही

परिणाम व्याजदर आणि चलनवाढ यावर होत असतो. अशी तूट कोणत्या मार्गाने भरून काढली आहे, यावर हा परिणाम अवलंबून असतो. समजा, सरकारने देशांतर्गत बाजारातून उसनवारी केली, तर त्यातून व्याजदरावर दबाव येतो. जर सरकारने नोटा छापल्या आणि व्यवहारात आणल्या, तर बाजारभाव भडकतात. आपल्या देशात वित्तीय तूट भरून काढण्यासाठी खुल्या बाजारातून कर्ज उभारले जाते. म्हणजे सरकारने उभारलेल्या कर्जातूनच व्याजदर वाढण्याची शक्यता अधिक असते. अर्थात, सरकार खुल्या बाजारातून कर्ज काढते त्याचा मार्ग स्टॅट्युटरी लिक्विडिटी रेषो (एसएलआर) हा असतो. हे बंधन आरबीआय बँकांवर घालत असते.

वित्तीय तूट नको याचे एक वेगळे कारण आहे. त्याची फारशी दखल घेण्यात आलेली नाही. वित्तीय तूट आणि त्याबरोबर महसुली तूट एकत्रित आल्या म्हणजे त्यातून एका लांबच्या काळात समन्यायाचे प्रश्न निर्माण होतात. याचा अर्थ चालू पिढी जमेल त्या मार्गाने आपल्या मनाप्रमाणे स्वत:च्या सुखांवर खर्च करते आणि या कर्जाची परतफेड करण्याची जबाबदारी मात्र पुढच्या पिढीवर ढकलते.

थोडक्यात, वित्तक्षेत्रात जबाबदारीने वागावे आणि आर्थिक वाढीला बळ देण्यासाठी वित्तव्यवस्था लवचीक ठेवावी, असे दोन दृष्टिकोन एकमेकांच्या विरोधात आहेत आणि या वादात दोन्ही बाजूंनी मान्यवरांनी भूमिका घेतलेल्या आहेत. या दोन पर्यायांमधील सुसंगती आणि संघर्ष याची देशामध्ये २००६ मध्ये अधिक चर्चा कारण त्यामागे सतत चार वर्षांच्या वाढीचा संदर्भ आहे. येत्या काळातही, विशेषत: अकराव्या पंचवार्षिक योजनेच्या सुरुवातीलाच वित्तीय जबाबदारी म्हणजे काय आणि वित्तीय तुटीचा आकडा, पातळी आणि दर्जा यांचा सगळ्या अंगांनी देशात विचार झाला पाहिजे.

ज्या अभ्यासकांना आर्थिक वाढीला प्राधान्य देऊन लवचीक धोरणे आखावी असे वाटते त्यांच्या मनात दोन मुद्दे आहेत. त्यातील एक तात्त्विक आहे आणि दुसरा व्यावहारिक. लवचीक धोरणे याचा अर्थ वित्तीय तूट आणि महसुली तूट याचा मर्यादित तांत्रिक अर्थ न लावता एक व्यापक संदर्भ लक्षात घ्यावा. म्हणजेच एफआरबीएममधील लक्ष्ये याला फारसे महत्त्व देऊ नये. मग सरकारने धडाडीने पुढे येऊन कर्जे उभारावीत आणि भौतिक व सामाजिक सोयीसुविधा निर्माण करण्यासाठी भरीव गुंतवणूक करावी. यातूनच आर्थिक वाढ वेगाने होईल, करआकारणी अधिक महसूल देईल आणि मग सरकारला आपण उभारलेल्या कर्जावरील व्याजाची परतफेड सुलभतेने करता येईल. याचा अर्थ सरकारने आर्थिक वाढीला प्राधान्य देऊन कर्ज काढावे आणि गुंतवणूक करावी. याचेच एक महत्त्व आहे. यातूनच अर्थव्यवस्थेला चैतन्य मिळणार आहे आणि उत्पन्नात आणि रोजगारात वाढ होणार आहे. पर्यायाने सरकारलाही करातून अधिक महसूल मिळणार आहे. सरकार मागील काही काळात

कर्जाच्या दलदलीत सापडले. त्यावर मात करण्यासाठी कर्जे उभारली आणि गुंतवणूक केली, तर त्यातून एक मार्ग मिळू शकतो.

याचे व्यावहारिक अंग काय? ज्यांना वित्तीय धोरणातील लवचीकता महत्त्वाची वाटते आणि काही प्रमाणात एफआरबीएममध्ये गुंतून राहू नये असे वाटते, ते देशाच्या मागील काही वर्षांतील अनुभवाचा हवाला देतात. पारंपरिक शहाणपणाला धरून वित्तीय तुटीमुळी व्याज आणि परदेशी विनिमयाच्या दरांवर दबाव येतो आणि चलनवाढीचा भडका वाढतो, असे म्हटले जात होते. परंतु भारतात मागील काही वर्षांत तसा काही अनुभव आलेला नाही. या उलट १९९६-९७ ते २००१-०२ या काळात वित्तीय तुटींची पातळी वाढत होती; परंतु चलनवाढ मात्र अगदी आटोक्यात होती. तसेच व्याजदरही सुस्त होते. म्हणजे वित्तीय तुटीबरोबर जे आजार येतात त्यांचा भारतीय अर्थव्यवस्थेला काही संसर्ग झाला नाही. याचे कारण म्हणजे देशाची अर्थव्यवस्था एका वेगळ्या विकासाच्या टप्प्यावर पोहोचली आहे आणि पारंपरिक अर्थशास्त्राचे निकष तिला लागू पडत नाहीत. वित्तीय तुटींमुळे आर्थिक वाढीला धोका संभवतो कारण त्यातून निर्माण होणारे असंतुलन हाताबाहेर जाऊ शकते. परंतु आपल्याकडे असे काही घडले नाही, असा आपला अनुभव सांगतो. कदाचित येथे काही प्रमाणात असंतुलन असले तरीही ते हाताबाहेर गेलेले नाही, असे म्हणता येईल. या तर्काला धरून काही अभ्यासक एफआरबीएममधील लक्ष्यांबाबत सावधगिरीचा इशारा देत आहेत. त्यांना येथे आर्थिक वाढीची प्रक्रिया थोडीसुद्धा अडचणीत येऊ नये असे वाटते. अर्थात, या अभ्यासकांनाही सरकारने वित्तव्यवस्थेचे स्वास्थ्य सुधारण्याची आणि राखण्याची जबाबदारी सोडून द्यावी, असे अजिबात वाटत नाही. फक्त या गटाच्या मते, देशापुढील प्रश्नांची गुंतागुंत लक्षात घेता आर्थिक वाढ हेच प्रमुख लक्ष्य राज्यकर्त्यांनी डोळ्यांपुढे ठेवले पाहिजे. वित्तीय तूट आणि वित्तव्यवस्थेचे स्वास्थ्य हे मोठे ध्येय गाठण्यासाठी एक साधन आहे.

■

# २.४ वित्तीय शिस्त कोणाला हवी?

लोकशाहीव्यवस्थेमध्ये सहजपणे घडणारी गोष्ट म्हणजे अर्थसंकल्पातील तूट आणि सार्वजनिक कर्ज. एका दृष्टिने जेव्हा राजकीय नेतृत्व बेजबाबदार असते आणि नजीकच्या काळातील फायदा इतकाच डोळ्यांपुढे असतो, तेव्हा ही सरकारची तूट आणि कर्ज दिसते. आश्चर्य म्हणजे हे घडण्यामध्ये अनेक सामील असतात आणि सगळ्यांचा आविर्भाव आपण जनतेच्या भल्यासाठी हे करतो असा असतो. यात डावे पक्षही असतात त्यामुळे त्याला नैतिकतेची डूबही असते. मागच्या शतकातील दुसऱ्या महायुद्धाच्या अगोदरच्या काळात इंग्लंडमध्ये जॉन मन्यार्ड केन्स या अर्थशास्त्रज्ञाचा दबदबा होता आणि त्याला समाजात आणि सरकारमध्ये मोठी मान्यता होती. त्याने सांगितलेल्या अनेक गोष्टी सुभाषितासारख्या वापरल्या जातात. केन्सच्या मते, सरकारने कर्ज उभारणे आणि खर्च करणे हे चांगल्या धोरणाचे लक्षण आहे. साहजिकच डाव्या पक्षांना हे गोड लागते.

प्रश्न खरा आहे तो सरकारने किती कर्ज काढावे आणि किती खर्च करावा? तसेच सरकारने हे किती काळ चालू ठेवावे? भारताचा हा अनुभव दारुण आहे. सरकारने स्वातंत्र्य मिळाल्यानंतर साठीच्या दशकापासून चाळीस वर्षे राजकारण आणि संधिसाधूपणा एकत्र करून भरमसाठ कर्जे उभारली आणि भरपूर खर्च केला. त्यातून वेळोवेळी पेचप्रसंग आणि संकटे आली आणि शेवटी १९९०-९१मध्ये याचा कडेलोट झाला. नेमक्या या काळात पूर्वआशियातील देशांनी चमत्कार वाटावा अशी आर्थिक प्रगती करून दाखविली आणि जनतेचे प्रश्न सोडविले. भारत मात्र एका आर्थिक वाढीच्या जेमतेम तीन टक्क्यांच्या दरावरच खिळून राहिला. शिवाय लोकसंख्येची वाढ दोन टक्क्यांनी होत होती म्हणजे नक्त वाढ जवळपास नगण्यच होती. त्यामुळे देशामध्ये एकापाठोपाठ एक संकटे येत होती. यात भडकलेली चलनवाढ आणि परदेशी चलनाचा मोठा तुटवडा यांचे वैशिष्ट्य होते. जेव्हा १९९१मध्ये देश दिवाळखोरीच्या उंबरठ्यावर उभा राहिला, तेव्हा परदेशांत कर्ज उभारण्यासाठी देशातील सोने विमानाने बाहेर नेऊन विकावे लागले. त्यावेळी भारतीय जनतेला ही एक मोठी मानहानी आहे असे वाटले.

हा सगळा कटू इतिहास कशाला उगाळायचा? देशाच्या राजकीय नेतृत्वाने नियोजनाच्या काळात ज्या गंभीर चुका केल्या, त्यातून लोकं जरूर काही शिकले. त्यामुळे केंद्रसरकारने स्वत:ला वित्तीय शिस्त लावण्यासाठी एक कठोर कायदा करून घेतला. त्याचे नाव आहे फिस्कल रिस्पॉन्सिबिलिटी अ‍ॅन्ड बजेट मॅनेजमेंट (एफआरबीएम) अ‍ॅक्ट २००३ म्हणजे राजकोषीय उत्तरदायित्व अर्थसंकल्पीय व्यवस्थापन कायदा. याला आधारभूत धरून सगळ्या राज्यसरकारांनी असे कायदे आपल्या पातळीवर केलेले आहेत. यामुळे आता कोणतेच राजकीय नेतृत्व बेजबाबदारपणे हा कायदा मोडून देशाला संकटात लोटू शकणार नाही. या कायद्याची अधिकृत अंमलबजावणी २ जुलै २००४ सालापासून सरकारने लागू केलेली आहे. आणि एफआरबीएमच्या कायद्यानुसार २००९ सालापर्यंत हळूहळू सरकारने ही तूट आणि कर्ज यांना पूर्णपणे आटोक्यात आणायचे आहे, तसेच २००६-०७ सालापासून तीन वर्षांत टप्प्याटप्प्याने हे साधल्यावर सरकारचे एकूण कर्ज हे जीडीपीच्या तीन टक्क्यांच्या वर नसावे.

ही झाली कायद्याची मांडणी आणि सरकारांनी स्वीकारलेली बंधने. प्रत्यक्षात मात्र या एफआरबीएम कायद्यावर वेगवेगळ्या बाजूंनी हल्ले होत आहेत. या हातमिळवणीमध्ये जे भिन्न गट आहेत ते पाहून कोणालाही आश्चर्यच वाटेल. या टीकाकारांच्या टोळीत नियोजन आयोग आहे, डावे पक्ष आहेत आणि खासगी मालकीच्या उद्योग आणि व्यापाऱ्यांचा गट आहे. तसे म्हटले तर ही मंडळी आपापल्या दृष्टीने बलदंडच आहेत. शिवाय ती एका विचित्र कारणासाठी एकत्र आली आहेत.

एफआरबीएम कायद्याने आपले ध्येय साध्य केले आहे, अशी अजिबात परिस्थिती नाही. सरकारने या वाटेवर जेमतेम निम्मा टप्पा पार केलेला आहे. आजही सरकारने उदारीकरण स्वीकारले असले तरीही केंद्र आणि राज्यसरकारे मिळून सगळ्यांत अधिक साधनसामग्री आपल्या हातात गोळा करत आहेत. शिवाय सार्वजनिक उद्योगाचे क्षेत्र यात भर घालते. २००४-०५ आकडेवारीमध्ये केंद्र आणि राज्यसरकारांची एकत्रित महसुली आणि वित्तीय तुटीची माहिती आहे. त्यानुसार यांच्या महसुली तुटीचे जीडीपीशी गुणोत्तर ४.१ टक्के आहे आणि वित्तीय तुटीचे जीडीपीशी गुणोत्तर ८.४ टक्के आहे. याचबरोबर केंद्र आणि राज्यसरकारे किती साधनसामग्री आपल्या हातात गोळा करतात याचे उदाहरण म्हणजे ९ जून २००६ पर्यंत बँकांचा एकूण पतपुरवठा रु. २५०० कोटी (२५ ट्रिलियन) होता आणि त्यातील सुमारे ८००० अब्ज (८ ट्रिलियन) सरकारच्या नावाने होते. म्हणजे सुमारे एकुणात एकतृतीयांश साधनसामग्री सरकारच्याच ताब्यात होती.

नियोजन आयोगाचा कावा धूर्तपणाचा आहे. त्यांनी येत्या अकराव्या पंचवार्षिक योजनेच्या भूमिकापत्रात एक प्रश्न विचारला आहे. त्यांच्या मते, महसुली तुटीवर एखादी विशिष्ट मर्यादा घालणे कितपत योग्य आहे? आयोगाने ठोस शब्दात याचे उदाहरण मांडले आहे. मानवीय विकास साधण्यासाठी शिक्षणावर जो खर्च होतो

त्यात शिक्षणावरील खर्च आवश्यक असतो आणि महत्त्वाचा असतो. मग हा खर्च रस्तेबांधणीपेक्षा का कमी समजायचा? तसेच शाळेच्या इमारतीवरील दुरुस्तीचा आणि देखभालीचा खर्च हा शाळेची नवी इमारत बांधण्यापेक्षा कमी महत्त्वाचा का समजायचा?

एका तात्त्विक पातळीवर सूक्ष्मात विचार केला, तर महसुली तूट आणि अर्थसंकल्पीय तूट यात मुळापासून फार फरक नाही. अमेरिकेमध्ये सरकारच्या वित्तव्यवस्थेच्या मांडणीत असा काही फरक दाखविला जात नाही. परंतु हा इतकाच मुद्दा नाही. नियोजन आयोगाच्या तर्कसंगतीमध्ये एक मतलबी बारकावा आहे. आयोगाच्या म्हणण्यानुसार एकदा नियोजनात समाजकल्याणाच्या कार्यक्रमांना प्राधान्य दिल्यावर महसुली तूट कमी करण्याची लक्ष्ये ठरवून देणे हे फारसे व्यवहाराला धरून नाही. असे समर्थन पुढे करून आयोग महसुली तूट कमी करण्याचे लक्ष्य आणि ती शून्यावर आणण्याचे ध्येय याचे महत्त्व संपवत आहेत. एकदा हा मुद्दा मान्य झाला म्हणजे अर्थसंकल्पीय तूट महत्त्वाची नाही हे म्हणणे अगदीच सोपे होते.

अर्थशास्त्राच्या पाठ्यपुस्तकातही भांडवली मत्तांमध्ये गुंतवणूक करण्यासाठी कर्ज उभारणे यात वावगे काहीच नाही. त्यामुळे आयोगाच्या म्हणण्यानुसार, आणखी अधिक एक लाख कोटी रुपयांची तूट सहन करून येत्या पंचवार्षिक योजनेचा आकार सहज वाढविता येईल. अखेरीस त्याच्यातून खूप गरज असलेल्या भांडवली मत्ताच निर्माण करायच्या आहेत. यासाठी एफआरबीएमला तिलांजली द्यावी असे अभिप्रेत आहे. थोडक्यात, मागील नियोजनाच्या काळात राजकारण्यांनी हवी तितकी कर्जे उभारली आणि हवा तसा खर्च केला आणि मनासारखी दिवाळी केली. आयोग राज्यकर्त्यांची अशी सोय करून देण्याच्या लगबगीत गुंतला आहे.

वित्तीय शिस्त आणि पर्यायाने एफआरबीएम याची नावड असलेला दुसरा गट म्हणजे डावे पक्ष. डाव्या पक्षांनी अगदी प्रथमपासूनच एफआरबीएमला विरोध केलेला आहे. त्यांना या सातत्यासाठी श्रेय दिले पाहिजे. या पक्षांना केन्सच्या मांडणीविषयी जे ममत्व आहे तीच एक आश्चर्याची बाब आहे. अर्थव्यवस्थेमध्ये मागणीच्या बाजूने कमतरता असल्यामुळे सरकारने अगदी तुटीचा स्वीकार करूनही सार्वजनिक खर्च वाढवावा, असे केन्सचे समर्थन होते. सरकारने असा खर्च करून व्यवस्थेमध्ये चेतना निर्माण करण्यामागे मल्टीप्लायर अशी संकल्पना होती. एफआरबीएमविषयी जो गोंधळ आहे त्यामागे बचत म्हणजे काय आणि वित्त म्हणजे काय, यातील फरक कारणीभूत आहे. जेथे कम्युनिस्ट राजवटी होत्या तेथे बचत आणि वित्त यातील फरकाची कोणी काळजी केली नाही. त्यामुळे येथे डावे पक्षही त्याचे अंधानुकरण करत आहेत.

यूएसएसआर म्हणजे सोव्हिएट युनियन आणि चीन येथे जेव्हा कम्युनिस्ट पक्षाच्या राजवटी होत्या, तेव्हा तूट असतानाही हवा तितका सरकारी खर्च करण्याची

परंपरा होती आणि या राजवटींना कोणीच विचारणारे नव्हते. अशा व्यवस्थांमध्ये या खर्चातून अतिरिक्त उत्पन्न निर्माण झाले असते आणि त्यातून बचतही होणे शक्य होते. या मार्गाने साधनांमधील कमतरता भरून काढणे शक्य होते. परंतु अशा अर्थकारणांमधून या दोन्ही देशांतील राजवटी कोलमडून पडल्या. भारतातील डाव्या पक्षांना मात्र हा एक राजमार्ग होता असे वाटत असावे कारण त्यांना आजही अशा दिवास्वप्नांचे आकर्षण आहे. भारतातही ऐंशीच्या दशकात सरकारने अशीच कर्जे उभारली असती आणि असाच खर्च केला असता, तर बहुदा नव्वदीच्या सुरुवातीला सरकारला दिवाळखोरीला तोंड द्यावे लागले नसते, असे त्यांना वाटत असावे.

एफआरबीएमविषयी काही आशंका आणि थोडा अविश्वास वाटणारा जो तिसरा गट आहे तो खासगी उद्योगधंद्यातील उद्योजकांचा. अर्थात, खासगी क्षेत्रातील सगळ्यांचेच यावर एकमत आहे असे मात्र म्हणता येणार नाही. काहींचा एफआरबीएमला थोडाफार पाठिंबा आहे. शिवाय ज्यांचा पाठिंबा नाही तेही काही फार उघडपणे आणि कडवटपणे प्रतिक्रिया देताना दिसत नाहीत. परंतु खासगी क्षेत्राच्या मनात एक भीती जरूर आहे आणि त्यामुळेच त्यांचा एफआरबीएमबाबत दुस्वास आहे. त्यांना असे वाटते की, या वित्तीय शिस्तीच्या बडग्यामुळे आणि घाईगर्दीमुळे आपल्याला ज्या करामध्ये सूट आणि सवलती मिळतात त्यांचे दिवस संपतील. म्हणजे खासगी उद्योगक्षेत्राला करांमध्ये जी वेगवेगळ्या नावांखाली सूट मिळते त्याची चटक लागलेली आहे आणि आता हे मागे घेण्यात येईल, यामुळे खासगी क्षेत्र अस्वस्थ झाले आहे. यामागचे स्वहित व लोभ आणि लालसा लक्षात घेता या मुद्द्यावर फार ओरड करणे सभ्यतेला धरून होणार नाही हे खासगी क्षेत्राने ओळखले आहे. त्यामुळेच त्यांचा टीकेचा सूर अगदी हलका आहे.

हार्वर्ड विद्यापीठाच्या केनेडी स्कूल ऑफ बिझनेस येथील अभ्यासक रिकार्डो हाऊसमन् यांनी भारताच्या वित्तीयव्यवस्थेच्या सुधारणेचे आव्हान, यावर एक लेख लिहिला आहे. त्यामध्ये त्यांनी भारतात मागील काळात वेळोवेळी राजकीय नेतृत्वाने पुरेशी सावधगिरी बाळगली नाही आणि विवेक ठेवला नाही, अशी टीका केलेली आहे. जर राज्यकर्ते जबाबदारीने वागले असते, तर एफआरबीएमसारखा कायदा करण्याची आपत्तीच आली नसती, असे त्यांनी म्हटले आहे. त्यांच्या या म्हणण्यात एक संकेत आहे.

कदाचित हा जो एफआरबीएमचा कायदा सरकारने स्वत:ला शिस्त लावण्यासाठी म्हणून स्वीकारला आहे, त्याचीच अडचण होऊन तो झिडकारला जाण्याची शक्यता आजही आहे. शेवटी जर राज्यकर्ते फक्त अल्पकाळातील नजीकच्या फायद्याचा विचार करण्यातच धन्यता मानू लागले, तर मग एफआरबीएमचा त्याग करणे काही फारसे अवघड नाही. देशामध्ये स्पर्धेचे राजकारण जीवघेणे झालेले आहे आणि केंद्र सरकारमध्ये फक्त राजकीय पक्षांच्या आघाड्याच सत्ता मिळवू शकतात, असे गेल्या

दहा वर्षांत अनेकदा सिद्ध झालेले आहे. या पुढेही बहुदा हाच रिवाज चालू राहील, असे समजायला हरकत नाही.

या आघाड्यांच्या राजकारणामध्ये एक काळजीची बाब म्हणजे कोणत्याही केंद्रसरकारला सत्तेवर राहण्यासाठी राज्यपातळीवरच्या क्षेत्रीय आणि स्थानिक पक्षांची मदत घ्यावी लागते. हे असे पक्ष बऱ्याचदा फक्त स्थानिक प्रश्न आणि स्थानिक पातळीवरचे जातपात आणि धर्म यांच्या जुळवणीवर अवलंबून असतात. बहुतेक प्रसंगी ते भ्रष्ट असतात आणि त्यात गुन्हेगारी नेतृत्वाचाही प्रभाव असतो. अशावेळी केंद्रसरकार सत्तेवर राहण्यासाठी कोणतीही किंमत चुकती करण्यासाठी तयार होते, असा आजपर्यंतचा अनुभव आहे. थोडक्यात, गेल्या सुमारे पंधरा वर्षांत देशाच्या राजकारणाचे जे तुकड्यातुकड्यांत वाटप होत आहे आणि त्यामध्ये जे राष्ट्रीय पक्ष तुटत आहेत, हे लक्षात घेता राजकारणाची गरज म्हणून एफआरबीएमची वाट सोडून परत एकदा भरमसाठ कर्जे उभारणे आणि हवेतसे खर्च करणे याकडे देशातील राजकीय नेतृत्व कधीही वळू शकते.

यालाच प्राध्यापक हाऊसमन् यांनी कॅन्सर म्हटले आहे. त्याची वित्तीय तूट आणि कर्जे ही लक्षणे आहेत. हे काही कोणत्याही चांगले स्वास्थ्य आणि सुस्थितीत असलेल्या अर्थव्यवस्थेचे वर्णन नाही. ज्या देशात जितका दीर्घकाळ वित्तीय तूट आणि कर्जे यामध्ये जातो तितका अधिक काळ ही व्यवस्था सुस्थितीमध्ये येण्यासाठी लागतो. म्हणजे जर या पेचप्रसंगाला तोंड द्यायचेच राज्यकर्त्यांनी लांबविले, तर परिस्थिती सुधारायला आणखी वेळ लागणार हे उघड आहे. सुदैवाने देशात आजच्या परिस्थितीमध्ये कोणताच पेचप्रसंग उभा नाही. त्यामुळे आत्ताच शिस्त लावून घेतली आणि त्यासाठी धीर धरला, तर अगदी कमी वेळात आणि कमी खर्चात अर्थव्यवस्थेची प्रकृती सुधारणे शक्य होणार आहे.

कोणत्याही लोकशाहीमध्ये राज्यकर्त्यांवर समाजातील वेगवेगळ्या दबाव गटांना आणि दुबळ्या गटांना खुश करण्यासाठी दडपण असते आणि त्यातून सरकारी खर्चाचा आवाका वाढत असतो. त्यासाठी उपलब्ध साधनांपेक्षा वेळप्रसंगी कर्ज काढावीत आणि खर्च करावा, यासाठी सरकारला तयार राहावे लागते. सर्वसाधारण जनमानसही अशा तुटीमधून आणि कर्जांमधून कोणते नुकसान होईल, याविषयी बेफिकीर असते. शिवाय वित्तव्यवस्थेमधील इतके आकड्यांचे बारकावे लोकांच्या लक्षातही येत नाहीत. त्यामुळे कोणत्याही राजकीय नेतृत्वाने एफआरबीएमसारखे साधन स्वीकारून त्यातून वित्तीय शिस्त लावून घेतली, तर ती एक कठीण परीक्षाच असते. अखेरीस देशाचे राजकीय नेतृत्व आणि पक्ष किती प्रगल्भ आणि जबाबदार आहेत याचीच ही कसोटी आहे.

■

# २.५ सरकारचा खर्च

आजच्या आधुनिक काळात व्यवस्थापनाची मूळ तत्त्वे सगळ्या संस्थांना लागू पडतात. त्यामुळे शासनामध्ये अर्थसंकल्पाच्या व्यवस्थापनात वित्तीय शिस्त आणि लवचीकता यांचे विशेष मोल आहे. अर्थव्यवस्थेच्या एकूण चौकटीमध्ये वित्तीय शिस्त हा निकष सगळ्यांत महत्त्वाचा. त्यावरच व्यापक धोरणाची विश्वासार्हता आणि स्वत:ला तोलून नेण्याची क्षमता अवलंबून असते. तसेच आर्थिक वातावरणात कोणतेही अचानक धक्के बसले किंवा संकटे आली, तर त्यांनाही तोंड देणे शक्य होते. त्यामुळे ज्या वित्त धोरणामध्ये शिस्त आणि लवचीकता हे दोन्ही गुण आहेत तेथे आर्थिक अडचणी आल्या, तर सरकार आत्मविश्वासाने हस्तक्षेप करू शकते. अशा परिस्थितीत सरकार वित्तीय धोरण आणि अर्थसंकल्प यांचा चतुरपणे वापर करून एकूण मागणीचे नियमन करू शकतो. जेव्हा व्यापारचक्रामध्ये मंदी किंवा अतिरिक्त मागणीमुळे चलनवाढीचा धोका असतो तेव्हा त्याच्या विरोधात सरकार अर्थसंकल्पातून उपाययोजना करू शकते. भारताच्या गेल्या काही वर्षांतील वित्तीय धोरणांचे अवलोकन केले तर अर्थसंकल्पाच्या आधुनिक व्यवस्थापनाचे हे दोन्हीही निकष फारसे गंभीरपणे पाळले गेले आहेत असे दिसत नाही.

सरकारच्या वित्तीय तुटीचा आकार मोठा आहे. या तुटीचे जीडीपीशी गुणोत्तर ९.३ टक्के आहे. यातच अर्थसंकल्पाच्या बाहेरच्या तुटीच्या दोन बाबी आहेत. एक म्हणजे तेलावर देण्यात येणारी अनुदाने आणि राज्य विद्युत मंडळांचा तोटा. याचे प्रतिबिंब सार्वजनिक कर्जात पडले आहे. सार्वजनिक कर्जाचे जीडीपीशी गुणोत्तर मागे मार्च १९९६ मध्ये ६१ टक्के होते, नंतर ते मार्च २००० मध्ये ६६ टक्के आणि आता मार्च २००६ मध्ये हे प्रमाण ७९.५ टक्के झाले आहे. म्हणजे १९९६ पासून सार्वजनिक कर्ज वर्षाला १४ टक्क्यांनी वाढले आहे. या काळात नाममात्र जीडीपीमधील वाढ वर्षाला ११ टक्क्यांनी झालेली आहे. सार्वजनिक कर्जात जी ही भरमसाठ वाढ झाली आहे त्याचे एकमेव कारण म्हणजे सरकारच्या वित्तीय परिस्थितीमध्ये घसरण झालेली आहे. सध्या जे कर्जाचे जीडीपीशी गुणोत्तर असे उंच पातळीवर पोहोचल्यामुळे कर्जावरील व्याजरकमेची परतफेड करण्यातच सरकारचा फार मोठा महसूल खर्ची

पडतो. एकूण व्याजरकमेच्या पोटी जी रक्कम खर्ची पडली आहे त्याचे जीडीपीशी गुणोत्तर सतत वाढले आहे. मागे वित्त वर्ष १९९१ मध्ये हे प्रमाण ४.३ टक्के होते. नंतर ते १९९६ मध्ये ४.९ टक्के झाले आणि आता २००६ मध्ये हे प्रमाण ५.८ टक्के झाले होते.

वर मांडलेली आकडेवारी देशाच्या सार्वजनिक कर्जाचा प्रश्न किती गंभीर आहे याचे निदर्शक आहे. या प्रश्नाची एक व्यापक चौकट लक्षात घेतली पाहिजे. यासाठी सार्वजनिक कर्जाची जी चालू पातळी आहे त्याची तुलना इतर चौदा विकसनशील बाजारपेठांबरोबर करण्यात आली. यातून आपल्या वित्तव्यवस्थेची गंभीरता कळते. यासाठी सार्वजनिक कर्जाचे जीडीपीशी गुणोत्तर हा निकष वापरला. २००० सालात या चौदा देशांपैकी भारताचे कर्ज सगळ्यांत अधिक होते आणि त्यात देशाचा दुसरा क्रमांक होता. गेल्या पाच वर्षांत यापैकी आठ देशांच्या बाबत हे गुणोत्तर वाढलेले आहे आणि या वाढीमध्ये भारताचा चौथा क्रमांक आहे. याचा परिणाम म्हणून आता या गुणोत्तराच्या आधारावर चौदा देशांत भारतात सगळ्यांत अधिक सार्वजनिक कर्जाचे प्रमाण आहे. विशेष म्हणजे २००५ सालात भारताचे हे गुणोत्तर ७९.५ टक्के होते आणि दुसऱ्या क्रमांकावरच्या टर्की देशाचे गुणोत्तर ६९.३ टक्के होते. सगळ्या चौदा देशांच्या सार्वजनिक कर्जाचे जीडीपीशी सरासरी प्रमाण फक्त ४६ टक्के होते. म्हणजे या सरासरी पातळीपेक्षा भारताचे गुणोत्तर ३३.५ टक्क्यांनी वरच्या पातळीवर होते.

सार्वजनिक कर्जाची ही पातळी इतक्या वर पोहोचली आहे, त्यामध्ये केंद्र आणि राज्यसरकारांच्या अर्थसंकल्पाबाहेरच्या बाबींचे ओझे अधिक आहे. यामध्ये ज्या प्रमुख बाबी आहेत त्यात सरकारी कर्मचाऱ्यांच्या वेतनाचा बोजा, राज्य विद्युत मंडळांची कर्जे, तेलावर आणि वायूवर देण्यात येणारी अनुदाने यांचा प्रामुख्याने उल्लेख केला पाहिजे. त्याशिवाय पायाभूत सोयीसुविधांमध्ये भरीव गुंतवणूक व्हावी म्हणून सरकारने काही खास पर्याय निर्माण केलेले आहेत आणि त्याचाही बोजा सरकारच्या अर्थसंकल्पाच्या बाहेरच्या कर्जावर पडलेला आहे. याशिवाय केंद्र आणि राज्यसरकारांनी वेगवेगळ्याप्रसंगी घटनापेक्ष दायित्व (कॉन्टिन्जंट लायबेलिटी) स्वीकारले आहे आणि कर्जांना हमी दिलेली आहे. याचे प्रमाण जीडीपीच्या सुमारे दहा टक्के आहे.

साधारपणपणे जेव्हा वित्तीय तूट इतक्या वरच्या पातळीवर पोहोचते तेव्हा त्याची किंमत म्हणजे खरे व्याजदर चढू लागतात. परंतु भारताबाबत एक विशेष अपवाद घडलेला आहे. येथे सार्वजनिक कर्जाचे जीडीपीबरोबरचे प्रमाण वाढलेले आहे आणि त्याचे कारण म्हणजे वित्तीय धोरणाचा भाग म्हणून मुद्रा धोरण विस्ताराचे राहिलेले आहे. परंतु या काळात खरे व्याजदर मात्र खालच्या पातळीवरच वावरत

आहेत. याचे कारण म्हणजे खरे व्याजदर वाढण्याच्या शक्यतेच्या विरोधात दुसऱ्या काही प्रक्रिया अधिक प्रभावी आहेत. यातील एक म्हणजे जगामध्ये भांडवलाची तरलता वाढलेली आहे आणि त्या मार्गाने देशामध्ये अधिकाधिक निधीची आवक होत आहे. हा निधी शेअर बाजारात गुंतविला जात आहे आणि खासगी क्षेत्राला बाहेरून हलक्या व्याजावर कर्जही उपलब्ध होत आहे. गेल्या तीन वर्षांत देशात एकुणात सुमारे ७६ अब्ज (७६ बिलियन डॉलर)च्या भांडवलाची आयात झाली. विशेष म्हणजे त्यापैकी ८३ टक्के निधी हा बिगर एफडीआय म्हणजे प्रत्यक्ष विदेशी गुंतवणुकीच्या स्वरूपात आहे. त्यामुळे जरी अर्थशास्त्राच्या रूढ समजुतींप्रमाणे देशाचे सार्वजनिक कर्जाचे जीडीपीशी प्रमाण फार वरच्या पातळीवर असले तरीही त्यातून नजीकच्या काळात कोणतीही अस्थिरता निर्माण होणार नाही. अर्थात, ही एक सध्याची प्रचलित समजूत आहे; परंतु हे गृहीत धरावे अशी परिस्थिती नाही. याचे कारण म्हणजे २००६ सालात शेअर बाजार उसळल्यामुळे त्यातून अर्थव्यवस्थेमधील भरभराट दिसून येत आहे. परंतु यामध्ये वर उल्लेख केलेला बिगर एफडीआयचा निधीही मोठ्या प्रमाणात आहे हे विसरणे धोक्याचे आहे. याचे कारण म्हणजे शेअर बाजारात बाहेरून जो निधी वेगाने येतो त्याच वेगाने तो बाहेरही जाऊ शकतो. मे, जून २००६ सालात जेव्हा असे घडले तेव्हा शेअर बाजाराचा निर्देशांक एकदम अडीच हजार बिंदूंनी खाली आला आणि अनेकांनी त्याचा धसका घेतला. त्या नंतरच्या काळात रिझर्व बँकेने शेअर बाजारातील घडामोडींवर याच काळजीपोटी सतत लक्ष ठेवलेले आहे.

देशावर इतके मोठे सार्वजनिक कर्ज असून, मोठी अर्थसंकल्पीय तूट असूनही अर्थव्यवस्थेला फारसे काही हादरे बसले नाहीत याची दोन कारणे आहेत. त्यातील एक महत्त्वाचे म्हणजे सरकारने अजूनही भांडवली खात्यावर आपले पूर्ण नियंत्रण ठेवलेले आहे. त्यामुळे चलनाचे पूर्ण परिवर्तन आजही सरकारने स्वीकारलेले नाही. यासाठी तारापोर समिती (दोन) ने ज्या शिफारशी दिल्या आहेत, त्यामध्येही चलनाचे पूर्ण परिवर्तन टप्प्याटप्प्याने करण्याचाच सल्ला दिलेला आहे. त्यामुळे जी देशांतर्गत बचत होत आहे ती एकूण तुटीचा बोजा पेलण्यामध्ये उपयोगी पडत आहे. दुसरी बाब म्हणजे देशामध्ये जी तूट आहे त्याचा बराच मोठा भाग हा देशांतर्गत कर्जाचा आहे. या तुलनेने बाहेरचे कर्ज कमी आहे. किंबहुना मार्च २००६मध्ये परदेशी कर्जाचे देशातील एकूण सार्वजनिक कर्जाशी असलेले प्रमाण हे फक्त ६.७ टक्के होते. १९९१ मध्ये जेव्हा वित्तीय आणीबाणीची परिस्थिती निर्माण झाली, त्यापेक्षा आता हे चित्र बदललेले आहे. देशामध्ये परदेशी चलनाच्या साठ्याची पातळीही सुमारे १७५ अब्ज (१७५ बिलियन डॉलर) इतकी मोठी आहे. १९९१च्या पेचप्रसंगात देशाकडे काही थोडे आठवडे आवक करता येईल इतकीच गंगाजळी होती.

याचा अर्थ देशामध्ये २००३ सालापासून जी आर्थिक वाढ वेगाने होत आहे, त्यामध्ये वित्तीय आणि मुद्राधोरणे विस्तार (एक्सपान्शनरी) करण्यासाठी आखण्यात आलेली आहेत हे उघड आहे. विशेष म्हणजे अशा धोरणांची सरकारला काही किंमतही चुकती करावी लागलेली नाही असे दिसते. अशा धोरणांचा खरा परिणाम म्हणजे खरे व्याजदर वर चढण्याचा पुरावा आणि आर्थिक वाढ मंदावण्याचा अनुभव. यामध्ये जर बाहेरून येणाऱ्या भांडवली निधीची कमतरता दिसू लागली, तर आणखी भर पडेल. सध्या देशाची आर्थिक वाढीची प्रक्रिया दमदारपणे उच्च पातळीवर स्थिरावत आहे. गेली तीन वर्षे आर्थिक वाढीचा दर वर्षाला सरासरी आठ टक्क्यांच्या वर आहे आणि २००६-०७ सालातही हा दर आठ टक्क्यांच्या पुढेच होता, असा पहिल्या नऊ महिन्यांत पुरावा मिळालेला आहे. या अर्थाने अर्थव्यवस्थेची मूळ परिमाणे सुस्थितीत आहेत आणि त्यामुळे देशात बाहेरून येणाऱ्या निधीचीही आवक पूर्वीप्रमाणेच चालू राहील, असा अनेक अभ्यासकांचा दावा आहे. त्यामुळे येत्या काळातही देशातील कर्जाची आणि तुटीची पातळी उच्च असली तरीही प्रत्यक्षात खरे व्याजदर फारसे वाढण्याची शक्यता नाही, असा या तर्काचा निष्कर्ष आहे. हा एक एका अंगाने केलेला विचार आहे. यापूर्वीचा अनुभव लक्षात घेतला, तर साधारणपणे देशाबाहेरून येणाऱ्या निधीची आवक ही बऱ्याचदा अमेरिकेच्या मुद्रा धोरणाशी निगडित असते, हेही विसरता येणार नाही. अमेरिकेमध्ये २००६ सालाच्या दुसऱ्या मध्यात आर्थिक वाढ थोडी खालच्या पातळीवर आलेली होती आणि तेथे गृहनिर्माणक्षेत्रामध्ये एक मोठा बुडबुडा निर्माण झालेला होता. याविषयी फेडरल रिझर्व्हचे अध्यक्ष सतत इशारे देत आहेत. त्यामुळे अमेरिकेच्या अर्थव्यवस्थेविषयी आज कोणताच भरवसा देता येणार नाही. काही प्रमाणात भारतात येणाऱ्या निधीवरही याचा परिणाम होऊ शकतो.

सगळ्यांनी विचार करण्याचा मुख्य मुद्दा म्हणजे सरकारच्या अनुत्पादक खर्चाची पातळी खूप वरची आहे आणि सार्वजनिक कर्जाचा बोजाही मोठा आहे. त्यामुळे याचा दुष्परिणाम आर्थिक वाढीच्या क्षमतेवर नक्की होत आहे. याची आणखी एक उणी बाजू म्हणजे सरकार नियोजित उत्पादक खर्च करू शकत नाही. ही उत्पादकक्षेत्रे म्हणजे पायाभूत सोयीसुविधा, कृषी, शिक्षण, आरोग्य आणि समाजकल्याण. जेव्हा या आवश्यक क्षेत्रांमध्ये भांडवल गुंतवणूक होणार नाही, तेव्हा त्याचा एकूण वाढीवर परिणाम होणार हे उघड आहे. देशात येत्या काळात आर्थिक वाढीचा दर आठ ते दहा टक्क्यांच्या पातळीवर नेण्याच्या राज्यकर्त्यांच्या महत्त्वाकांक्षा आहेत. परंतु हे लक्ष्य साधण्यामध्ये वित्तीय तुटीचे मोठे ओझे जीडीपीतील अशी वाढ होऊ देणार नाही, याकडे आपण पुरेसे लक्ष देत नाही. २००३ सालापासून चार वर्षांत व्यापारचक्राच्या आर्थिक वाढीची अवस्था सुरू आहे आणि त्याचा अर्थव्यवस्थेला खूप फायदा

मिळालेला आहे. त्यामुळे कराचे जीडीपीशी गुणोत्तर वरचे आहे, तुलनेने तेलावर देण्यात येणाऱ्या अनुदानाचे प्रमाण कमी आहे आणि एकुणात महसुली आणि वित्तीय तुटीमध्ये घट झालेली आहे. म्हणजे ही चालू चार वर्षे आणि येत्या काळातील काही वर्षे अशीच वाढीची राहिली, तर सरकारला वित्तीय तुटीपासून बऱ्यापैकी उसंत मिळेल.

अर्थात, सध्याच्या आर्थिक वाढीतून असा फायदा मिळवायचा असला, तर सरकारला अनेक कठीण निर्णय घ्यावे लागणार आहेत. परंतु सामाजिक आणि राजकीयदृष्ट्या आघाडी सरकारला अनेक अडचणी आहेत. यादृष्टीने सरकार पुढील पावले उचलू शकते. पहिली बाब म्हणजे सरकार आपल्या प्रमुख खर्चाच्या विषयांत काही ठोस सुधारणा करण्याचा विचार करू शकते. आजपर्यंत केवळ खर्च करण्यावर भर देण्यात आला होता. त्याजागी आता या खर्चातून प्रत्यक्षात काय निर्माण होते, यावर लक्ष देता येईल. तसेच व्याज रकमेसाठी होणारा महसुली खर्च वजा जाता इतर खर्चांच्या बाबत हा निकष विचारात घेता येईल. दुसरी बाब म्हणजे व्याज रकमेचे एकूण महसुलातील प्रमाण सुमारे एकतृतीयांश आहे आणि एकूण खर्चातील प्रमाण सुमारे एकपंचमांश आहे. खरे म्हणजे मागच्या नव्वदीच्या मध्यापासूनच भांडवली खर्चापेक्षा व्याज रकमेवर होणारा खर्च सतत अधिक राहिला आहे. त्यामुळे हा व्याज रकमेचा खर्च आटोक्यात ठेवण्यासाठी देशाला आणखी कर्ज उभारून सध्याचा सरकारी खर्च आहे, तसाच चालू ठेवण्याचा विचार सोडून दिला पाहिजे. तसे केले तरच सध्या जे ठोस कर्जाचे जीडीपीशी गुणोत्तर आहे त्यात काही घट करून दाखविणे शक्य होईल.

अर्थात, अनेकदा ज्या उपायांचे पुरेसे आर्थिक समर्थन असते, त्यासाठी त्यांचा स्वीकार होईल अशी आपली राजकीय परिस्थिती नाही. अनेकदा समाजातील वेगवेगळ्या घटकांना खुश ठेवण्याच्या लालसेपोटी आणि राजकीय स्पर्धेमुळे अनेक निर्णय घेतले जातात आणि ज्यातून फक्त सरकारी खर्चात भरच पडते. याचे उत्तम उदाहरण म्हणजे सरकारी कर्मचाऱ्यांचा वेतन आणि निवृत्तीवेतनाचा खर्च. पाचव्या वेतन आयोगाच्या शिफारशी १९९७-९८ आघाडी सरकारने स्वीकारल्यामुळे केंद्रसरकारचा कर्मचाऱ्यांवरील खर्च भरमसाठ वाढला. हे करताना केंद्राने राज्यसरकारांना अजिबात विश्वासात घेतले नाही आणि त्यामुळे नंतर राज्यसरकारांनाही आपली इच्छा किंवा क्षमता याचा विचार न करता आपल्या कर्मचाऱ्यांना पगारवाढ द्यावी लागली. यातून सुमारे एक लाख कोटी रुपयांचा सरकारचा खर्च वाढला. त्यातून केंद्र आणि राज्यसरकारांच्या वित्तव्यवस्था ज्या एकदा कोलमडल्या, त्यानंतर परत मार्गावर येण्यासाठी अनेक वर्षे जाऊ द्यावी लागली. खरे म्हणजे या अनुभवातूनच चांगला धडा शिकल्यावर केंद्रसरकारने राजकोषीय उत्तरदायित्व अर्थसंकल्पीय व्यवस्थापन कायदा म्हणजे फिस्कल रिस्पॉन्सिबिलिटी

अँड बजेट मॅनेजमेंट ॲक्ट (एफआरबीएम) हा कायदा केला आणि सगळ्या राज्यसरकारांनाही तो मान्य करावा लागला. यातून एका ठरावीक कालमर्यादेच्या आत महसुली तूट आणि अर्थसंकल्पीय तूट एका ठरावीक पातळीवर आणली जाणार आहे.

आता असा कटू अनुभव पदरी असतानाही यापुढे तरी सरकार वेतन आयोग नेमण्याची चूक करणार नाही, असे कोणीही शहाणा माणूस म्हणेल. परंतु असे विवेकाचे नियम आपल्या राजकारणात लागू पडत नाहीत. आता केंद्रसरकारने २००६ मध्ये नवा सहावा वेतन आयोग नेमला. सध्याच्या केंद्रसरकारला सत्तेवर येऊन अडीच वर्षे झाली आहेत. म्हणजे सहाव्या वेतन आयोगाच्या शिफारशी येईपर्यंत पुढच्या सार्वत्रिक निवडणुकांची वेळ येईल. अशाप्रसंगी सहाव्या वेतन आयोगाच्या वेतनवाढ देण्याच्या शिफारशी नक्की मान्य होतील, यात कोणालाच शंका नाही. थोडक्यात, सरकारी खर्चामध्ये भरपूर वाढ करण्याचा प्रस्ताव सरकारनेच पुढाकार घेऊन मांडला आहे. याशिवाय लक्षात घेण्याची बाब म्हणजे पूर्वीपासून चालू असलेली निवृत्तीवेतनाची व्यवस्था यापुढे अजिबात चालू शकणार नाही, हे सगळ्यांना माहीत असूनही सरकारने या व्यवस्थेमध्ये सुधारणा करण्याचे सगळे प्रस्ताव गुंडाळून ठेवले आहेत. याचे कारण म्हणजे आघाडीमधील डावे पक्ष सरकारला चालू व्यवस्थेमध्ये कोणतेही बदल करू द्यायला तयार नाही.

या व्यतिरिक्त आणखी एक पर्याय विचार करण्यासारखा आहे. सार्वजनिक क्षेत्रातील उद्योगांत सरकारचे जे पैसे गुंतलेले आहेत, त्याची सर्वसाधारण गुंतवणूकदाराला विक्री करता येईल. सरकार या मार्गाने दरवर्षी सुमारे पंधरा ते २० अब्ज (वीस बिलियन) डॉलरची पुढची पाच वर्षे अशी गुंतवणूक पायाभूत सुविधांमध्ये करू शकेल. यातून साहजिकच जीडीपीतील वाढीला बळ मिळेल. शिवाय सध्या जी आर्थिक वाढ होत आहे त्यामध्ये कर्ज काढून आणि उपभोगावर अधिक भर देऊन खर्च केला जात आहे. त्यापेक्षा भांडवलउभारणी करून हा खर्च वाढविता येईल. आणखी एक पर्याय म्हणजे कराचे जीडीपीशी गुणोत्तर वाढवून अशा भांडवल गुंतवणुकीत भर घालता येईल. थोडक्यात, येत्या काळात आर्थिक वाढीच्या प्रयत्नांमध्ये सार्वजनिक कर्ज आणि तूट यांचे जीडीपीतील प्रमाण कसे कमी होईल याकडे लक्ष देण्याची गरज आहे.

■

# २.६ केंद्रांची राज्यांना मदत

आर्थिक सुधारणांमध्ये केंद्रसरकारच्या वित्तीय तुटीमध्ये सुधारणा करण्याचे एक महत्त्व आहे. त्याचबरोबर राज्यसरकारांच्या वित्तीय तुटीचाही प्रश्न तितकाच नाजूक आणि निकडीचा आहे. २००५-०६ सालात केंद्रसरकारने उदारपणे राज्यांना मदत केली आणि त्यातून राज्यांची वित्तीय तूट बऱ्यापैकी कमी झाली. याची आकडेवारी बघण्यासारखी आहे.

या चर्चेमध्ये राज्यांची वित्तीय तूट आणि तिचे राज्यांच्या स्थूल उत्पन्नाशी (ग्रॉस डोमेस्टिक प्रॉडक्ट ऑफ स्टेटस्/जीएसडीपी) गुणोत्तर ही संकल्पना आहे. हे गुणोत्तर २००३-०४ मध्ये ४.५ टक्के होते आणि ते ०५-०६ वर्षाच्या वार्षिक अर्थसंकल्पातील आकड्यानुसार ३.२ टक्के झाले. केंद्रीय वित्तमंत्री चिदंबरम यांनी या कळात जी वित्तीय तूट करून दाखविली होती, त्यापेक्षा ही घट ०.९ टक्क्यांनी कमी होती. साहजिकच राज्यांनी आपली वित्तीय तूट कशी कमी करून दाखविली असा प्रश्न उभा राहिला.

राज्यांनी आपली स्थूल वित्तीय तूट कमी करण्याची शिफारस बाराव्या वित्त आयोगाने केली होती. यासाठी हे तुटीचे जीएसडीपीबरोबरचे गुणोत्तर २००९-१० पर्यंत तीन टक्क्यांनी कमी करायचे होते. परंतु हे लक्ष्य राज्यांनी चार वर्षे अगोदरच साध्य करून दाखविले. राज्यांनी आपली वित्तव्यवस्था दृढ करण्यासाठी सरकारी खर्चावर खूप मर्यादा घातलेल्या होत्या. परंतु यात अडचणी होत्या. एक म्हणजे सगळ्याच राज्यसरकारांना आपला योजनेतर (नॉन प्लॅन) खर्च कमी करणे शक्य होत नव्हते. त्यामुळे त्यांनी आपला योजना खर्च कमी केला. योजनेतर खर्च कमी करता येत नाही कारण त्यातील बराच मोठा भाग कर्जावरील व्याज चुकते करण्यात, कर्मचाऱ्यांचे पगार, भत्ते आणि निवृत्तीवेतन देण्यात खर्च होतो. काही वर्षांपूर्वी तर राज्यांचा सगळा महसूल यातच संपून जात होता आणि विकासासाठी काहीच शिल्लक राहत नव्हते. नंतर परिस्थिती बदलली; परंतु तरीही अडचण आली म्हणजे राज्यसरकारे योजनेवरील खर्च कमी करण्याचे पत्करतात, असा सर्वसाधारण अनुभव आहे. अर्थात, यामुळे राज्यांमधील विकासाची प्रक्रिया दुर्लक्षित होते आणि लांबते आणि

अखेरीस राज्याची जनताच त्याची किंमत चुकती करते.

राज्यसरकारे या योजनेतर खर्चाबाबत फारसे काही करू शकत नाहीत. या अडचणीतून त्यांची बाराव्या वित्त आयोगाने सुटका केली. आयोगाच्या शिफारशीवरून केंद्रसरकारने राज्यांची कर्जे नव्या हलक्या कर्जात रूपांतरित केली आणि काही कर्जे माफ केली. यामुळे राज्यसरकारांचे कर्जाचे ओझे कमी झाले. याचा परिणाम म्हणून राज्यांच्या व्याजावरील खर्चात घट झाली. हा व्याजावरचा खर्च आणि राज्याच्या अर्थसंकल्पातील एकूण खर्च याचे गुणोत्तर २००३-०४ मध्ये २२.४ टक्के होते ते २००५-०६ मध्ये २१.८ टक्क्यांपर्यंत खाली आले.

राज्यांचा हा व्याजावरील खर्च कमी झाला ते फायद्याचे जरूर होते; परंतु त्याहीपेक्षा अधिक फायदा आयोगाच्या दुसऱ्या शिफारशीमुळे झाला. त्यातून केंद्राने राज्यांना अधिक अर्थसाहाय्य उपलब्ध करून दिले आणि अधिक निधी वितरित केला. राज्यांचा केंद्रसरकारच्या कराच्या महसुलात जो वाटा होता तो वाढविण्यात आला आणि त्याचबरोबर अर्थसंकल्पीय अनुदानातही वाढ करण्यात आली. यातून २००५-०६ अर्थसंकल्पात ३२ टक्क्यांची राज्यांना वाढीव मदत झाली.

वित्त आयोगाने केंद्रसरकारचा जो वितरित करण्यात येणाऱ्या कराचा महसूल आहे त्यात राज्यांना देण्यात येणारा वाटा ३०.५ टक्के करावा, अशी शिफारस केली. अगोदरच्या अकराव्या वित्त आयोगाने हा वाटा २९.५ टक्के सुचविला होता. यासाठी आयोगाने एक पातळी निकष म्हणून उल्लेखिलेली होती. केंद्रसरकारच्या ठोस महसुली उत्पन्नातून राज्यांना अशा पद्धतीने अधिकाधिक ३८ टक्क्यांपर्यंत निधी देता येईल असे म्हटले होते. अकराव्या वित्त आयोगाने ही संदर्भाची पातळी ३७.५ टक्के ठरवून दिलेली होती.

आता राज्यसरकारांनी आपल्या वित्तीय तुटीचे जीडीपीबरोबरचे गुणोत्तर जे बऱ्यापैकी कमी करून दाखविले आहे, त्यामध्ये वित्त आयोगाच्या शिफारशींवरून केंद्रसरकारने राज्यांना जो अधिक निधी वळता करून दिला आहे याचे योगदान मोठे आहे. २००२-०३ आणि ०६-०७ या चार वर्षांत केंद्रसरकारने आपल्या कराच्या महसुलातील जो वाटा वाढत्या प्रमाणात राज्यांना दिला आहे तो वाढीचा दर वर्षाला १६.५ टक्के आहे. या काळात तुलनेने राज्यांचा केंद्राच्या एकूण करातील वाटा २६ टक्क्यांच्या भोवती स्थिर असला तरीही जे नवीन कर बसविण्यात आलेले आहेत, त्यातून राज्यांना मिळालेला वाटा अधिक आहे.

याचे उदाहरण म्हणजे सेवा करांचे. गेल्या काही वर्षांत सेवाकरातून जो निधी मिळाला त्यातून राज्यांना मिळणारा वाटा वाढता आहे. ही वार्षिक वाढ ५५.२ टक्क्यांची होती. २००२-०३ मध्ये हा राज्यांचा वाटा रु. १,१७८ कोटी होता आणि २००६-०७ मध्ये हा आकडा रु. १०,३१६ कोटी झाला. या सेवाकरामुळे

राज्यांना केंद्राकडून जो निधी मिळत होता त्याचे गेल्या चार वर्षांत हे प्रमाण तीन टक्क्यांवरून नऊ टक्क्यांपर्यंत वाढले. सगळ्या राज्यांना मिळून एकूण सेवाकरात जो वाटा मिळाला तो सुमारे तीस टक्के होता.

राज्यसरकारांच्या हिताच्या दृष्टीने ही घडामोड उल्लेखनीय आहे. केंद्रसरकार गेल्या काही वर्षांत विविध सेवांवर हळुहळू नव्याने कर बसवत आहे आणि त्यातून मिळणारा निधीही वाढत आहे. मुळात देशाच्या अर्थव्यवस्थेमध्ये सेवांचे महत्त्व प्रमुख आहे कारण त्यातून निम्म्यापेक्षा अधिक जीडीपीमध्ये भर पडते. देशाच्या निर्यातीमध्येही सेवांचा वाटा मोठा आहे. येत्या काळात जशी आर्थिक वाढीची गती वेगवान होईल त्या प्रमाणात सेवाक्षेत्राची व्याप्तीही वाढणारच आहे. म्हणजे केंद्रसरकार आपल्या करयोजनेमध्ये यावर अधिक लक्ष देणार आहे. या सगळ्या प्रक्रियेमधून राज्यसरकारांना सेवा करातील वाटा वाढता राहणार आहे आणि त्यातूनच त्यांचे वित्तीय स्वास्थ्य सुधारणार आहे.

गेल्या दशकात पाचव्या वेतन आयोगाच्या शिफारशीमुळे सरकारच्या कर्मचाऱ्यांचा खर्च भरमसाठ झाला आणि त्यातून राज्यांच्या वित्तव्यवस्था दुबळ्या झाल्या. गेल्या चार वर्षांत केंद्राच्या उदार दृष्टिकोनामुळे व्याजदर खाली आणण्यात आलेले आहेत आणि राज्यांच्या कर्जांचीही पुनर्मांडणी करण्यात आली आहे. वित्तव्यवस्थांच्या स्वास्थ्याच्या दृष्टीने आणखी एक प्रश्न उरलेला आहे आणि तो म्हणजे कर्मचाऱ्यांचे निवृत्तीवेतन. यातही नवीन उपक्रम चर्चेमध्ये आहेत आणि त्यातून काही मार्ग निघाला, तर राज्यांच्या विकासप्रक्रिया परत जोमदार होतील. राज्यांनी केंद्राच्या प्रोत्साहनामुळे याविषयीचे आवश्यक कायदे केलेले आहेत. याला धरून महाराष्ट्र राजकोषीय उत्तरदायित्व अर्थसंकल्पीय व्यवस्थापन अधिनियम मंजूर करण्यात आलेला आहे. अशा शिस्तीमधूनच राज्यांच्या अर्थव्यवस्था बळकट होणार आहेत.

■

# २.७ केंद्रसरकारची पत

जगातील प्रतिष्ठित स्टँडर्ड अ‍ॅन्ड पुअर या पत निर्धारण संस्थेने भारतीय अर्थव्यवस्थेचे मूल्यांकन करून सद्य:स्थितीत देशाची पत खालच्या पातळीवर आणली. हे होताच केंद्रसरकारच्या सूत्रांनी ही संस्था चुकीचे निष्कर्ष काढीत आहे, असा कांगावा केला. काहींच्या मते, जगामध्ये इतर काही देशांच्या दुबळ्या अर्थव्यवस्था आहेत त्यांच्या रांगेत भारताला बसविण्याचे कारण नाही. आपल्याकडील उद्योजकांच्या संघटना आणि नामवंत उद्योगपतींनी औद्योगिक आणि आर्थिक क्षेत्रात मंदी संपून वाढ होत आहे, अशा अपेक्षा केल्या होत्या. ही निरीक्षणे काही प्रमाणात खरी असली तरी स्टँडर्ड अ‍ॅन्ड पुअर यांचे मूल्यांकन एकूण अर्थव्यवस्थेच्या व्यवस्थापनाशी निगडित असते आणि त्यांना सध्या मंदीचीच लक्षणे दिसत आहेत. या सर्वच विषयांवर अधिक तटस्थपणे विचार करण्याची सवय अजून आपल्या अंगी भिनलेली नाही.

सरकारचा खर्च हा हाताबाहेर गेलेला आहे. नुकतेच युनिट ट्रस्टला सुमारे चौदा हजार कोटींचे जीवदान देण्यात आले. त्याबरोबर लवकरच इंडस्ट्रियल फायनान्स कॉर्पोरेशन ऑफ इंडिया आणि आयडीबीआय यांना मदत दिली जाणार आहे. या संस्था जवळपास बुडण्याची वेळ आली होती आणि सरकारने यात हस्तक्षेप करून वित्त बाजारात विश्वास निर्माण करावा, अशी अनेक समीक्षकांची मागणी होती. परंतु त्यामुळे आता एकूण तूट वाढणार आहे.

अगोदरच जगभरात अर्थव्यवस्था रखडली आहे आणि औद्योगिक मंदी आहे. देशातील अनेक भागांत मोसमी पावसाने दगा दिला आहे आणि अनेक राज्ये केंद्राकडून दुष्काळ निवारणाची मदत मागत आहेत. तसेच सरकारचे करसंकलन अपेक्षेपेक्षा बरेच कमी होत आहे. येत्या काळात ही परिस्थिती सुधारण्यापेक्षा बिघडण्याचीच शक्यता अधिक दिसते. नुकताच निर्गुंतवणुकीच्या प्रक्रियेबाबत राजकीय वादंग निर्माण करण्यात आला आणि तात्पुरता तरी हा विषय स्थगित झाला आहे. नवीन वित्तमंत्र्यांनी सार्वजनिक भांडवल गुंतवणुकीला अधिक प्राधान्य द्यायचे ठरविले आहे. थोडक्यात, या सर्वांची गोळाबेरीज अधिक तूट निर्माण करेल.

सध्या व्याजदर उतरले आहेत आणि त्यामुळे सरकारचा हा बोजा सुमारे दोन

टक्क्यांनी कमी होईल. म्हणजे सरकारने अधिक उचल केली, तर ती कमी व्याजदराच्या खर्चातून निभावता येईल. असे असले तरी आहे ती तूट आणखी अधिक असेल हे उघड आहे. जमेची बाब म्हणजे चलनवाढीचा दर गेल्या दशकात सर्वांत कमी पातळीवर आहे.

आज केंद्रसरकारमध्ये हा विचारप्रवाह दिसत आहे. औद्योगिक उत्पादन गेल्या वर्षीपेक्षा थोडे वाढले आहे. ही वाढ मुख्यत: खनिज उत्पादन आणि खाणकाम या क्षेत्रांत दिसते. परंतु ती औद्योगिक उत्पादनात कमी आहे. भांडवल बाजारातील निर्देशांक गेल्या चार वर्षांत सर्वांत कमी पातळीवर आहेत. काही प्रमाणात निर्यात वाढ होत आहे. विशेषत: सोने आणि जवाहिऱ्यांच्या दागिन्यांची निर्यात. तसेच गहू आणि तांदूळ यात मूल्यवृद्धी कमी असली तरी त्यांचीही निर्यात होत आहे. सध्या सरकारकडे मोठे धान्यसाठे पडून असल्यामुळे खर्चापेक्षा कमी किमतीला ही निर्यात करावी लागत आहे.

आयातीच्या क्षेत्रात आपण पेट्रोल आणि पेट्रोलजन्य पदार्थ वगळले, तर यावर्षी कमी आयात झाली आहे. यामुळे व्यापार शेषात ( बॅलन्स ऑफ ट्रेड) सुधारणा झाली आहे. थोडक्यात, एकुणात औद्योगिक उत्पादनात थोडी सुधारणा झाली असली तरी त्यात काही निश्चिती नाही. तसेच निर्यात थोडा वाढला असला तरी फार मोठे काही घडलेले नाही. यावर्षांत परदेशी हुंडणावळीच्या राखीव साठ्यात भरीव वाढ झाली आहे हे खरे. परंतु ती काही येथे परदेशी गुंतवणूक वाढल्याची खूण नव्हे. यातून काही नवीन उत्पादनक्षमता निर्माण झालेली नाही. फक्त आहे त्या उत्पादनक्षेत्रात मालकी बदललेली आहे. यावर्षीच्या मोसमी पावसाने दगा दिल्यामुळे देशाच्या अनेक भागात खरिपाचे उत्पादन घटलेले आहे. यामुळे ग्रामीण भागातून औद्योगिक मालासाठी मागणी कमी होईल. ग्रामीण भागात जीवनमान खालचे असल्यामुळे उत्पन्नाचा वाटा उपभोगात खर्च होतो आणि बचत मागे राहते.

राजकीय क्षेत्रात काश्मीरमधील दहशतवाद आणि दहशतवाद्यांच्या कारवाया, यामुळे परदेशी गुंतवणूक वाढत नाही. तसेच देशातील गुंतवणुकीलाही चालना मिळत नाही. शेअरबाजारातही अनेक घोटाळे आणि गैरव्यवहार यांची लागण झाली असल्यामुळे गुंतवणूकदारांच्या विश्वासाला एक धक्का बसलेला आहे. सेबी या संस्थेने शेअरबाजाराचे नीट नियमन केले नाही, तर यापुढेही शेअरबाजार मरगळलेलीच रहाणार असे दिसते.

एकुणात सगळा विचार करता आज अर्थव्यवस्थेची स्थिती उत्साहवर्धक नाही. खरे तर निराशेचा सूर त्यात अधिक आहे. देशात कायदा आणि सुव्यवस्था बऱ्यापैकी सुधारली आणि रब्बीच्या उत्पादनात वाढ झाली, तर हे सावट दूर होऊ शकते. यावर्षी जीडीपीतील वाढही ४.५ टक्क्यांच्या भोवतीच होईल अशी अपेक्षा करायला

हरकत नाही. पंतप्रधान आणि नियोजन मंडळ अनेकदा वाढीचा दर आठ टक्के असेल आणि तो दहा टक्क्यांपर्यंतही वाढू शकेल, अशा वल्गना करत असतात. यामध्ये त्यांचे वास्तवाचे भान संपले आहे, असे म्हणता येईल.

एकच जमेची बाजू म्हणजे चलनवाढीचा धोका दिसत नाही. परंतु अनेक औद्योगिक आणि व्यापारी कंपन्यांना दिवाळखोरी जाहीर करावी लागली त्यामुळे बँका आणि वित्तसंस्थांचे पैसे बुडतील ही शक्यता अधिक आहे. भांडवल बाजारात मोठे चैतन्य येईल ही शक्यता नाही. अनेक राज्यसरकारे दिवाळखोरीच्या उंबरठ्यावर उभी आहेत आणि विकासप्रक्रिया जवळपास ठप्प झाली आहे. केंद्र आणि राज्यसरकारांचा महसूल मोठ्या प्रमाणावर कर्मचाऱ्यांचे पगार आणि भत्ते आणि निवृत्तीवेतन यात व्यस्त होत आहे आणि विकासकामांना निधी उरलेला नाही. यात भर म्हणून अमेरिकेने इराकवर हल्ला केला तर सर्व व्यापारावर त्याचा परिणाम होईल.विशेष म्हणजे भारताला खनिज तेलाची आयात फार महाग पडेल. या सर्व घडामोडींचा परिणाम ग्राहकांची मागणी, औद्योगिक उत्पादन आणि किमती यावर होणार हे उघड आहे.

आपण स्टँडर्ड आणि पुअर यांनी आपला पतदर्जा कमी केला याची काळजी करण्यापेक्षा देशातील अर्थव्यवस्था कशी नीटपणे चालेल याची काळजी केली पाहिजे. यासाठी आर्थिक स्थैर्य आणि चलनवाढ यांचाच फक्त विचार न करता आर्थिक संस्था कशा सुधारतील आणि व्यवस्थेला कशी चालना मिळेल याचा आत्ता विचार केला पाहिजे. आर्थिक संस्थांना जी काही मदत द्यावी लागेल ती एकदाच देऊन त्यातून मोकळे व्हायला पाहिजे. सरकारने आपला महसूल वाढविला पाहिजे आणि त्यासाठी मोठ्या प्रमाणावर खासगीकरण केले पाहिजे. तसेच सरकारी क्षेत्रातील उद्योगांचे खासगीकरण केल्यास सध्याच्या तुटीमध्ये बचत होऊ शकेल आणि त्याचबरोबर आर्थिकदृष्ट्या अधिक स्पर्धायुक्त बाजारव्यवस्था काम करू शकेल. यातूनच अर्थव्यवस्थेची वाढ होईल.

■

# २.८ तेरावा वित्त आयोग

केंद्रसरकारने नोव्हेंबर २००७मध्ये तेराव्या वित्त आयोगाची नेमणूक केली. देशाच्या संघराज्याच्या व्यवस्थेमुळे वित्तीय साधनांचे समन्यायाने वाटप होणे महत्त्वाचे आहे आणि वित्त आयोग (फायनान्स कमिशन) त्यासाठी दक्ष असतो. याचबरोबर सरकारने एक सहावा वेतन आयोगही (पे कमिशन) नेमला आहे. याचेही देशाच्या वित्तव्यवस्थेवर गंभीर परिणाम होत असतात. मात्र, याचा फायदा फक्त सरकारी कर्मचाऱ्यांपुरताच मर्यादित असतो. अनेकदा या दोन आयोगांची तुलना केली जाते. परंतु ते काही योग्य नाही कारण हे आयोग एका वर्गात मोडत नाहीत.

वेतन आयोगाची शिफारस समाजातील एका पांढरपेशा संघटित कर्मचारीवर्गाला खुश ठेवण्यासाठी केलेली असते. हा सरकारी नोकरशहांचा वर्ग एक हितसंबंधी दबावगट म्हणून फार परिणामकारक असतो कारण तोच सगळे सरकार प्रत्यक्षात चालवित असतो. शासनामध्ये बहुमताने निवडून आलेला राजकीय पक्ष किंवा आघाडी आपल्यादृष्टिने सत्तेचे अनेक फायदे आपल्या खिशात घालत असते आणि सत्तेची फळे चाखत असते. शिवाय आपल्या सार्वजनिक जीवनात सगळीकडे पसरलेला भ्रष्टाचारही राजकीय सत्ताधाऱ्यांना आपलाच वाटतो. अशा सरकारमध्ये सरकारी कर्मचारी संघटना एक भागीदारी करत असतात आणि ते वेळोवेळी वेतन आयोगाच्या माध्यमातून आपल्या स्वार्थाचे फायदे मिळवीत असतात. त्यामुळे वेतन आयोग ही सरकारी कर्मचाऱ्यांची एक खास मिरासदारी मानली जाते आणि त्यांची वहिवाटही उरलेल्या समाजाने स्वीकारली आहे.

मात्र, वित्त आयोगाचे काम अधिक गंभीर असते कारण देशातील सगळ्या विभागांना आणि वर्गांना विकासप्रक्रियेत समन्याय मिळण्याच्या दृष्टीने सरकारची वित्तव्यवस्था कोणत्या तत्त्वांच्या आधारे चालविली जावी याचा त्यांना विचार करायचा असतो. याबरोबर वेतन आयोगाच्या शिफारशींमुळे जी काही पडझड होते, त्याच्याही परिणामांचा वित्त आयोगाला विचार करावा लागतो. अशी महत्त्वाची घटना असूनही तेराव्या वित्त आयोगाच्या नेमणुकीवर जनमानसात फारशी काही प्रतिक्रिया उमटलेली नाही. यामागे बहुदा दोन कारणे असावीत. एक म्हणजे कराचा महसूल केंद्रसरकार

आणि राज्यसरकारे यांच्यात आणि राज्याराज्यांमध्ये कसा वाटला जावा, हा वित्त आयोगापुढे मुख्य विषय असतो आणि हा प्रश्न आता जवळपास सुटलेला आहे अशी सगळ्यांची धारणा असावी. यापूर्वी आपण बारा वित्त आयोग नेमले होते आणि त्यांच्या तपशीलवार विचारविनिमयातून समन्यायी वित्त वितरणाची व्यवस्था मान्य झालेली आहे. या विषयावर सर्व संबंधित घटकांमध्ये पुरेशी सहमती निर्माण झालेली आहे, असे समजायला हरकत नाही.

दुसरी बाब म्हणजे सरकारचे करातून मिळणारे महसुली उत्पन्न इतके भरभरून वाहत आहे की, केंद्र आणि राज्यसरकारे आपल्याला यातील वाटा कसा अधिक मिळेल, याविषयी थोडीशी बेफिकीर झाली असावीत. नेमक्या वित्त आयोगाच्या नेमणुकीच्या वेळीच २००७च्या दुसऱ्या मध्यात इतर अनेक प्रश्नांनी सार्वजनिक चर्चा व्यापून टाकलेली आहे. त्यातील सगळ्यांत मोठा विषय म्हणजे अमेरिकेतील सबप्राईम बाजारातील गडबडींमुळे बँका आणि वित्तसंस्था वादळात सापडल्या आहेत आणि त्याचाच पुढचा भाग म्हणजे आर्थिक मंदीच्या शक्यता दाट होऊ लागल्या आहेत. याला तोंड देतानाच आपल्याकडे परदेशांतून येणारा भांडवल निधीचा ओघ आणि वेग इतका वाढला आहे की, शेअरबाजार भडकला आहे. याबरोबरच रिझर्व बँकेला आपला रुपया महाग झाल्यामुळे त्यातूनही निर्यात आणि आर्थिक वाढ यांच्याबाबत गुंतागुंती झाल्या आहेत. असे रोजचे प्रश्न गंभीर झाल्यामुळे वित्त आयोगाची दखल घ्यायला बहुदा कोणाला सवड नसावी.

हा नवा तेरावा वित्त आयोग थोडा वेगळा समजता येईल. या आयोगाचे अध्यक्ष आणि सदस्य हे सगळे अर्थशास्त्रज्ञ आहेत. यात बी. के. चतुर्वेदी यांचा अपवाद म्हणजे ते निवृत्त सनदी नोकर आहेत. असे हे प्रथमच घडत आहे. या एक स्त्री सुद्धा प्रथमच सदस्य झाली आहे. साधारणपणे वित्त आयोग दीर्घकाळ विचारविनिमय करून केंद्राच्या साधनसामग्रीचे वाटप कसे करावे याचे एक सूत्र शोधत असतो. आजपर्यंत आयोगाच्या कामात एक प्रकारची नोकरशाही विकसित झालेली आहे आणि त्यातून एक पांडित्यपूर्ण आणि किचकट अहवाल तयार केला जातो. फारच थोडे लोक तो तपशिलात वाचतात आणि त्यावर टीकाटिप्पणी करतात. मात्र, या तेराव्या आयोगाला आपले काही वैशिष्ट्य दाखवावे लागेल कारण त्यांच्यापुढे असलेला विचारार्थ विषय. (टर्म्स ऑफ रेफरन्स) खूप आव्हानात्मक आहे. येत्या २०१० सालापासून नंतरच्या पाच वर्षांत दोन घडामोडींमुळे वित्त आयोगाच्या शिफारशी प्रभावित होणार आहेत. एक म्हणजे सहाव्या वेतन आयोगाच्या शिफारशींमुळे सरकारी यंत्रणेचा खर्च वाढणार आहे आणि गुड्स आणि सर्व्हिसेस टॅक्स (जीएसटी) याचा अंमल प्रत्यक्षात एप्रिल २०१० पासून सुरू होणार आहे.

आता वित्त आयोगापुढे दोन बाबी आहेत. त्यातील एक म्हणजे ज्याची काही

माहिती नाही ते ज्ञात आहे (नोन् अन्नोन). तो म्हणजे वेतन आयोगाच्या शिफारशी आणि परिणाम. या शिफारशींमुळे केंद्र आणि राज्यसरकारांच्या वित्तव्यवस्थांना जोराचा फटका बसणार आहे हे माहीतच आहे. फक्त तो किती बसणार याचा आज नेमका अंदाज सांगता येत नाही. याचे कारण म्हणजे सरकारला सार्वत्रिक निवडणुकांना सामोरे जाण्यापूर्वी आपल्या कर्मचाऱ्यांना खुश ठेवण्यासाठी किती बक्षिशी वाटावी लागेल हे त्यावेळीच ठरेल. म्हणजे आपण निवडणूक हरणार आहोत, असे सध्याच्या सत्ताधारी आघाडीला वाटू लागले, तर ही बक्षिशीची रक्कम भरपूर असू शकते. याचा परिणाम म्हणजे जे नवे सरकार येईल त्यांची सुरुवात अडचणीतूनच सुरू होईल. पण हे झाले राजकारण्यांचे खेळ. वित्त आयोगाला यात काही करता येणार नाही. शिवाय वेतन आयोगाच्या शिफारशी या पाण्यावर उमटणाऱ्या लहरींप्रमाणे असतात. त्यांचा परिणाम दिसून येण्यास काही काळ जाऊ द्यावा लागतो. दुसरी बाब आहे ती जीएसटीची. यात काय होणार हे अजिबात काही माहीत नाही (अन्नोन). आजच्या घडीला देशात जीएसटीची अंमलबजावणी खरोखरी एप्रिल २०१० सालापासून सुरू होईल का, हेच एक मोठे प्रश्नचिन्ह आहे. आपल्याकडे मूल्यवर्धित कराची (व्हॅट) प्रत्यक्षात अंमलबजावणी होण्यासाठी दोन दशके वाट बघावी लागली. यामुळे जीएसटीचा मुहूर्त आत्ता सांगता येणार नाही.

याशिवाय जीएसटीचा केंद्र आणि राज्यसरकारांच्या महसुलावर नेमका कोणता परिणाम होईल, याचा अंदाज आज बांधता येत नाही. सध्याच्या संकल्पनेप्रमाणे जीएसटीचा करभार दोन पातळ्यांवर असणार आहे. तो म्हणजे केंद्रसरकार आणि राज्यसरकारे. परंतु यांचे कोणते दर असणार आहेत हे अजून ठरलेले नाही. यावर सहमती बनणेही सोपे नाही. मात्र, जे काही ठरेल त्याला अंतिम मंजुरी राज्यसरकारांनी द्यायची आहे. नंतरच त्याचा अंमल सुरू होऊ शकेल. यामुळे आयोगाला या कराचा महसूल कसा वाटण्यात यावा, हे ठरविताना बऱ्याच बाबींचा ऊहापोह करावा लागेल. शिवाय या विचारविनिमयाला वेळेची मर्यादा आहे कारण आयोगाच्या शिफारशी ऑक्टोबर २००९ पर्यंत द्याव्या लागणार आहेत. अर्थात, जीएसटीची सुरुवात एप्रिल २०१० पासून करायची असल्यामुळे ऑक्टोबर २००९ची मर्यादा सोयीचीच आहे. अशा परिस्थितीत आयोग दोन पर्याय सुचवू शकेल. एक म्हणजे ठरलेल्या वेळापत्रकानुसार जीएसटीचा अंमल एप्रिल २०१० पासून सुरू करावा आणि दुसरा म्हणजे सध्याचीच परिस्थिती चालू ठेवावी.

या तेराव्या वित्त आयोगाच्या विचारासाठी चार नवीन विषय मांडण्यात आलेले आहेत. मात्र, अकराव्या वित्त आयोगाला वित्तीय तूट कशी कमी करायची, याचा अभ्यास करायला सांगण्यात आले होते, तो विषय आता या आयोगापुढे नाही. एका अर्थाने गेल्या पाच वर्षांत वित्तीय तूट कमी करण्यामध्ये बऱ्यापैकी यश मिळालेले

आहे, त्यामुळे बहुदा हा मुद्दा वगळलेला असावा. या आयोगाला सार्वजनिक खर्चाचा दर्जा कसा सुधारता येईल याचा अभ्यास करण्याचे सुचविले आहे. हा दर्जा सुधारला तर सरकारी खर्चातून जे परिणाम होतात आणि त्याची निष्पत्ती होते यात सुधारणा होईल, अशी अपेक्षा आहे. आपल्या नियोजनाच्या दीर्घ कालखंडात सरकारी गुंतवणूक आणि सरकारी खर्च यावरच सगळा भर देण्यात आला होता. परंतु आता याची अंमलबजावणी होताना प्रत्यक्षात काय घडते, याकडेही तितकेच लक्ष पुरविण्याची वेळ आली आहे असे नियोजन आयोग वारंवार सांगत आहे. आपल्या अनुभवांच्या आधारे आपल्या भूमिकेत ही सुधारणा झाली आहे, असे म्हणता येईल.

आयोगाला यापुढे इकॉलॉजी, पर्यावरण आणि हवामानातील बदल यांचा विचार करून त्याच्याशी सुसंगत शाश्वत विकासप्रक्रिया कशी अमलात आणायची, याचाही विचार करण्याचे सुचविले आहे. गेल्या दशकात जगभरात पर्यावरणातील बदल आणि विकासप्रक्रियेतील अंतर्विरोध याबाबत गहन चर्चा चालू आहे आणि सध्याच्या भांडवलशाहीमध्ये जी गृहीतकृत्ये आहेत त्यांची पुनर्मांडणी करावी, असा अभ्यासकांचा आग्रह आहे. आयोगाला हा एक नवीन विषय देण्यात आलेला आहे.

आयोगाला नव्याने देण्यात आलेला तिसरा विषय म्हणजे राज्यसरकारांची कर्जे आणि आपत्कालीन साहाय्य यांचा आढावा घेणे. मागील बाराव्या वित्त आयोगाने याबाबत काही शिफारशी केल्या होत्या आणि त्यांचा अंमल होऊन आजच्या घडीला राज्यसरकारांची काय परिस्थिती आहे, याचे मोजमाप करण्यास सांगण्यात आलेले आहे. चौथा नवीन विषय म्हणजे जीएसटीचा परिणाम कोणता होईल याचा अभ्यास. मात्र, सहाव्या वेतन आयोगाच्या शिफारशींमुळे सरकारच्या वित्तपरिस्थितीवर मोठा बोजा पडणार आहे, याचा उल्लेख मात्र टाळण्यात आलेला आहे.

पूर्वीप्रमाणेच आयोगाला केंद्रसरकारच्या साधनांवर अनेक मागण्यांचा दबाव असतो, त्याचा आढावा घेण्यास सांगण्यात आलेले आहे. हे मागणीचे विषय म्हणजे सनदी प्रशासनावरील खर्च, संरक्षण, आंतरिक आणि सीमारेषांच्या बाबत सुरक्षा, ऋणखर्च इत्यादी. मात्र, या विषयात प्रथमच एक सुधारणा करण्यात आली आहे. ती म्हणजे केंद्र आणि राज्यसरकारांच्या पंचवार्षिक योजनांसाठी अर्थसंकल्पातून साधनसामग्रीची उभारणी कशा प्रकारे करावी ही आहे. याचा अर्थ यापुढे आयोगाला पंचवार्षिक योजनांसाठी साधनसामग्रीची कशी उभारणी करावी, याचा प्रस्ताव तयार करावा लागेल. यामागे बहुदा नियोजन आयोगाचा आग्रह असावा असे दिसते. वास्तविक पाहता नियोजन आयोग हीच मुळात एक केंद्रसरकारचा भाग असलेली संस्था आहे. आणि आता राज्यसरकारांच्या पंचवार्षिक योजनांना साधने कशी पुरवायची, याचा निर्णय नियोजन आयोगाने करायचा म्हणजे हा एक नवीन वादाचा विषय बनणार आहे. देशामध्ये मागील साठ वर्षांत वित्तीय साधनांच्या वाटपामध्ये एक संघराज्याची

संकल्पना दृढ झालेली आहे. त्याचबरोबर वेगवेगळ्या राज्यांमध्ये वेगवेगळे राजकीय पक्षांचे संतुलन विकसित झालेले आहे. यामुळे येत्या काळात नियोजन आयोग जर राज्यसरकारांच्या नियोजनप्रक्रियेमध्ये अधिक बलवान होणार असेल, तर राज्यांच्या पातळीवर याला विरोध होऊ लागेल.

आयोगापुढील विषयसूचीमध्ये दोन बाबी गाळण्यात आलेल्या आहेत. ते पाहण्यासारखे आहे. सध्या पेट्रोलच्या विक्रीतून सरकारला महसूल मिळतो तो बिगर कर महसुलाचा भाग समजला जातो. याचे वितरण कसे करावे हा विषय वगळण्यात आला आहे. सध्या राज्यांना यात काही वाटा मिळत नाही. काही राज्यांच्या दृष्टीने हे दुर्दैवी समजले पाहिजे कारण केंद्रसरकार खनिज नैसर्गिक साधनांवर स्वामित्वधनाची रक्कम वाढविण्यास फारसे राजी नसते. वास्तविक पाहता हा स्वामित्वधनाचा सगळाच विषय वित्त आयोगाला अभ्यासण्यास सांगणे जरुरीचे होते. पण केंद्राने ते सोयीस्करपणे टाळले आहे. आता राज्यसरकारांनी राष्ट्रीय विकास परिषदेमध्ये (नॅशनल डेव्हलपमेंट कौन्सिल) हा विषय काढला तर वाद होतील. सार्वजनिक उद्योगांचे खाजगीकरण आणि त्यातील निर्गुंतवणूक हा विषयही महत्त्वाचा आहे आणि तो वित्त आयोग विचारात घेऊ शकला असता. आघाडीच्या केंद्रसरकारमध्ये डाव्या पक्षांनी आपल्या कामगार संघटनांचे मतदारसंघ सांभाळण्यासाठी यावर नेहमी विरोधाची भूमिका घेतलेली आहे. याविषयात मागील काही वर्षांत फारशी काही प्रगती झालेली नाही. इतका काळ प्रयत्न करून देशातील राजकीय पक्षात यावर सहमती बनू शकत नसेल, तर वित्त आयोगाकडे हा विषय सोपविणे सगळ्यांत व्यवहार्य झाले असते. परंतु तेही टाळण्यात आलेले आहे.

गेल्या अनेक वर्षांत देशामध्ये आर्थिक वाढ वेगाने होत असली तरी त्याबरोबर प्रादेशिक असंतुलन आणि विकासातील विषमता असा एक उपविषय गंभीर झाला आहे. नियोजनाच्या काळातही असंतुलन होतेच; परंतु गेल्या सतरा वर्षांत उदारीकरणाच्या काळात यात बरीच भर पडली. देशाची सामाजिक व्यवस्था यातून धोक्यात येऊ शकते. वित्त आयोगापुढे हा विषय नेण्यात आला नाही, त्यामागे बहुदा एक कारण असावे. साधारणपणे आजपर्यंत सगळ्याच वित्त आयोगांनी देशांतर्गत राज्यांच्या पातळीवर काही मूलभूत सार्वजनिक सेवा उपलब्ध होतील या दृष्टीने विचार आणि प्रयत्न केलेले आहेत. ही विकासाची किमान पातळी गाठण्याचे प्रयत्न हाही एक समन्यायाचा विचार समजता येईल. परंतु येत्या काळात आर्थिक वाढीचा दर उंचावल्यावर आपण एका वरच्या भ्रमणकक्षेत प्रवेश करणार आहोत आणि त्यामुळे काही किमान सार्वजनिक सेवांवरच समाधान मानायचे का की, त्यात आणखी काही बाबींचा समावेश करायचा, याची वेळ आली आहे. त्यासाठी वित्त आयोग हे योग्य चर्चापीठ ठरले असते. एकुणात वित्त आयोगाच्या पुढे अनेक प्रश्न मांडण्यात आले आहेत

आणि आयोगाच्या शिफारशी फार महत्त्वाच्या आहेत. देशामध्ये संघराज्य आहे आणि त्याच्या संरक्षणासाठी आणि संवर्धनासाठी सरकारी वित्त सामग्रीचे समन्याय वाटप होणे याला अपूर्व महत्त्व आहे आणि ते खात्रीने होईल याची पाठराखण करणारी वित्त आयोग ही एकमेव संस्था आहे.

■

# विभाग ३ : केंद्रसरकारचा वित्तव्यवहार

**Finance of Central Government**

## ३.१ खर्चिक कर्जाची फेड

गेल्या काही वर्षांत आर्थिक सुधारणांचा कार्यक्रम रखडलेला आहे. नव्वदीच्या सुरुवातीला भारत सरकारची दिवाळखोरी जाहीर करण्याची वेळ आली आणि त्या संकटातून सुटका करून घेण्यासाठी जागतिक बँकेने घातलेल्या अटी मान्य कराव्या लागल्या. तेथून जागतिकीकरण, उदारीकरण आणि मुक्त व्यापार यांचे पर्व सुरू झाले आणि त्यापूर्वीच्या चाळीस वर्षांच्या केंद्रीय नियोजनापासून दूर जाण्याची प्रकिया सुरू झाली.

या स्थित्यंतरामध्ये अनेक जमेच्या आणि वजाबाकीच्या गोष्टी झाल्या. जमेची बाजू म्हणजे उद्योगक्षेत्रात परवानापद्धती निकालात निघाली आणि परदेश व्यापारावरील नियंत्रण कमी झाले. एकूण करपद्धतीत मूलगामी सुधारणा सुरू झाल्या. मुख्य म्हणजे या नव्या धोरणामुळे विकासाची गती वाढली आणि नियोजनाच्या काळात जी वार्षिक वाढ सुमारे तीन टक्क्यांनी होत होती, ती पाच टक्क्यांच्या वर गेली. त्याबरोबर दारिद्र्याचे प्रमाण सुमारे दहा टक्क्यांनी कमी झाले. पूर्वीच्या केंद्रीय नियोजनात जे आर्थिक सत्तेचे सरकारच्या हातात केंद्रीकरण झाले होते त्यात बदल होऊन अनेक क्षेत्रांत सुधारणा कार्यक्रम सुरू झाला. या धोरणातील सर्व उलथापालथी घडत असताना एक अनपेक्षित फायदा झाला. आंतरराष्ट्रीय व्यवस्थेमध्ये आणि मुख्यत: अमेरिकेमध्ये भरभराटीची लाट आल्यामुळे माहिती-तंत्रज्ञानाचे क्षेत्र नव्याने खुले झाले आणि भारतात मोठ्या संख्येने उच्चशिक्षित मनुष्यबळ असल्यामुळे एक निर्यातीचे मोठे दालन खुले झाले. तसेच मोठ्या संख्येने तंत्रज्ञानातील मनुष्यबळाची निर्यात झाली आणि त्यांच्याकडून देशाला परतीचे उत्पन्न मिळू लागले.

या घटनाक्रमात काही गोष्टी बिघडत गेल्या. सर्वांत ठळक बाब म्हणजे केंद्रस्थानी स्थिर काँग्रेस राजवटीचे दिवस संपले आणि विरोधी पक्षांची संयुक्त सरकारे सत्तेवर आली. त्याचा परिणाम म्हणून मोठ्या प्रमाणावर राजकीय स्पर्धा सुरू झाली आणि आर्थिक सुधारणा राबविण्याच्या तपशिलावर सहमती निर्माण होईनाशी झाली. आश्चर्य म्हणजे तत्त्वत: सर्वच प्रमुख राजकीय पक्षांनी जगामध्ये घडणाऱ्या घटनांचा योग्य अर्थ लावून जागतिकीकरणाची आणि मुक्त अर्थव्यवस्थेची गरज मान्य केली.

परंतु ही तात्त्विक सहमती तेवढ्यापुरतीच टिकली. प्रत्यक्षात तपशिलात निर्णय घेताना प्रत्येक बाबींवर तात्पुरत्या राजकीय स्वार्थाला डोळ्यांपुढे ठेवून सर्वच राजकीय पक्ष लोकानुनय करण्याच्या भूमिका घेऊ लागले. यातून मागील सात-आठ वर्षांत देशाला राजकीय अस्थैर्याला तोंड द्यावे लागत आहे. साहजिकच याचा परिणाम सुधारणा कार्यक्रमांवर झालेला आहे.

या सर्व काळात सर्वांत कोणत्या एका निर्णयामुळे शासनसंस्था धोक्यात आली असा जर प्रश्न विचारला, तर पाचव्या वेतन आयोगाचा उल्लेख करावा लागेल. केंद्रसरकारने १९९७ मध्ये जनता पक्षाच्या राजवटीत आपल्या कर्मचाऱ्यांना खुश करण्यासाठी पाचवा वेतन आयोग स्वीकारला. विशेष म्हणजे त्यातील ज्या लाभाच्या शिफारशी होत्या, त्यावर अंमल झाला आणि ज्या अप्रिय शिफारशी होत्या त्या नाकारण्यात आल्या. यामुळे फार मोठा आर्थिक बोजा शासनाने पत्करला आणि शेवटी शासनाची संपूर्ण वित्तव्यवस्था संकटात सापडली. त्याचा लगेचच परिणाम म्हणून विकासकामांवरील भांडवली खर्च कमी झाला आणि प्रशासनावरील महसुली खर्च हाताबाहेर गेला. केंद्रसरकारने राज्यसरकारांना न विचारता हा निर्णय घेतल्यामुळे पुढे सर्व राज्यसरकारांनीही या वेतन आयोगाच्या शिफारशी आपल्या कर्मचाऱ्यांना मंजूर केल्या, त्याचा फक्त राज्यशासनांवरील खर्च सुमारे एक लाख कोटी रुपयांनी वाढला. परिणामी, सर्व राज्यसरकारे पूर्णपणे ठप्प झाली.

अशा या सर्व घडामोडींच्या संदर्भात एक चांगली गोष्ट घडत होती. गेल्या काही वर्षांत रिझर्व बँकेने स्थिरपणे काम करून टप्प्याटप्प्याने मुद्रा धोरण आणि मुद्राव्यवस्था यामध्ये अनेक दूरगामी सुधारणा घडवून आणल्या. त्यामध्ये व्याजदर कमी करणे आणि त्यातून कर्जावरील व्याजाचा खर्च कमी करणे हे साधले. त्यामुळे देशातील औद्योगिक उत्पादनाला कमी खर्चाचे कर्ज उपलब्ध झाले आणि आंतरराष्ट्रीय स्पर्धेमध्ये आपले स्थान मिळविणे सोपे झाले. त्याचबरोबर सरकारने जे उच्चदराने परदेशी बाजारात कर्ज घेतले होते तेही मुदतीपूर्वी परत करण्याचे धोरण रिझर्व बँकेने घालून दिले. सरकार नजीकच्या काळात १.५ कोटी डॉलर कर्ज अशारीतीने परतफेड करून कमी करेल असे चित्र आहे.

रिझर्व बँकेने हा निर्णय घेण्याचे कारण म्हणजे अनेक चांगल्या गोष्टी घडत आहेत. देशाकडे जो एकूण परदेशी चलनाचा साठा आहे, त्यातून पंधरा महिने देशाच्या आयातीचा खर्च भागविता येईल. गेल्या अठरा महिन्यांतच या साठ्यामध्ये तीस कोटी डॉलरची भर पडली आहे. देशाच्या परदेशी चलनाचा साठा जीडीपीच्या सुमारे १६ टक्के आहे. सरकारने एशियन डेव्हलपमेंट बँक आणि जागतिक बँक यांचे फेब्रुवारी २००३ मध्येच तीन कोटी डॉलर परत केले आहेत. सध्या गेल्या काही महिन्यांत रुपया आणि डॉलर यांच्या संबंधात रुपयाचे अधिमूल्यन (ॲप्रीसिएशन)

होत आहे. ही एक नवी परिस्थिती आहे. याचे एक कारण म्हणजे आज आंतरराष्ट्रीय राजकारणात अमेरिका ही एकमेव महासत्ता असल्यामुळे तिच्या अनेक निर्णयांविषयी जगभर एक विरोधाची लाट आहे. विशेषत: अमेरिकेने इराकमध्ये जो लष्करी हस्तक्षेप केला त्याविषयी जगात असंतोष आहे. अशी महासत्ता असूनही आर्थिक जगतात अमेरिकेचा डॉलर हा दुबळा होत आहे. त्याच वेळी युरोपियन युनियनचा युरो तुलनेने आपली शक्ती वाढवत आहे. जगातील दुसऱ्या क्रमांकाची आर्थिक महासत्ता जपान आहे; परंतु तेथे गेली तेरा वर्षे आर्थिक मंदीने ठाण मांडलेले आहे. त्यामुळे जपानचे चलन येन हेही चलनबाजारात दुबळे समजले जाते. अशा सर्व संदर्भात भारतीय अर्थव्यवस्था स्थिर आणि वेगवान आहे, असे मानले जाते आणि त्यामुळे रुपयाचे मूल्य चढे आहे.

परदेशी गुंतवणूकदारांना युरोची शक्ती वाढत असल्यामुळे तेथे गुंतवणूक करणे फायद्याचे आहे त्याच वेळी भारतात एनआरई खात्यातून अधिक प्रमाणात ठेवी येत आहेत आणि त्याचा आपल्या बँकांना फायदा होत आहे. विशेष म्हणजे बँका आपल्या ठेवींवरील व्याजदर कमी करत असूनही त्यांच्या ठेवींमध्ये वाढ होत आहे. काही प्रमाणात गेली काही वर्षे शेअर बाजारात मंदीची धारणा असल्यामुळे बचतीचे मार्ग मर्यादित आहेत. या घटनांचा फायदा घेत बँकेचे क्षेत्र आपले स्वास्थ्य सुधारत आहे आणि एका अर्थाने भारताच्या आर्थिक व्यवस्थेची ही एक मोठी शक्ती आहे.

थोडक्यात, भारताने परदेशी चलनाचा साठा बऱ्यापैकी मोठ्या प्रमाणावर गोळा करून आपल्या शक्तीचे प्रदर्शन केलेले आहे. गेल्या काही वर्षांत जागतिक व्यवस्थेमध्ये मंदीची लाट असूनही आणि भारताचा निर्यात व्यापार कमी असूनही आपल्या बॅलन्स ऑफ पेमेंट्समध्ये प्रथमच गेल्या पंधरा महिन्यांत शिल्लक गोळा केलेली आहे. त्यामुळे सरकारची वित्तव्यवस्था संकटात आली असूनही रिझर्व बँकेने आपले कर्तृत्व दाखविले आहे. त्यामुळे भारताची अर्जेंटिना किंवा ब्राझील यांच्यासारखी दिवाळखोरीची परिस्थिती झालेली नाही. उलट देशाने आपली परदेशी कर्जे मुदतीपूर्वी फेडत आणली आहेत.

■

# ३.२ भारताला वित्तीय तूट का चालते?

जागतिक बँक, आयएमए आणि अनेक अभ्यासकांनी भारताच्या वित्तीय तुटीविषयी अनेकदा काळजी व्यक्त केली आहे. या तुटीतून देश संकटात येईल असे अनेकांचे भाकीत आहे. परंतु अजून ही परिस्थिती कधी आलेली नाही. हे संकट का लांबणीवर पडते आहे हा चर्चेचा विषय आहे.

१९९१ मध्ये इराकबरोबर युद्ध झाले त्यावेळी खनिज तेलाच्या किंमती भडकल्या आणि भारतीय अर्थव्यवस्था दिवाळखोरीच्या उंबरठ्यावर येऊन टेकली. त्यावेळी केंद्र आणि राज्यसरकारांची एकत्रित तूट जीडीपीच्या १० टक्के होती. नुकतेच परत एकदा मध्यपूर्वेच्या खाडीमध्ये युद्ध झाले आणि देशाची एकत्रित वित्तीय तूट १० टक्क्यांवर पोहोचली आहे. या दहा वर्षांत अनेक आश्चर्यकारक बदल झाले आहेत. देशात करंट अकाऊंटमध्ये अतिरिक्त निधी आहे, परदेशी चलनाचा साठा ७५ अब्ज (बिलियन) आहे, चलन फुगवटा आटोक्यात आहे आणि व्याजदर सारखे कमी होत आहेत. खरोखरीच ही एक नवी परिस्थिती आहे.

अर्जेंटिनासारखे काही देश आहेत जेथे वित्तीय तूट जीडीपीच्या फक्त पाच टक्के असूनही दिवाळखोरीत गेले आहेत. १९९१ मध्ये अधिदान शेषात (बॅलन्स ऑफ पेमेंट) पेचप्रसंग निर्माण झाला, व्याजदर चढे होते आणि चलन फुगवट्याचा प्रश्न बिकट होता. यातून देश संकटात आला आता ही परिस्थिती नाही. अप्रत्यक्ष व्यापारातून (ट्रेड इनव्हिजिबल) मोठी मदत मिळाली आहे. त्यातून नक्त निधी २०००-०१ मध्ये ११.७ अब्ज (११.७ बिलियन) आणि २००१-०२ मध्ये १४ अब्ज (१४ बिलियन) मिळाले. ऐंशीच्या दशकात वर्षाला दोन कोटी डॉलरपेक्षा कमी मिळत होते. सन २००२-०३ च्या पहिल्या सहामहीत ही आवक ८.६ अब्ज (८.६ बिलियन) इतकी आहे. ही गती कायम राहिली तर २००२-०३ या पूर्ण वर्षात सुमारे १९ ते २० अब्ज (१९ ते २० बिलियन) अप्रत्यक्ष व्यापारातून मिळतील, असा अंदाज दिसतो. ही रक्कम जीडीपीच्या चार टक्क्यांपेक्षा अधिक आहे.

या अप्रत्यक्ष व्यापाराचा तपशील बघण्यासारखा आहे. संकीर्ण सेवा (मिस्लेनियस सर्व्हिसेस) याअंतर्गत २००१-०२ मध्ये १४.७ अब्ज (१४.७ बिलियन) निधी

आला. त्यात माहिती-तंत्रज्ञानाचे ७.२ अब्ज (७.२ बिलिनय) होते. सन २००२-०३ च्या पहिल्या सहामहीत संकीर्ण सेवातून ९.२ अब्ज (९.२ बिलियन) मिळाले आणि त्यात माहिती-तंत्रज्ञानाची निर्यात ४.१ अब्ज (४.१ बिलियन) होती. या संकीर्ण सेवेअंतर्गत आणखी काही बाबी येतात. भारतीयांनी परदेशांतून पाठविलेल्या रकमेचा निधी २००१-०२ मध्ये १२.१९ अब्ज (१२.१९ बिलियन) होता आणि २००२-०३ मधल्या पहिल्या सहामहीत हा आकडा ७.३ अब्ज (७.३ बिलियन) आहे. या वाढीत कदाचित इराकमध्ये युद्ध होणार आहे या भीतीपोटी काही अधिक रक्कम असणार. तरीही परदेशांतील भारतीय देशात सतत अधिक रक्कम पाठवत आहेत यात शंका नाही. याचे एक साधे कारण म्हणजे भारतात जरी बचतीचे व्याजदर सारखे खाली येत असले तरी त्यांची आजची पातळी सुमारे ६ ते ८.५ टक्क्यांच्या दरम्यान आहे आणि सहकारी बँका तर ९.५ टक्केही देत आहेत. जगातील इतर श्रीमंत देशांत बचतीवर जेमतेम २ ते २.५ टक्के मिळतात आणि जपानमध्ये तर हा दर शून्य आहे.

या मार्गाने निधीची अप्रत्यक्ष आवक वाढत्या प्रमाणावर होत असल्यामुळे सरकारच्या वित्तीय तुटीचे दुष्परिणाम कमी होण्याला मदत झालेली आहे. साधारणपणे सरकारची वित्तीय तूट असली, तर त्यातून अधिदान शेषाचे (बॅलन्स ऑफ पेमेंट्स) प्रश्न निर्माण होतात, व्याजदर वाढतात आणि परदेशी चलनाचे अवमूल्यन झाल्यामुळे देशात चलन फुगवटा हा प्रश्न बनतो. भारताच्या सध्याच्या संदर्भात या बाबींचा आढावा घेता येईल.

भारताची वित्तीय तूट प्रमाणाबाहेर वाढल्यामुळे विदेश व्यापारात मोठी तूट निर्माण झालेली आहे. नव्वदीच्या दशकात मालाच्या व्यापारात जी तूट होती, ती जीडीपीच्या तीन ते चार टक्के यादरम्यान होती. त्यामानाने १९९१ मध्ये देशाच्या परदेशी चलनाचा साठा संपला तेव्हा ही तूट फक्त ३.२ टक्के इतकीच होती. याउलट आता नक्त अप्रत्यक्ष आयात ही जीडीपीच्या चार टक्के असल्यामुळे व्यापार शेषातील (बॅलन्स ऑफ ट्रेड) तूट भरून निघाली आहे आणि शिवाय करंट अकाऊंटमध्ये अतिरिक्त निधी जमा झाला आहे. थोडक्यात, एरवी जो पेचप्रसंग निर्माण झाला असता त्याऐवजी आता देशाला समाधान वाटावे अशी परिस्थिती आहे.

दुसरी बाब आहे वित्तीय तुटीचा व्याजदरावर होणारा परिणाम. वित्तीय तूट वाढली म्हणजे सरकार अधिक कर्ज उचलते आणि त्या प्रमाणात खासगी गुंतवणुकीला निधी उपलब्ध होत नाही. याचा परिणाम म्हणून व्याजदर वाढतात. नव्वदीच्या दशकाच्या मध्याला जेव्हा गुंतवणुकीत भरपूर वाढ झाली, त्यावेळी खासगी क्षेत्रातील कंपन्यांनी वाढत्या दराने रोखे उभारले आणि हे व्याजदर १६ ते २० टक्क्यांच्या दरम्यान चढले. अर्थातच, ही काही टिकणारी पातळी नव्हती. त्यातून बनणारे

उत्पादन स्पर्धेला तोंड देऊ शकले नाही आणि त्यातून गुंतवणूक एकदम घटली. त्यातूनच व्याजदरही खालच्या पातळीवर आले. यात आणखी भर म्हणून अप्रत्यक्ष आयातीतून निधी अधिक येऊ लागला. या सगळ्याचा एकत्रित परिणाम म्हणून पैशाचा पुरवठा वाढला. सरकारच्या आर्थिक पाहणी अहवालात असे नमूद केले आहे की, देशामध्ये एकूण जितके चलन आहे त्यापेक्षा परदेशी चलनाचा साठा अधिक रकमेचा आहे. ही जी अप्रत्यक्ष बाबीत (इनव्हिजिबल्स) वाढ झाली आहे, त्यात परदेशी प्रत्यक्ष गुंतवणुकीची भर पडली आहे आणि परदेशी वित्तसंस्थांनी गुंतवणुकीच्या मार्गाने देशात अधिक निधी आणला आहे.

या सर्वांचा एकत्रित परिणाम म्हणून देशातील खासगी क्षेत्रातील कंपन्या आता पाच वर्षांचे कर्जरोखे केवळ सात टक्के व्याजाच्या दराने उभे करू शकतात. मागील अनेक दशकांत जे घडले नाही ते आज घडत आहे. रिलायन्स ही कंपनी आपल्या व्याजाच्या खर्चात पैसे वाचविण्यासाठी पूर्वी परदेशांत कर्ज उभारत असे. आता या कंपनीला भारतात कर्ज उभारणे हे कमी खर्चाचे वाटत आहे. प्रसिद्ध अभ्यासक सुरजित भल्ला यांनी म्हटले आहे की, जागतिकीकरणामुळे भारतात व्याजदर कमी होत आहेत आणि याचे एक मुख्य कारण आहे अप्रत्यक्ष बाबींच्या मार्गाने देशात येणारा वाढता निधी.

तिसरा मुद्दा आहे चलन फुगवट्याचा. वित्तीय तूट अधिक असली की, खरा परदेशी विनिमयाचा दर खाली जातो. विदेशी चलनाचे अवमूल्यन आणि त्याबरोबर उच्च व्याजदर एकत्र आले म्हणजे चलन फुगवट्याचा अनुभव येतो. परंतु भारतात अप्रत्यक्ष आयातीतून रुपयाचे मूल्य स्थिर राहिले आहे आणि त्यामुळे आयात मालाच्या किमतीही स्थिर आहेत. याचा परिणाम म्हणून चलन फुगवट्यावर आपला ताबा आहे. गेल्या दशकात देशाने जागतिकीकरण स्वीकारले आणि आता देशांतर्गत होणारा चलन फुगवटा हा बाहेरच्या जगात असलेल्या चलनवाढीमुळे ठरतो. मागे नव्वदीच्या अखेरीला अनेकांचा समज होता की, देशाचे चलन रुपया हा दुबळा आहे कारण डॉलरच्या तुलनेने त्याचे अवमूल्यन झालेले आहे. वास्तविक पाहता इतर चलनांमधील अवमूल्यन याहीपेक्षा अधिक होते आणि तुलनेने भारताचा खरा प्रदेश विनिमयाचा दर हा स्थिर होता. मागील दशकाच्या उत्तरार्धात आशियातील देशात वित्तीय पेचप्रसंग निर्माण झाला आणि तेव्हापासून जगात चलनवाढ ही माफक प्रमाणात आहे. त्यामुळेच भारतातही चलनवाढ मंद आहे आणि त्यातून काही धोका नाही.

अशी परिस्थिती अचानक एकाएकी बदलू शकते का, हा योग्य प्रश्न आहे. कदाचित बदलूही शकेल; परंतु आज तरी त्याची चिन्हे दिसत नाहीत. मॅकिन्से यांच्या अहवालानुसार देशाची माहिती-तंत्रज्ञानाची निर्यात गेल्या वर्षीच्या ९ कोटी ५० लाख

(९.५ बिलियन डॉलर)वरून सन २००८च्या सुमारास ५८ कोटी (५८ बिलियन डॉलर) होईल असा अंदाज आहे. गेल्या काही वर्षांत जगभरात मंदी असूनही माहिती-तंत्रज्ञानाच्या निर्यातीतून बऱ्यापैकी वाढ झालेली आहे, त्यामुळे यापुढे या क्षेत्राचे योगदान अपेक्षेप्रमाणे राहील हे गृहीत रास्त आहे.

थोडक्यात, सरकारची वित्तीय तूट ही धोक्याच्या पातळीवर पोहोचली आहे आणि त्यातून अर्थव्यवस्थेमध्ये आणीबाणीचा पेचप्रसंग निर्माण होणार आहे, असा निष्कर्ष काढणे वस्तुस्थितीला धरून होणार नाही. सरकारची वित्तीय तूट हा नक्कीच टीकेचा विषय आहे आणि ही एक काळजी करण्यासारखीच समस्या आहे. आज जो परदेशांतून अप्रत्यक्ष मार्गाने अतिरिक्त निधी मिळत आहे, त्यातून विनाकारण वित्तीय तुटीच्या प्रश्नावर साधने खर्च होत आहेत ही खरी रास्त टीका आहे. वित्तीय तुटीचा प्रश्न आज गंभीर नसता, तर अप्रत्यक्ष व्यापारातून मिळणारा अतिरिक्त निधी जीडीपीच्या वाढीसाठी खर्च करता आला असता. आज दुर्दैवाने तसे घडू शकत नाही. जागतिकीकरणाचा जो खरा फायदा आपण मिळवत आहोत, त्यातून विकासाचा दर वाढविण्याऐवजी सरकार जुन्या चुकांचे परिमार्जन करण्यात हा बहुमोल निधी वाया घालवीत आहे. यावर जनतेचे प्रबोधन आवश्यक आहे.

■

# ३.३ सरकारी वित्त व्यवस्थापनातील पर्याय

भारताच्या आर्थिक स्वास्थ्यासाठी आणि वाढीसाठी वित्तीय तूट कमी करण्याची तातडीची गरज आहे यावर सगळ्याच अभ्यासकांचे एकमत आहे. फक्त जेव्हा, आपल्या आवडीचा विषय येतो तेव्हा या तत्त्वाला अपवाद करण्यात येतो. उदाहरणार्थ, डाव्या पक्षांना जर राष्ट्रीय रोजगार हमी योजनेसाठी निधी कमी होणार असला, तर वित्तीय तूट वाढली तरी चालेल असे वाटते. त्याचप्रमाणे नियोजन आयोगाला पायाभूत सुविधांच्या गुंतवणुकीत अधिक खर्च व्हावा याचे महत्त्व वाटते. त्यामुळे जर हा वाढीव खर्च करण्यासाठी तूट वाढणार असेल, तर त्यांचीही काही हरकत नाही. परंतु जेव्हा एकूण अर्थव्यवस्थेच्या स्थैर्याचा आणि स्वास्थ्याचा प्रश्न येतो तेव्हा सगळ्याच कार्यक्रमांना एका पातळीवर मोजावे लागते. तसे झाले तरच तुटीच्या प्रश्नाचे निराकरण होऊ शकते.

एकुणात आजच्या परिस्थितीत ही वित्तीय तूट कशी आटोक्यात आणायची हा देशापुढे खरा गहन प्रश्न आहे. अर्थातच, यावर सोपी उत्तरे नाहीत. तसेच चमत्कारांनाही वाव नाही. कोणतीही तूट मग ती कुटुंबाच्या बाबत असो किंवा देशाच्या अर्थसंकल्पात असो, कमी करण्याचे फक्त तीनच मार्ग आहेत. उत्पन्न वाढविणे, खर्च कमी करणे किंवा या दोन्हींची सांगड घालणे. देशाच्या अर्थसंकल्पात उत्पन्नाचा मार्ग म्हणजे कर. त्यामुळे सरकारला अधिक करभार बसवून उत्पन्न वाढविण्याचा विचार करावा लागतो. दुसरा मार्ग म्हणजे सरकारने आपला खर्च कमी करणे. याशिवाय तिसरा पर्याय म्हणजे या दोन्हीही शक्यता एकत्र आणणे.

अगदी टोकाचा विचार केला, तर सोपा पर्याय म्हणजे आपल्या खर्चात कपात करणे. काहींनी याचे समर्थन केले आहे. त्यांच्या मते, भारतात सध्या जे कर आणि जीडीपीचे गुणोत्तर आहे ते इतर तुलना करण्यासारख्या देशांसारखेच आहे. ही तुलना करताना दरडोई उत्पन्नाची पातळी अभिप्रेत आहे. देशात गोविंद राव हे सार्वजनिक वित्त या विषयातील तज्ज्ञ मानले जातात आणि त्यांनी यावर एक प्रश्न उपस्थित केला आहे. दरडोई उत्पन्नाचा आधार घेतला तर भारतामध्ये कर आणि जीडीपी याचे गुणोत्तर इतर देशांपेक्षा कमी आहे, असा त्यांचा निष्कर्ष आहे.

समजा, आपण भारतातील कराचे जीडीपीशी गुणोत्तर इतर तुलनात्मक देशांच्या सरासरीबरोबर आहे असे मान्य केले तरीही तूट कमी करण्यासाठी आपण खर्च आटोक्यात आणला पाहिजे, असा काही एकच निष्कर्ष काढण्याची गरज नाही. भारतासारख्या अशा सगळ्याच देशांचा विचार केला, तर बहुदा सगळ्यांचीच निवड ही कर वाढविण्याच्या बाजूने असेल. म्हणजे कराचे जीडीपीशी जे गुणोत्तर आहे त्याच पातळीवर खर्च आणि जीडीपी यांचे गुणोत्तर आणणे हा काही तूट कमी करण्याचा एकमेव मार्ग नाही. याबरोबर उपलब्ध पायाभूत सुविधांची पातळी, सार्वजनिक सेवांचा दर्जा आणि उपलब्धी व उत्पन्नाची वाटणी या बाबींचाही विचार करणे आवश्यक आहे. केवळ दरडोई उत्पन्न हे परिमाण पुरेसे नाही. भारतासारख्या मोठ्या आकाराच्या देशात पायाभूत सुविधांच्या पातळीत आणि दर्जात वेगवेगळ्या ठिकाणी फरक पडू शकतो. त्याचप्रमाणे सार्वजनिक सेवांचा दर्जाही सगळीकडे एकच असेल अशी खात्री देता येणार नाही.

या सगळ्या आर्थिक बाबींमध्ये आणखी एक अडचण आहे ती राजकीय. वित्तीय तूट दुरुस्त करायची असली तर जे निर्णय असतात त्यांचे राजकीय परिणाम होतात. त्यामुळे त्याचे राजकारण हाच एक अडथळा बनतो. जर खर्चामध्ये कपात करायची असेल तर त्यावर सहमती होणे देशात जवळपास अशक्य झालेले आहे. गेल्या दहा वर्षांत आघाड्यांचे राजकारण चालू आहे आणि त्यातही राज्यांमधील स्थानिक क्षेत्रीय पक्ष यांची मक्तेदारी आहे. यामुळे सगळ्यांना सांभाळून आणि सगळ्यांशी मिळून फक्त आघाडी झाली तरच केंद्रसरकार बनू शकते. अशा स्पर्धेमध्ये सहमती कोणालाच महत्त्वाची वाटत नाही.

या विरोधात दुसऱ्या टोकाचा एक दृष्टिकोन आहे. यानुसार सरकारचा खर्च आणि जीडीपी या गुणोत्तरात कपात करायला जागाच नाही आणि म्हणून कर आणि जीडीपी हे गुणोत्तर वाढविणे हा एकच पर्याय आहे. येथे लक्षात घ्यायची गोष्ट म्हणजे करात वाढ होऊ नये, असे म्हणणाऱ्यांपेक्षा सरकारी खर्चात कपात करू नये, असे म्हणणाऱ्यांचा गट मोठा आहे. यात आश्चर्य नाही. जर खर्चात कपात करायची असली, तर अनेक हितसंबंधी गट दुखावले जातात. या गटांना ज्या सोयी, सवलती आणि अनुदाने मिळतात तो आपला हक्कच आहे असे वाटते. बहुतेक वेळा हे हितसंबंधी गट राजकीय दृष्ट्याही बलवान असतात.

तसेच पूर्वीची केंद्रीभूत नियोजनाची प्रक्रिया मागे पडल्यामुळे जे डावे पक्ष आहेत आणि काँग्रेसमध्ये जे डाव्या विचाराचे नेते आहेत, त्यांचा भर नेहमी सार्वजनिक उद्योगाला महत्त्व आणि संरक्षण देण्याच्या बाजूचा असतो. अनेक डाव्या पक्षांच्या सार्वजनिक उद्योग आणि वित्तसंस्था यामध्ये कामगार संघटना आहेत आणि त्यांनाही आपल्या स्थानात काही बदल होऊ द्यायचा नाही. पूर्वीच्या नियोजनाच्या काळात

अशा सरकारी उपक्रमांना एक मक्तेदारीचे संरक्षण होते आणि आता त्यांना स्पर्धेला बाजारात उतरून तोंड द्यावे लागते हे मंजूर नाही. तसेच या उद्योगांमध्ये भरमसाठ कामगारभरती करण्यात आली आणि आता कोणतीही पुनर्रचना केली, तर काही प्रमाणात तरी कामगारांवरील खर्च कमी करावा लागणार आहे. साहजिकच या सगळ्या लाडावलेल्या हितसंबंधी गटांना सरकारी खर्चातील कपात हे संकट वाटते.

देशाच्या अर्थकारणात राजकीय पक्षांच्या ज्या सोयीच्या भूमिका आहेत त्या लक्षात घेता वित्तीय तूट कमी करण्यासाठी कर आणि जीडीपीच्या गुणोत्तरात वाढ करावी, असाच दबाव येणार असे दिसते. हे असे सगळे अवघड निर्णय घेताना जेव्हा राजकीय हिताला समोर ठेवून सरकारी खर्चात कपात करण्याला विरोध होईल तेव्हा त्याची किंमत चुकती करावीच लागेल. ही किंमत म्हणजे आर्थिक वाढीचे लक्ष्य खालच्या पातळीवर येईल आणि ते स्वीकारावे लागेल.

याची दोन कारणे आहेत. पहिले कारण सगळ्यांनाच माहीत आहे. सरकारचा जो खर्च आहे तो बऱ्याचदा गरिबांच्या नावाने केलेला असतो; परंतु प्रत्यक्षात जे खरोखरी गरीब नाहीत त्यांनाच त्याचा फायदा मिळत असतो. आणखी टीकेची बाब म्हणजे बऱ्याचदा हा खर्चही वाया जातो किंवा अनुत्पादक असतो. याची कारणे म्हणजे सरकारी कर्मचाऱ्यांची संख्याच कल्पनेच्या पलीकडे वाढलेली आहे आणि त्यांना कामावर ठेवण्यासाठी अनेक योजनांवर अगदी नाममात्र खर्च होतो. शिवाय त्यात भ्रष्टाचार असतो आणि देखावा असतो. अशा खर्चाचा नीट हिशोबही लागत नाही. त्यामुळे अधिकाधिक प्रमाणात वेगवेगळी नैसर्गिक संकटे आणि आपत्ती आल्या म्हणजे त्यांच्यावर तातडीचा खर्च करण्याची मागणी होते आणि सरकारही आपली कळवळ दाखविण्यासाठी असा अनुत्पादक खर्च करण्यामध्ये उत्साह दाखविते.

भारतात गरिबाला मदत करण्यासाठी जी अनुदाने दिली जातात त्यात अन्न आणि खते यावरील अनुदाने प्रचंड आहेत. खतांवरचे अनुदान द्यायचे कारण त्यातून शेतकऱ्याला फायदा मिळतो असे गृहीत आहे. वर्षानुवर्षे हे अनुदान खरोखरी खताच्या कारखान्यांनाच मिळालेले आहे. विशेष म्हणजे हे सगळ्यांनाच पूर्णपणे माहीत आहे आणि जवळपास मान्य आहे. या विषयात अनेक समित्यांनी आपले अहवाल दिले आहेत आणि विनासंकोच एकच शिफारस केली आहे. ती म्हणजे खतावरची अनुदाने. कारखान्यांना चालू ठेवण्याची. जणुकाही कमी खर्चात खते आयात करताच आली नसती. जर कमी खर्चात खते आयात केली असती, तर शेतकऱ्याला अधिक फायदा मिळवून देता आला असता. परंतु नियोजनाच्या काळात खतांचे उत्पादन देशातच झाले पाहिजे, असा दुराग्रह होता, त्यामुळे या कारखान्यांच्या खर्चाचाही कोणी प्रश्न उभा केला नाही. नुसता खर्चच नव्हे तर त्यांना फायदाही करण्याची सवलत नियोजनात करून देण्यात आली. आणि या सगळ्यांतून खरा

फायदा शेतकऱ्याला मिळतो, असे सगळ्यांनी मानले. यापेक्षा आणखी मोठी स्वत:ची फसवणूक कोणती असू शकते.

तीच गोष्ट अन्नावरील अनुदानाची आहे. खरे तर या अनुदानाचा फायदा जे दारिद्र्यरेषेच्या वरचे ग्राहक आहेत त्यांना मिळतो आणि त्याचबरोबर पंजाब, हरियाना आणि आंध्र प्रदेश येथील शेतकऱ्यांना दरवर्षी सरकारी खरेदी किंमत वाढविल्यामुळे मिळतो. बऱ्याच वर्षांनी आता देशामध्ये उत्पादनात भरीव वाढ झालेली आहे. तुटीची आणि अवर्षणाची पूर्वीसारखी भीती राहिलेली नाही. तसेच देशभरात रोजगार हमी योजना राबविण्यात येणार असून, तेथेही जे मजूर येतील ते गरीब असतील.

यामुळे एका नव्या संदर्भात अन्नधान्य धोरणाची पूर्णपणे नवीन मांडणी करण्याची गरज सगळ्यांनी मान्य केलेली आहे. विशेषत: सरकारची धान्य खरेदी, अन्नधान्य महामंडळाची यंत्रणा, धान्य खरेदीची किंमत, विकेंद्रीकरणाची गरज अशा अनेक बाबींचा या नव्या मांडणीमध्ये विचार करावा लागेल. नियोजनाच्या अर्धशतकाच्या दीर्घकाळात कृषीक्षेत्रामध्ये मूलभूत स्थित्यंतर घडून आलेले आहे. देश आता पीकरचनेतील वैविध्याचा अधिक आत्मविश्वासाने विचार करू शकतो. तसेच सगळ्या देशाची मिळून एक कृषिमालाची बाजारपेठ निर्माण झाली, तर खासगी क्षेत्राची जबाबदारी वाढू शकते आणि सरकारची जबाबदारी कमी होऊ शकते.

सरकारी खर्चात कपात करण्याचे समर्थन आणखी एका कारणासाठी करता येते. यावर पुरेशी चर्चा झालेली नाही. मुळात तूट कमी करायचे एक कारण म्हणजे मोठी तूट असेल, तर त्यातून खासगी बचत कमी होते, त्यामुळे खासगी गुंतवणुकीला कमी वाव मिळतो. परंतु जर तूट कमी झाली आणि त्याजागी व्यक्तिगत प्राप्तीकर वाढला तर कुटुंबाचे उत्पन्न कमी होईल आणि बचत कमी होईल. विशेषत: जसे उत्पन्न वाढत जाते तसे बचतीचे प्रमाण वाढत जाते. त्यामुळे जर श्रीमंतांवर कर वाढविला, तर बचतीमध्येही बरीच घट होईल. या तर्काला धरूनच जर अप्रत्यक्ष कर वाढविले तर उद्योगाचीही बचतीची क्षमता कमी होईल. यामुळे जर कराच्या माध्यमातून तूट भागविण्याचा प्रयत्न केला, तर त्याचा बचतीवर आणि गुंतवणुकीवर परिणाम होईल हे नक्की. या तुलनेने जर सरकारी खर्चामध्ये कपात करण्याचा प्रयत्न केला, तर त्यातून बचतीवर होणारे परिणाम तितके गंभीर असणार नाहीत.

अर्थात, सरकारी खर्चात कपात करणे याची गरज मान्य करताना सरकारचा विकास कार्यक्रमांवरील खर्च कमी करावा, असे कोणाला अभिप्रेत नाही. जो खर्च सरकारी यंत्रणेवर होतो त्यातील अनुत्पादक भाग कसा कमी करता येईल, असा खरा प्रश्न आहे. त्याचबरोबर भ्रष्टाचार कमी झाला, तर झालेल्या खर्चाचे मोलही वाढेल. सरकारी यंत्रणेवरील खर्च आणि अनुदानांवरील खर्च यांचा आढावा घेताना सगळ्यांत मोठी अडचण असते ती म्हणजे कर्मचाऱ्यांच्या बेरोजगारीची. त्यामुळेच सरकारी

व्यवस्थेमध्ये कोणतीही योजना एकदा सुरू झाली, तर ती कधीही बंद होऊ शकत नाही. त्याचे कारण म्हणजे त्यातील सरकारी कर्मचाऱ्यांचे काय करायचे, यावर कोणाकडेच उत्तर नसते. वास्तविक पाहता राष्ट्रीयीकृत बँकांनी स्वेच्छानिवृत्तीची योजना यशस्वीपणे राबविली आणि त्यातून सगळ्या बँकिंग क्षेत्राची शक्ती वाढली. बँकांमध्ये माहिती-तंत्रज्ञानाचा वापर वाढवून आधुनिकीकरण करण्यात आले. त्यातून खर्च कमी झाले, ग्राहकांना अधिक सेवा मिळू लागली आणि बँका स्पर्धेला सामोरे जाऊ शकल्या. हेच उदाहरण सरकारी कर्मचाऱ्यांबाबतही उपयोगी पडू शकेल.

■

# ३.४ आर्थिक सुधारणा आणि वित्तीय तूट

सध्या देशाच्या अर्थव्यवस्थेमध्ये वित्तीय तुटीचा विषय महत्त्वाचा बनला आहे. या विषयावर अनेक अभ्यासक विचार करीत आहेत. त्यापैकी एक लेख 'इकॉनॉमिक ॲन्ड पोलिटिकल विकली' या साप्ताहिकात ब्रियॉन पिंटो आणि फारा झाहीर यांनी लिहिला आहे. त्यांच्या मते, सध्याच्या मोठ्या वित्तीय तुटीमुळे एखादा गंभीर पेचप्रसंग निर्माण होण्याची काही भीती नाही. याउलट त्यांनी एक महत्त्वाचा मुद्दा मांडला आहे. त्यांच्या मते, जेव्हा वित्तीय तूट वाढते त्यावेळी जीडीपीच्या वाढीवर दुष्परिणाम होतो. यावर त्यांची सूचना आहे की, सरकारने सध्या अनुदानांवर जी रक्कम खर्च केली जाते त्या जागी भांडवली गुंतवणुकीवर भर द्यावा. शिवाय जी राज्ये सुधारणा कार्यकम अमलात आणतात त्यांना या सुधारणांशी निगडित असलेले केंद्र साहाय्य द्यावे. एका अर्थाने हा दृष्टिकोन सर्वांना पटण्यासारखा आहे.

गेल्या चार वर्षांत व्याजदर कमी होऊ लागले आणि त्यामुळे सार्वजनिक कर्जावर जे व्याज द्यावे लागत होते त्याचा खर्चही कमी झाला. परंतु पिंटो - झाहीर यांनी म्हटले आहे की, जसे व्याजदर कमी होतात त्याबरोबर चलनवाढीचा वेगही मंदावतो. त्यामुळे जी जुनी कर्जे आहेत त्यांच्यावरील खरा व्याजदर वाढलेला असतो. त्यामुळे जुन्या कर्जाच्या खर्चावर एकूण परिणाम काय होतो हे थोडेसे धूसर आहे. शिवाय सरकार आणि मोठ्या कंपन्या यांना वगळले, तर उरलेल्या कर्जदारांसाठी औपचारिक व्याजदर फारसे कमी झालेले नाहीत. अर्थात, गेल्या काही महिन्यांत गृह कर्ज आणि वाहन कर्ज यावर स्पर्धेमुळे व्याजदर बऱ्यापैकी कमी झालेले आहेत. रिझर्व बँकेचे डेप्युटी गव्हर्नर राकेश मोहन यांच्या अभ्यासानुसार गेल्या काही वर्षांत ज्यांनी कर्जे घेतली आहेत, त्यांना खरा व्याजदर सुमारे १२ टक्क्यांच्या आसपास द्यावा लागतो. तसेच गेल्या काही वर्षांत एकूणच भांडवल गुंतवणुकीत शैथिल्य दिसत असून, त्याचे एक कारण बहुदा कर्जावरील खरा व्याजदर चढा असू शकतो.

या विषयातील चर्चेत बऱ्याचदा पाचव्या वेतन आयोगाच्या शिफारशी सरकारने लागू केल्यामुळे सरकारची वित्तव्यवस्थाच कशी धोक्यात आली असा विषय येतो. पिंटो-झाहीर यांच्या अभ्यासानुसार यामुळे केंद्र आणि राज्यसरकारे यांची एकत्रित तूट

जीडीपीच्या नात्याशी एक टक्क्याने वाढली. तसेच वित्तीयक्षेत्रात उदारीकरण स्वीकारल्यामुळे तितकाच मोठा परिणाम झाला, असे या लेखकांचे म्हणणे आहे. विशेष म्हणजे करव्यवस्थेमध्ये सुधारणा केल्याचा परिणाम म्हणून सरकारकडे महसूल कमी गोळा झाला आणि हे प्रमाण जीडीपीच्या अर्धा टक्के होते. थोडक्यात, वेतन आयोगाच्या शिफारशींमुळे जो बोजा वाढला त्याहीपेक्षा अधिक बोजा वित्तीय आणि करव्यवस्थेमधील सुधारणांमुळे कमी झाला असे दिसते. यामुळे वित्तीय तूट वाढली.

राष्ट्रीयीकृत बँका जेव्हा पूर्णपणे सरकारी मालकीच्या होत्या, त्यावेळी सरकार बँकिंग व्यवस्थेमधून मोठ्या प्रमाणावर निधी काढून घेऊन वापरत होते हे फारच थोड्या लोकांना माहीत आहे. याला बऱ्याचदा अभ्यासक वित्तीय दडपण (फिनांशियल रिप्रेशन)असे म्हणतात. पिंटो-झाहीर यांनी क्लिटझर आणि कोहली यांच्या एका संशोधनाचा संदर्भ दिलेला आहे. त्यामध्ये अशा वित्तीय दडपणामुळे सरकारचा महसूल १९८०-९० आणि १९९२-९८ या काळात बराच कमी झाला आणि त्याचे प्रमाण जीडीपीबरोबर ३.१ टक्के इतके होते. या सर्व चर्चेतून असे दिसते की, ज्या एकूण वित्तीय सुधारणा राबविण्यात आल्या, त्यामुळे त्याचा एक परिणाम म्हणून वित्तीय तुटीत भरपूर वाढ झाली.

वर उल्लेखिलेले वित्तीय दडपण अनेक प्रकारचे होते. या मार्गाने जो निधी मिळत होता त्याची उदाहरणे पाहता येतील. स्टॅट्यूटरी लिक्विडिटी रेषो वरचा ठेवणे, सार्वजनिकक्षेत्रातील बँकांना सरकारचे कर्जरोखे विकत घेण्याची सक्ती करणे आणि त्यातून सरकारी रोख्यांची दर्शनी किंमत अनुदानित करणे असे काही मार्ग होते. तसेच चार टक्के व्याजाने ट्रेझरी बिल्स प्रसंगानुसार काढण्यात येत असत. यामुळे अगदी कमी दराने सरकारला कर्ज काढता येत होते. जे रोखे रिझर्व बँकेला विकण्यात येत असत त्याची किंमत रिझर्व बँक नोटा छापून करत होती. यातूनच चलन फुगवटा वाढला आणि सरकारच्या कर्जाचे खरे मूल्य कमी झाले. त्याचप्रमाणे कर्जावरील खरा व्याजदर कमी झाला.

परंतु आता या गोष्टी करता येणार नाहीत. आता सरकारचे कर्जरोखे हे बाजारदराने व्यवहारात येतात. नव्वदीच्या अखेरीसच चार टक्क्यांनी ट्रेझरी बिल्स बाजारात आणणे आणि रिझर्व बँकेने नोटा छापून सरकारचे कर्ज उभारणे हा प्रकार थांबला होता. आता याची उलटी प्रकिया चालू आहे. म्हणजे रिझर्व बँक परदेशी चलनाच्या बाजारात डॉलरची खरेदी करून रुपयाचे मूल्य एका प्रमाणाबाहेर वाढू देत नाही. याचे दुष्परिणाम टाळण्यासाठी रिझर्व बँक स्टेरिलायझेशन करते. याचा दुसरा परिणाम म्हणजे सार्वजनिक कर्जातील खरे मूल्य यातून वाढते. परंतु रिझर्व बँक पूर्वी ज्या नोटा छापत होते त्याच्या हे उलटे काम आहे.

याची आकडेवारी तपशिलात समजून घेता येईल. सार्वजनिक कर्जाचा जो

अधिकृत आकडा देण्यात येतो त्यात थोडीशी अतिशयोक्ती आहे. त्यामध्ये रिझर्व बँकेला जे कर्ज आहे तेसुद्धा लक्षात घेतलेले आहे. वास्तविक पाहता रिझर्व बँक ही सरकारचेच एक अंग आहे. फक्त ती स्वायत्त आहे. म्हणजे आपण आपल्याला कर्ज देणे असतो ही एक फक्त कल्पना आहे. तसेच आपण आपल्याला व्याज देणे आहोत हीसुद्धा अवास्तविक गोष्ट आहे. म्हणजे सरकार रिझर्व बँकेला जी व्याजाची रक्कम देते तो रिझर्व बँकेचा नफा असतो आणि मग तो पुन्हा सरकारला दिला जातो. यामुळे आपण आपल्याला कर्ज देणे अगर त्यावरील व्याज देणे या कल्पनात फारसे तथ्य नाही.

अनेक वर्षांच्या कालावधीत रिझर्व बँकेने सरकारी कर्जरोखे मोठ्या प्रमाणावर गोळा केलेले आहेत. ही कर्जाची कल्पना कृत्रीम आहे आणि त्यावरील व्याज देणे हेही तितकेच अवास्तविक आहे. मात्र, गेल्या काही वर्षांत डॉलरचा निधी सतत भारतात येत आहे. शिवाय रिझर्व बँक परदेशी चलनाचा साठा डॉलरची आणखी खरेदी करून वाढवीत आहे. यामुळे डॉलरची खरेदी करण्यासाठी रुपयात खर्च केला तर मुद्रापुरवठा वाढतो आणि चलन फुगवट्यात भर पडते. यातूनच पुढे चलनवाढीचा धोका हाताबाहेर जाऊ शकतो. हे टाळण्यासाठी रिझर्व बँक आपल्याजवळ गोळा झालेले कर्ज रोखे बाजारात विकत आहे आणि त्यातून जो निधी मिळतो, त्याद्वारे मुद्रापुरवठ्यावर पकड ठेवत आहे. यालाच स्टेरिलायझेशन असे म्हणतात. या कृतीचा एक निश्चित वित्तीय परिणाम अर्थव्यवस्थेमध्ये होतो, असे म्हणावे लागेल.

या वर उल्लेखिलेल्या प्रकियेमधून रिझर्व बँक आपल्याकडे गोळा झालेले सरकारी कर्ज हे बँकेच्या व्यवस्थेमध्ये हस्तांतरित करत आहे. म्हणजे स्टेरिलायझेशन केल्यामुळे जे मूळचे कर्ज आणि त्यावरील व्याज ही एक फक्त कल्पना होती ती खऱ्या कर्जात आणि त्यावरील व्याजात रूपांतरित होत आहे. फक्त रिझर्व बँक परदेशी चलनाच्या साठ्यांवर जे व्याज मिळविते त्या प्रमाणात हे खरे कर्ज थोडेसे कमी होते.

थोडक्यात, स्टेरिलायझेशनच्या माध्यमातून खरे सार्वजनिक कर्ज निर्माण होते आणि त्यातूनच खरी वित्तीय तूट दिसू लागते. पिंटो-झाहीर यांच्या अभ्यासात एक मुद्दा मांडण्यात आलेला आहे. सन १९९६-९७ आणि २००२-०३ या काळात सार्वजनिक कर्जाचे जीडीपीबरोबरचे गुणोत्तर वीस टक्क्यांनी वाढले; परंतु नक्त सार्वजनिक कर्ज या काळात जीडीपीच्या २३ टक्क्यांनी वाढले. यामध्ये आरबीआयच्या मत्ता आणि देणी लक्षात घेतलेली आहेत.

या संशोधनावरून काही निष्कर्ष काढता येतात. त्यापैकी एक म्हणजे, जेव्हा आर्थिक सुधारणा राबविण्यात येतात तेव्हा त्यातून काही मूळचे अंतर्विरोध उजेडात येतात. जागतिक बँक आणि आयएमएफ हे नेहमी सरसकटपणे वित्तीय सुधारणा

कशा करायच्या, याचा एक रामबाण उपाय सांगत असतात. त्यानुसार या सुधारणा म्हणजे वित्तीयक्षेत्रात उदारीकरण, व्यापारावरील शुल्कात घट करणे आणि निर्यात व्यापाराचे महत्त्व वाढविणे असे सांगण्यात येते. परंतु असा सल्ला देताना त्याचा काय परिणाम होईल, यावर कोणी काही बोलत नाही. वित्तीय क्षेत्र मुक्त झाले, अप्रत्यक्ष कर कमी झाले आणि अर्थव्यवस्थेमध्ये निर्यातीचे प्रमाण वाढले, तर या सगळ्यांमधून वित्तीय तूट अधिकच वाढेल याची निश्चिती दिसते. परंतु जागतिक बँक या परिणामांची दखल घेत आहे असे दिसत नाही.

मागे पाहिल्याप्रमाणे जेव्हा सरकारचे सार्वजनिक बँकांच्या क्षेत्रातील वित्तीय दडपण कमी होते, त्यातून सरकारचा काही प्रमाणात महसूल कमी होतो आणि खऱ्या सार्वजनिक कर्जात वाढ होते असे दिसते. भारतात प्रत्यक्ष करात सवलती दिल्यानंतर या कराचे जीडीपीशी गुणोत्तर सुधारलेले आहे. या विषयात डाव्या विचारांच्या विचारवंतांची टीका गैरलागू होती, असे म्हणता येईल. परंतु सीमाशुल्क (कस्टम्स) आणि उत्पादनशुल्क (एक्साईज ड्यूटी) यांचे दर कमी केल्यामुळे यातून मिळणाऱ्या महसुलाचे जीडीपीबरोबरील गुणोत्तर घटलेले आहे. याचे एक कारण म्हणजे भारताच्या विदेश व्यापारात निर्यातीचे प्रमाण वाढत आहे.

जे निर्यातदार निर्यात करतात त्यांच्या निविष्ठांवर सीमाशुल्कात आणि उत्पादनशुल्कात सूट देण्यात येते. तसेच ते ज्या भांडवली मालाची आयात करतात, त्यावरही त्यांना सूट मिळते किंवा शून्य दराने शुल्क द्यावे लागते. तसेच या निर्यातीसाठी त्यांना कमी दराने कर्ज मिळते आणि या व्याजदरासाठी उरलेल्या वित्तीय क्षेत्राला अनुदानाचा खर्च उचलावा लागतो. शिवाय त्यांना प्राप्तीकरात काही सवलती मिळतात. यापैकी काही सवलती हळूहळू काढून टाकण्यात येत आहेत; परंतु माहिती तंत्रज्ञानाच्या क्षेत्रात त्या पहिल्यासारख्याच सुरू आहेत.

थोडक्यात, येत्या काळात निर्यातीचे जीडीपीबरोबरचे गुणोत्तर वाढत राहील. आणि कराचे जीडीपीबरोबरचे गुणोत्तर कमी होत राहील, तसतसे वित्तीय तुटीचे प्रमाण वाढणार आहे असे दिसते. म्हणजे एका दृष्टीने या सुधारणा व्यापारात होणार आहेत, त्याचा एक परिणाम म्हणून वित्तीय सुधारणा अडचणीत येणार आहेत. जेव्हा निर्यात अधिक होईल त्याचा अर्थ वित्तीय तूट आणखी मोठी होईल. ही गोष्ट फक्त भारताच्या बाबत खरी नसून अनेक विकसनशील देशांच्या बाबतही हीच तर्कसंगती लागू पडते. वर तपासलेली तर्कसंगती जर नीट समजून घेतली, तर अनेक देशांमध्ये ज्या आर्थिक सुधारणा प्रामाणिकपणे राबविण्यात आल्या तेथेही त्यांना का अपयश आले, याचे उत्तर मिळू शकते. आर्थिक सुधारणा करताना वित्तीय सुधारणा आणि व्यापारातील सुधारणा यातून काही मूळचे अंतर्विरोध उसळून वर येऊ शकतात.

भारताने वित्तीय तुटीचा प्रश्न आजच्या घडीला अजून सोडविलेला नाही.

पूर्वीप्रमाणेच या वित्तीय तुटीची पातळी वरचीच राहिलेली आहे. परंतु असे असूनही भारत कोणत्याही गंभीर पेचप्रसंगापासून सुरक्षित राहिलेला आहे. याचे कारण म्हणजे मागील काळात मोठ्या संख्येने भारतातील प्रशिक्षित मनुष्यबळ परदेशांत पैसे मिळवत आहेत आणि त्यातील मोठा वाटा आपल्या देशात परत पाठवत आहेत. शिवाय विदेशी प्रत्यक्ष गुंतवणूक आणि म्युच्युअल फंडांची शेअरबाजारातील गुंतवणूक यामुळेही परदेशातील निधी भारतात येत आहे. गेल्या वर्षी या निधीचे जीडीपीचे प्रमाण सहा टक्के होते. या सर्व अनुकूल घटनांमुळे भारताची वित्तीय तूट मोठी असली तरीही देशाची अर्थव्यवस्था सुरक्षित राहिलेली आहे. दुर्दैवाने अनेक विकसनशील देश असे आहेत की, ज्यांना असा फायदा मिळू शकलेला नाही. हे लक्षात ठेवून देशातील राज्यकर्त्यांनीही वित्तीय तुटीविषयी यापुढे गाफील राहू नये.

■

# ३.५ भारताची वित्तीय व्यवस्था - शिस्त आणि सुधारणा

देशाची वित्तीय तूट वाढत्या पातळीवर आहे आणि तिच्यावर मर्यादा घालण्याचे प्रयत्न चालू ठेवले पाहिजेत. ही बाब केंद्र आणि राज्यसरकार या दोन्ही पातळ्यांवर लागू आहे. सेंटर फॉर इंटरनॅशनल डेव्हलपमेंट, हार्वर्ड विद्यापीठ आणि वर्ल्ड इकॉनॉमिक फोरम या दोघांनी मिळून ग्लोबल कॉम्पिटीटीव्हनेस रिपोर्ट (जीसीआर) २००१-०२ तयार केला आहे. त्यामध्ये एकूण ७५ देशांमध्ये भारताचा क्रमांक ७२वा आहे.

देशामध्ये सरकारचा खर्च आणि सरकारी बचतीचे घटते प्रमाण लक्षात घेता यावर मर्यादा घालणे तातडीचे झाले आहे. केंद्र आणि राज्ये यांच्या सरकारी खर्चाचे जीडीपीबरोबरील प्रमाण भारतात ३३ टक्के आहे आणि चीनमध्ये ते फक्त १४ टक्के आहे. भांडवलीखर्चात कपात करण्यावर काही मर्यादा आहेत कारण त्यात अगोदरच बरीच काटछाट करण्यात आली आहे. सध्याच्या सार्वजनिक गुंतवणुकीत आणखी काही बचत करून विकासाचा दर वाढविता येईल, अशी शक्यता नाही. वर उल्लेखलेल्या जीसीआर अहवालानुसार प्रत्येकी १०० व्यक्तींमागे किती टेलिफोन आहेत याचा विचार केला, तर भारताचा क्रमांक ७५ देशांपैकी ६९वा लागतो. मोठ्या शहरांबाहेरील रस्ते आणि त्यांचा दर्जा पाहिला तर हा क्रमांक ७३वा आहे. जर बंदराच्या सुविधा आणि वाहतुकीचे जलमार्ग लक्षात घेतले, तर हा क्रमांक ५७वा आहे आणि हवाईमार्गांच्या वाहतुकीचा दर्जा लक्षात घेतला, तर हा क्रमांक ४७वा आहे.

सध्याच्या सरकारच्या खर्चात चार मुख्य प्रकारचे खर्च आहेत, त्यामध्ये काही कारवाई करावी लागते. देशांतर्गत सार्वजनिक कर्जाचा नवा विचार केला, तर आजच्या बिकट वित्तीय परिस्थितीत सुधारणा होऊ शकते. सार्वजनिक क्षेत्रातील उद्योगांचे खासगीकरण केले, तर बऱ्यापैकी निधी उपलब्ध होईल आणि त्यातून सार्वजनिक कर्जाची परतफेड करता येईल. या मार्गाने सार्वजनिक कर्जाचा मूळ आकारच कमी होईल आणि त्याबरोबर त्याचे व्याजदरही कमी होतील. यामुळे येणाऱ्या काळात व्याजाचा बोजाही कमी होईल.

सध्या सरकारने व्हीएसएनएलमध्ये २५ टक्के आयबीपीमध्ये ३३.६ टक्के भाग भांडवल विकले आहे. तसेच आयटीडीसीची चार हॉटेल्स विकली आहेत. यातून एकूण सुमारे २७९५ कोटी रुपये सरकारला मिळाले आणि २००१-०२ च्या अंदाजपत्रकात जे खासगीकरण योजले होते, त्यापैकी फक्त २३टक्के रक्कम सरकारच्या हातात पडली. ही रक्कम सरकारला मिळाली, यापेक्षा अधिक महत्त्वाचा मुद्दा आहे, या पैशातून सार्वजनिक कर्जाची फेड झाली, तर त्यावरील व्याजाच्या बोजात घट होईल आणि हा फायदा जास्त आहे.

केंद्रसरकारचे २४० उद्योगांत, २७ बँकांत आणि दोन मोठ्या विमा कंपन्यांत भाग भांडवल आहे. तसेच ज्या उद्योगात तोटा होत आहे, त्यावरचाही खर्च थांबविता येईल. अशाप्रकारे सरकारने आपले भाग भांडवल काढून घेतले, तर देशांतर्गत बचतीमध्ये वाढ होईल. अर्थात, जर या उद्योगातील मत्तांची विक्री करता आली, तर ही बचत आणखी अधिक होऊ शकेल. यासाठी तोट्यात असलेल्या कंपन्या बंद करण्याचे धोरण स्वीकारावे लागेल आणि त्यावर अंमल करावा लागेल.

केंद्रसरकार सध्या देत असलेल्या अनुदानात कपात करणे हा खर्चावर नियंत्रण आणण्याचा आणखी एक मार्ग आहे. सध्या जी अनुदाने देण्याची पद्धत आहे, त्यामध्ये अनुदानाचे प्रमाण निश्चितपणे कमी करण्याचे ध्येय डोळ्यांपुढे ठेवले पाहिजे. तसेच या विषयात सुधारणा करताना जी अनुदाने दिली जातात ती पारदर्शी असतील आणि त्यामागे काही निश्चित आर्थिक दृष्टी असेल हे पाहण्याची गरज आहे. अनुदानात कपात करायची असल्यास ग्राहकांनी अधिक बोजा स्वीकारण्याची गरज आहे. यामध्ये वीज, वाहतूक, सिंचन, कृषी आणि शिक्षण या महत्त्वाच्या क्षेत्रांचा समावेश आहे.

आज जो सार्वजनिक प्रशासनाचा किंवा सरकारी आस्थापनेचा आकार आहे त्यात घट झाली, तर सरकारी खर्चात मोठी बचत होऊ शकते. याचा एक मार्ग म्हणजे नव्याने होणारी नोकरभरती पूर्णपणे थांबविणे. याचबरोबर नेहमीच्या वेगाने येणारी निवृत्ती आणि मृत्यू यांची जोड असेल. सध्या अशी अनेक कामे आहेत की, ज्यांचे संगणकीकरण करून आणि माहिती-तंत्रज्ञान आधुनिक करून सुधारणा करता येतील. त्याचबरोबर राजकीयदृष्ट्या अप्रिय परंतु काही धाडसी निर्णय घेऊन सरकारी खर्चात कपात करता येईल. खर्चावरील आयोगाने सुमारे ४२२०० जागा अतिरिक्त ठरविल्या होत्या आणि त्यापैकी १२२०० कर्मचाऱ्यांना २००२-०३ यावर्षात मुक्त करायचे जाहीर केले होते; परंतु आजपर्यंत प्रत्यक्षात काय अमलात आले हे सांगता येणार नाही.

सरकारने प्राथमिक शिक्षण आणि प्राथमिक आरोग्य, याकडे अधिक लक्ष देऊन वाढीव साधने पुरविली पाहिजेत. सध्याच्या सार्वजनिक शाळांचा दर्जा सुमार आहे. जीसीआरनुसार या विषयात भारताचा क्रमांक ६२वा लागतो. तसेच पंधरा वर्षांच्या

वरच्या लोकसंख्येचे सरासरी शिक्षण किती आहे, यामध्ये भारताचा क्रमांक ६३ देशांमध्ये ५६वा लागतो. देशाच्या विकासप्रक्रियेत सर्व नागरिकांचा सहभाग असावा, या दृष्टीने साक्षरता आणि प्राथमिक आरोग्य यांचे स्थान मूलभूत आहे. आता माहिती-तंत्रज्ञानाचे युग आल्यामुळे नवे तंत्रज्ञान उपलब्ध झाले आहे आणि शिक्षणाचा दर्जा वाढविणे शक्य झाले आहे. त्याचबरोबर शाळेतील हजेरी वाढविणे आणि स्त्रिया व इतर दुबळ्या गटांचा सहभाग वाढविणे, यासाठी योग्य ती संलग्न धोरणे आखावी लागतील.

या सर्व विषयांत जगभरात एकच प्रकारचा अनुभव आलेला आहे. ज्या प्रमाणात साक्षरतेची पातळी वाढेल त्या प्रमाणात विकासाचा दर वाढतो आणि लोकसंख्यावाढीचा दर कमी होतो, असा सार्वत्रिक अनुभव आहे. त्याचबरोबर सार्वजनिक आरोग्याचे कार्यक्रम धडाडीने राबविल्यास न्यूमोनिया, मलेरिया, डायरिया अशा अनेक संसर्गजन्य रोगांवर ताबा मिळविता येतो. थोडक्यात, एका बाजूने सरकारी खर्चावर नियंत्रणे आणताना दुसऱ्या बाजूने काही मूलभूत क्षेत्रांवर अधिक ठोस सरकारी हस्तक्षेप करण्याची गरज आहे.

■

# ३.६ आता वित्तीय तुटीची भीती वाटत नाही

सध्या जागतिक बँकेच्या विचारात बदल झालेला दिसतो. आता बँकेला भारताच्या वित्तीय तुटीचा एक प्रश्न म्हणून काळजी वाटत नाही असे दिसते. बँकेचे भारताचे तज्ज्ञ संचालक मायकेल कार्टर यांनी नुकतेच तसे मत व्यक्त केले. त्यांच्या मते, भारताची वित्तीय तूट हा फार मोठा गंभीर प्रश्न समजण्याचे कारण नाही कारण जसजशी वेगाने आर्थिक वाढ होईल, त्याबरोबर तुटीचा प्रश्नही आटोक्यात येईल. सध्या केंद्र आणि राज्यसरकारे यांची एकत्रित वित्तीय तूट जीडीपीच्या १० टक्क्यांपेक्षा अधिक आहे. त्याचबरोबर आर्थिक वाढीचा दरही वेग पकडत आहे आणि त्यामुळे या सर्वच प्रश्नाकडे एका वेगळ्या संदर्भात बघितले जात आहे. विशेषत: गेल्या सहा महिन्यांत जागतिक अर्थव्यवस्थेमध्ये मंदीची लाट संपून परत एकदा चैतन्य आले आहे आणि त्यामुळे भारताच्या अर्थव्यवस्थेचीही क्षमता वाढलेली आहे. त्याचबरोबर यावर्षी मोसमी पाऊसमान समाधानकारक झाल्यामुळे कृषी उत्पादन नवीन उच्चांक प्रस्थापित करेल अशी अपेक्षा आहे. साहजिकच तुटीचा विचार करण्याचे सर्व संदर्भ बदललेले आहेत.

जशी एकूण परिस्थिती बदलत आहे, त्याचबरोबर वित्तीय तुटीचा विचारही बदलत आहे. ज्यावेळी प्रथम आर्थिक सुधारणांना सुरुवात झाली, त्यावेळी जर इतक्या वरच्या पातळीवर वित्तीय तूट असली, तर सार्वजनिक कर्जाचा बोजा कसा पेलवता येईल, असा प्रश्न होता. त्यावेळी जो पारंपरिक विचार होता त्यामध्ये एक विशिष्ट तर्कसंगती गृहीत धरली होती. त्यानुसार जर वित्तीय तूट सतत वरच्या पातळीवर राहिली, तर गुंतवणूकदार देशांतर्गत आणि देशाबाहेरची कर्जे यापासून दूर जातील, असा विचार होता.

अर्थात, ही भीती एका तर्कसंगतीवर आधारित आहे. जेव्हा वित्तीय तूट प्रमाणाबाहेर वाढेल, तेव्हा त्यानंतर एका अनुक्रमाने काही गोष्टी घडतील, असे गृहीत आहे. एक म्हणजे व्याजदर वाढतील आणि विदेशी विनिमयाच्या दरात अधिमूल्यन (ॲप्रीसिएशन) होईल. आपल्याकडे प्रत्यक्षात वित्तीय सुधारणा झाल्यावर व्याजदर खाली आले आहेत. म्हणजे पाठ्यपुस्तकात जे म्हटले आहे तसे काही भारतात घडलेले नाही.

अर्थशास्त्राच्या मूळ मांडणीनुसार वित्तीय तूट वाढली, तर त्याचा परिणाम विनिमय दर वाढण्यात होतो आणि परिणामी नक्त निर्यातीत घट होते. प्रत्यक्षात भारतात परदेशी चलनाच्या मूल्यात बऱ्यापैकी अधोमूल्यन (डेप्रिसिएशन) झाले आहे आणि निर्यातीमध्ये चांगली वाढ होत आहे. यात माहिती-तंत्रज्ञानाचा वाटा मोठा आहे. शिवाय परदेशातून भारतीय कामगारांनी परत पाठविलेल्या निधीचा ओघही भरभक्कम प्रमाणात वाढला आहे. अशा घटनाक्रमांमुळे भारतात वित्तीय तूट वरच्या पातळीवर असली तरी त्याबरोबर परदेशी कर्जाच्या व्यवस्थापनात ज्या अडचणी येतात त्या देशापुढे नाहीत.

मागील काही काळात वित्तीय तुटीमुळे आर्थिक वाढीच्या प्रकियेवर मर्यादा येतात कारण सार्वजनिक कर्ज वाढल्यामुळे खासगी गुंतवणुकीला पुरेशी जागा आणि सवलत राहत नाही, असा एक टीकेचा सूर होता. याला खासगी गुंतवणुकीवर होणारा काऊडिंग आऊट इफेक्ट असे म्हणतात. या तर्कानुसारही व्याजदर वाढल्यामुळे असे घडते असा समज आहे. मुळात नव्वदीच्या दुसऱ्या अर्ध्यातही सार्वजनिक कर्जाचे जीडीपीबरोबरचे गुणोत्तर वाढत असूनही प्रत्यक्षात व्याजदर कमी होत होते. अर्थात, असा पुरावा असूनही हा मुद्दा पुढे रेटता येईल. त्यानुसार जर असे सार्वजनिक कर्ज वरच्या पातळीवरील नसते, तर व्याजदर आणखी खाली गेले असते असे तत्त्वत: म्हणता येईल.

जर उद्योगक्षेत्राला कर्जावर अधिक व्याजदर लावले, तर त्याचा गुंतवणुकीवर परिणाम होतो असे साधारणपणे मानले जाते. परंतु भारतात आज त्याचा संबंध सार्वजनिक कर्जाशी फारसा नाही. तो संबंध आहे मुळात बँकिंगक्षेत्र कोणत्या परिस्थितीत कर्जवाटप करणार? गेल्या दशकापासून बँकिंगक्षेत्राची पुनर्रचना होत आहे आणि ते क्षेत्र सरकारी बंधनातून मोकळे होत आहे. त्याचबरोबर बँकिंगक्षेत्राला स्वत:ची विश्वासार्हता नव्याने सिद्ध करण्याची गरज आहे कारण त्यानंतरच त्यात मोठी भांडवल गुंतवणूक होऊ शकते. बँकिंगक्षेत्र या भगिरथी प्रयत्नात गुंतलेले आहे आणि आपले थकीत कर्जाचे प्रमाण कमी करण्यावर त्या क्षेत्रात भर देण्यात येत आहे. तसेच या क्षेत्रात स्पर्धेने वेग धरला असून, पारदर्शकता आणि विश्वासार्हता हे निकष जनता आणि गुंतवणूकदार यांच्या दृष्टीने सर्वांत महत्त्वाचे ठरले आहे. बँकिंगक्षेत्राने आपल्या अडचणींवर चिकाटीच्या प्रयत्नातून मात करत आणली आहे. हे मान्य करूनही या क्षेत्रावर एक टीका होत आहे. ती म्हणजे आजच्या बँकिंगक्षेत्रात लघु आणि मध्यम उद्योगांना पुरेसे कर्ज मिळत नाही आणि ते अन्यायाचे आहे. थोडक्यात, आज बँकिंगक्षेत्र उद्योग आणि व्यापारक्षेत्रात विविध घटकांना पुरेशा उत्साहाने कर्जवाटप करत नसले तरी त्याची कारणे पूर्णपणे वेगळी आहेत. निदान त्याचा संबंध सार्वजनिक कर्जाशी आहे, असे समजण्याचे कारण नाही.

अर्थात, सार्वजनिक कर्ज हा काळजीचा विषय नाही असा निष्कर्षही बरोबर

होणार नाही. या कर्जाची पातळी कोणती आहे यावर सतत दक्ष राहावेच लागेल. फक्त याचा आर्थिक वाढीवर किती नकारात्मक परिणाम होतो याचा वेगवेगळया देशांतील परिस्थितीनुसार विचार करावा लागेल. असा एक अभ्यास झालेला आहे. त्यामध्ये दीर्घकाळात वित्तीय तुटीचे प्रमाण वरच्या पातळीवर राहिल्यामुळे अमेरिकेच्या अर्थव्यवस्थेवर त्याचा किती नकारात्मक परिणाम झाला याचा विचार केला आहे. या अभ्यासानुसार वित्तीय तूट असल्यामुळे अमेरिकेच्या आर्थिक वाढीमध्ये तीन वर्षांचा उशीर झाला असता असे म्हटले आहे. म्हणजे जर वित्तीय तूट नसती, तर जी उत्पन्नाची पातळी १९९५ मध्ये गाठली, तीच पातळी मुळात १९९२ मध्ये गाठणे शक्य होते. अर्थात, हे काही फार मोठे नुकसान समजता येणार नाही. याचे कारण म्हणजे याच काळात जी उत्पादकतेमध्ये वेगाने वाढ होत होती, त्यात घट झाली असती, तर त्यातून अधिक मोठे नुकसान झाले असते.

हाच विचार पुढे नेता येईल. आज भारतात वित्तीय तुटीचे प्रमाण वरच्या पातळीवर आहे. ठोस आकड्यांत ते जीडीपीच्या ५.९ टक्के आहे. परंतु चालू वर्षात आर्थिक वाढीचा वेग सुमारे सात टक्के असेल, असा सर्वांचा अंदाज आहे. प्रत्यक्षात असे काही घडले, तर अशा वेगाच्या आर्थिक वाढीमुळे कर्जाचे जीडीपीबरोबरचे गुणोत्तर खाली येणे शक्य आहे. किंबहुना १९९७-९८ नंतर असे प्रथमच घडेल.

इतर दुसऱ्या कोणत्याही परिस्थितीत अर्थमंत्र्यांवर टीकेचा भडीमार झाला असता. त्याऐवजी कदाचित त्यांचे कौतुकच होण्याची शक्यता आहे. यामध्ये चर्चेचा तपशील फक्त एकच आहे. यावर्षी जर आर्थिक वाढीने वेग पकडला आणि तो सात टक्क्यांच्या पलीकडे गेला, तर प्रथमच वित्तीय तूट हा चिंतेचा विषय राहणार नाही. या उलट जर ही वाढ सहा टक्क्यांच्या आत राहिली, तर राज्यकर्त्यांना काळजी करावीच लागेल. सध्या शेअरबाजार चैतन्याने उसळलेला आहे आणि या काळात सरकारी मालकीच्या उद्योगांतील मालकीचा वाटा सर्वसाधारण गुंतणूकदारांना खुला केला, तर सरकारच्या महसुलात भरीव वाढ होऊ शकते. तेल कंपन्या, बँका अशासारखी अनेक क्षेत्रे आहेत, ज्यातून सरकार बाहेर पडत आहे आणि तीच प्रकिया पुढे नेणे अजूनही शक्य आहे. सीएमसीसारख्या माहिती-तंत्रज्ञानाच्या कंपनीत टीसीएस या कंपनीची मालकी वाढली, तरीही अजून त्यात सरकारचा वाटा आहेच. अशा अनेक सरकारी उद्योगांतून सरकारने आत्ताच संपूर्णपणे बाहेर पडणे फायद्याचे आहे. लवकरच सार्वजनिक निवडणुका येणार आहेत. त्यामुळे कराच्या माध्यमातून काही महसूल वाढविता येणार नाही. या उलट निर्गुंतवणुकीची प्रकिया जोमाने मार्गी लागली, तर निदान दुसऱ्या मार्गाने तरी सरकारचा महसूल वाढेल आणि वित्तीय तूट कमी होईल.

■

# ३.७ वित्तीय तूट हाच मोठा धोका

देशाच्या अर्थव्यवस्थेत अनेक सुचिन्हे दिसत आहेत. चलनवाढीवर ताबा आहे, व्याजदर घटत आहेत, परकीय चलनाचा साठा वाढत आहे आणि हळूहळू औद्योगिक उत्पादनात गती येत आहे. परंतु केंद्रसरकार वित्तीय तूट कमी करू शकत नसल्यामुळे सर्व चांगल्या गोष्टींवर पाणी फिरत आहे. ठरविल्याप्रमाणे महसुली उत्पन्नात वाढ होत नाही आणि सरकारी खर्चावर नियंत्रण बसविता आलेले नाही. त्यातून निर्गुंतवणूक प्रक्रियाही सरकारच्या सहकारी पक्षांमधील वादांमुळे खोळंबून राहिली आहे. २००२-०३ मध्ये यातून सुमारे रु. १२००० कोटी मिळाले असावेत.

अनुदाने, वेतन, पगार आणि निवृत्तीवेतन यावरील खर्च, सरकारी कर्जावरील व्याजाचा बोजा आणि संरक्षणावरील खर्च या प्रमुख बाबींवर होणारा खर्च बऱ्यापैकी कमी झाल्याशिवाय वित्तीय तूट आटोक्यात येणार नाही. केंद्रसरकारने अर्थव्यवस्थेचा मध्यावर्ती आढावा घेऊन त्याचा अहवाल डिसेंबरमध्ये संसदेपुढे मांडला आणि त्यात या प्रश्नाचे विवरण केले आहे. परंतु प्रत्यक्षात काय कृती करणार याचे मात्र सरकारने काहीच दिग्दर्शन केले नाही. सरकारी खर्चावरील आयोगाने (इआरसी) एकुणात २३४१६ पदे रद्द करण्याची शिफारस केली होती आणि त्यापैकी फक्त ७९२१ पदे बंद करण्यात आली. उरलेली पदेही रद्द करावीत, असा सरकारी प्रयत्न दिसतो.

या आढावा अहवालात येत्या २००३- ०४ च्या अंदाजपत्रकात वरील महत्त्वाच्या बाबींवर कारवाई करण्याचे संकेत देण्यात आलेले आहेत. योजनाबाह्य खर्च यावर्षीच्या पहिल्या सहा महिन्यांत १४.४ टक्क्यांनी वाढला आहे. त्याबरोबर भांडवली खर्चात मात्र ३.६ टक्के वाढ झाली. योजनाबाह्य खर्चात मुख्य अनुदानांवर ६२.६ टक्क्यांनी आणि व्याज रकमेत ४३ टक्क्यांनी वाढ झाली.

सरकारी खर्चात बचत करायची असल्यास आणि नियोजनाचे प्राधान्यक्रम बदलायचे असल्यास अनुदानांचा प्रश्न सोडवावा लागेल. अन्न, खते, स्वयंपाकाचा गॅस आणि रॉकेल यावर देण्यात येणाऱ्या अनुदानात कपात करावी लागले. यामध्ये जो ग्राहकवर्ग आहे त्यामुळे राजकीयदृष्ट्या हे सर्व प्रश्न नाजूक बनलेले आहेत. सर्वच राजकीय पक्षांना यावर खंबीर भूमिका घेणे सोयीचे नाही. या प्रश्नांवर निदान सार्वजनिक

चर्चा सुरू व्हावी आणि जनमताचे प्रबोधन व्हावे, अशी अपेक्षा असली तर सरकारने कर्मचाऱ्यांवरील खर्च आणि संरक्षणावरील खर्च यामध्येही कोणत्या काटकसरीच्या कारवाया करणार याचे दिग्दर्शन करावयास हवे होते. त्याचबरोबर महसुली उत्पन्नात २३ टक्के वाढ होईल, असे लक्ष्य ठरविले होते. परंतु प्रत्यक्षात फक्त १६.९ टक्के वाढ झाली. आजच्या मंदीच्या सद्य:स्थितीत महसुली उत्पन्नात किती वाढ होऊ शकेल, याला व्यवहाराच्या मर्यादा आहेत आणि सरकारने त्या मान्य करणे चांगले.

सरकारच्या या आढाव्यात वित्तीय तूट कमी करण्यासाठी सरकारी निवृत्तीधारकांना जे निवृत्ती वेतन आणि इतर फायदे मिळतात, त्यामध्ये मोठ्या सुधारणा करण्याची गरज आहे असे म्हटले आहे. तसेच अल्पबचतीवर जो व्याजदर देण्यात येतो तो बाजारातील घटणाऱ्या व्याजदराशी सुसंगत असला पाहिजे, अशी अपेक्षा व्यक्त केली आहे. २००२-०३ जे अंदाजपत्रक मांडताना वित्तीय तूट ५.३ टक्के या किमान पातळीवर रोखण्याचे लक्ष्य ठेवण्यात आले होते. परंतु आजच्या परिस्थितीत याची निश्चिती दिसत नाही.

राज्यसरकारांची परिस्थिती याहून बिकट आहे. म्हणजे केंद्र आणि राज्यसरकारे एकाच प्रश्नाला तोंड देत आहेत. त्यामुळे सुधारणा करण्यासाठी दोघांची मानसिकता समान असेल, अशी अपेक्षा करायला हरकत नाही. केंद्र आणि राज्यसरकारे यांची एकत्रित तूट जीडीपीच्या ९.९ टक्के आहे (२००१-०२). सर्व राज्यांची एकत्रित वित्तीय तूट रु. १०३७३६ कोटी आहे आणि हे प्रमाण जीडीपीच्या ४.१ टक्के आहे. याचबरोबर केंद्र आणि राज्यसरकारे यांच्या एकत्रित महसुली उत्पन्नातली तूट वाढली आहे आणि ती जीडीपीच्या २.६ टक्के आहे (२००१ - ०२). या महसुली उत्पन्नाचा मुख्य भाग कर्जावरील व्याज देणे आणि सरकारी कर्मचाऱ्यांचा पगार आणि भत्ते देणे यात खर्च होतो.

थोडक्यात, राज्यसरकारांनाही वित्तीय तूट संपविण्यासाठी अनेक कठोर उपाय योजावे लागतील. महाराष्ट्र राज्यात काय करावे लागले हे उघड आहे. वीज आणि पाणी यावरील अनुदाने संपवावी लागतील. विजेचे उत्पादन वाढविणे आणि उत्पादनखर्च कमी करणे, याबरोबर शेतकऱ्यांना विजेवर मिळणाऱ्या अनुदानात कपात करावी लागेल. तसेच विजेच्या वापरातील गळती आणि चोरी यावर उत्तर शोधावे लागेल. आज या सर्व बाबी एकमेकांत गुंतल्यामुळे विजेचा एकूण हिशोब लावता येत नाही आणि फक्त एकुणात वजाबाकी करून उरलेली बेहिशोबी वीज शेतकरी वापरतो असे समजण्यात येते. यामुळे शेतकऱ्यावरही अन्याय होतो.

या सर्वांच्या मुळाशी एक प्रश्न आहे आणि तो म्हणजे महाराष्ट्र राज्य वीज मंडळाला जी मक्तेदारी मिळाली आहे, त्यामुळे असे अनेक प्रश्न निर्माण झाले आहेत. त्यामधील भ्रष्टाचार आणि राजकीय हस्तक्षेप यांचाही भाग प्रमुख आहे. यावर उत्तर

म्हणून विजेचे उत्पादन आणि वाटप यामध्ये मोठ्या प्रमाणावर खासगीकरण आवश्यक आहे. मध्यंतरी एन्रॉन कंपनीच्या भांडवल गुंतवणुकीतून जे अनेक वाद निर्माण झाले, त्यामुळे अनेक वर्षांत विजेच्या उत्पादनासाठी गुंतवणूकच झालेली नाही. त्यामुळे चुकीच्या घटनाक्रमांचा फायदा घेत वीज मंडळाच्या मूळ मक्तेदारीला मदतच झाली आहे आणि त्यातील कर्मचारी अधिक आक्रमक झाले आहेत. परिणामी, राज्यकर्ते हतबल आहेत.

सिंचनाची बाबही अशीच आहे. कृष्णेचे पाणी २०००सालापर्यंत अडवायचे या गरजेपोटी शासनाने उच्च व्याजदराने प्रचंड कर्जे काढली होती आणि त्यांची परतफेड एप्रिल २००२ पासून सुरू झाली होती. शिवाय सिंचनाची कामे पुरी झालेली नाहीत आणि त्यावर आणखी गुंतवणूक झाल्याशिवाय या सिंचनाचा फायदा शेतकऱ्यांना मिळणार नाही. म्हणजे सिंचनाच्या वापरातून जी अर्थव्यवस्थेला गती मिळाली असती आणि त्यातून कराचे उत्पन्न वाढले असते तेही नजीकच्या काळात शक्य नाही. राज्यसरकारने शेतकऱ्यांनी आपल्या पाणीवाटप संस्था संघटित कराव्यात आणि सिंचनाच्या वाटपाची जबाबदारी आपल्यावर घ्यावी, या दृष्टीने कायद्यात बदल केले आहेत. यामुळे शासनाचा प्रशासकीय खर्च कमी होईल अशी अपेक्षा आहे. याही विषयात अनेक अडचणी आहेत आणि अपेक्षेपमाणे घटना घडतील, अशी शक्यता नाही.

■

# ३.८ येणारा वित्तीय पेचप्रसंग

अनेकजण भ्रमात आहेत की, देशात सगळ्या गोष्टी ठीकठाक आहेत. चलनवाढ फारशी नाही, परकीय चलनाचे साठे भरपूर आहेत आणि सतत वाढत आहेत व औद्योगिक उत्पादनात थोडीफार सुधारणा दिसत आहे. रिझर्व बँकेचे गव्हर्नर तर एकदम खुश आहेत. ते नेहमी म्हणत असतात, अर्थव्यवस्थेचा पाया मजबूत आहे. अशासंदर्भात कोणी पेचप्रसंगाच्या गोष्टी केल्या, तर ते गांभीर्याने घेतले जात नाही.

खरे तर या दोन्ही गोष्टीत तथ्य आहे आणि त्या वेगळ्या आहेत. आज पन्नास वर्षांनंतर देशाच्या अर्थव्यवस्थेचे स्वतंत्र मूल्यमापन केले पाहिजे. त्याचबरोबर सरकारीव्यवस्था हिचा वेगळा विचार केला पाहिजे. आज जो पेचप्रसंग निर्माण झाला आहे, तो या सरकारीव्यवस्थेमध्ये आहे. नव्वदीच्या अगोदर चाळीस वर्षे केंद्रीय नियोजनाचा अखंडित अंमल होता आणि त्या काळात देशाची अर्थव्यवस्था आणि सरकारीव्यवस्था या जवळपास एकच गोष्टी होत्या. परंतु नव्वदीच्या दशकात जागतिकीकरण आणि मुक्त अर्थव्यवस्था देशाने स्वीकारली आणि आता एकूण अर्थव्यवस्था आणि सरकारीव्यवस्था या दोन अलग गोष्टी समजून त्यांचा वेगळा विचार केला पाहिजे. आपल्या राष्ट्रीय जीवनात अजून या गोष्टी रुळलेल्या नाहीत.

थोडक्यात, सरकारी व्यवस्थेतील वित्तीय परिमाणे काळजी करण्यासारखी आहेत. यासाठी केंद्र आणि राज्यसरकारे यांची एकूण वित्तीय तूट लक्षात घेतली पाहिजे. ही वित्तीय तूट म्हणजे सरकारचे नक्त कर्ज. गेल्या वर्षी ते सर्वांत अधिक पातळीवर म्हणजे जीडीपीच्या ९.९ टक्के होते. तसेच सरकारची महसुली तूट म्हणजे सरकारी बचतीमधील घट ही जीडीपीच्या ६.६ टक्के होती. ही पातळीसुद्धा सर्वांत अधिक होती. जर ही महसुली तूट शून्यावर असती, तर इतक्या प्रमाणात अधिक बचत आणि गुंतवणूक झाली असती. परिणामी, जीडीपीतील वाढ दोन टक्क्यांहून अधिक म्हणजे किमान सात टक्क्यांहून पुढे झाली असती.

केंद्र आणि राज्यसरकारांची वित्त आणि महसुली तूट, तसेच सरकारी कर्ज आणि सरकारने दिलेल्या हमी यांची आकडेवारी बघण्यासारखी आहे. यासाठी या आकड्यांचे जीडीपीबरोबरचे गुणोत्तर घेतले आहे आणि त्यांची तुलना सन १९९०

- ९१ ते ९६-९७ आणि २००१- २००२ या काळासाठी केली आहे. वित्तीय आणि महसुली तूट १९९०-९१ ते ९६-९७ या काळात बऱ्यापैकी कमी झाली होती. परंतु नंतरच्या पाच वर्षांत ती परत बिघडली. सरकारचे कर्ज जीडीपीच्या ७० टक्के आणि सरकारने दिलेल्या हमी १२.२ टक्के या पातळीवर गेल्या.

गेल्या सहा-सात वर्षांत सरकार सतत कर्जे उभारत आहेत आणि त्यातून एक सरकारी कर्जाचा डोंगर उभा राहिला आहे. याचे जीडीपीबरोबर प्रमाण सन १९९७ मध्ये ५६ टक्के होते ते २००२ मध्ये ७० टक्के झाले. यामध्ये सरकारने दिलेल्या हमी ज्या सुमारे जीडीपीच्या बारा टक्के आहे त्यांचा समावेश नाही. तसेच यूटीआय, आयएफसीआय, आयडीबीआय आणि राष्ट्रीयीकृत बँका अशा सरकार पुरस्कृत वित्तसंस्था आहेत, त्यांच्या थकीत कर्जाचे पमाण जीडीपीच्या १० ते २० टक्के आहे तेही वरच्या आकडेवारीत अंतर्भूत केलेले नाही. गेल्या काही वर्षांत अशा सरकारपुरस्कृत संस्थांच्या सरकारने दिलेल्या हमी जेव्हा थकीत कर्जात रूपांतरित होतात त्याचा देशाच्या वित्तव्यवस्थेवर किती मोठा बोजा येतो हे आता हळूहळू लोकांपुढे येत आहे. नुकतेच महाराष्ट्र शासनाने या वित्तसंस्थांना आपण देय असलेल्या हमीच्या आधारे सक्तीची कर्जवसुली करू नये, अशी विनंती केली आहे. परंतु या वित्तसंस्थांनी आपली कर्जे वसूल केली नाहीत, तर त्या संस्था बुडणार आहेत. गेल्या दोन वर्षांत युनिट ट्रस्टच्या दुरवस्थेमुळे त्यामध्ये भांडवल गुंतविलेल्या मोठ्या संख्येच्या मध्यमवर्गाचे नुकसान झाले आणि त्यावर समाजात क्षोभ उसळला. त्यामुळे केंद्रसरकारला १५०० कोटींची मदत द्यावी लागली. परंतु असे प्रसंग वारंवार येऊ लागले, तर केंद्रसरकारही अशा संकटांना पुरे पडणार नाही. थोडक्यात, हा फक्त महाराष्ट्र सरकारचा तात्पुरता प्रश्न नाही आणि वित्तसंस्था कर्जाची परतफेड यावर कोणाला सवलत देऊ शकणार नाही.

हा सगळा प्रश्न फक्त जीडीपीबरोबरच्या गुणोत्तराच्या आकडेवारीवरून समजणार नाही. महसुली तुटीतील वाढीमुळे केंद्र आणि राज्यसरकारांच्या विकासकामांवर आणि सार्वजनिक क्षेत्रातील भांडवल गुंतवणुकीवर विपरीत परिणाम झाला आहे. प्रत्यक्षात भोवतालच्या परिस्थितीचा आढावा घेतला तर दारुण चित्र पुढे येते.

विकासाच्या पायाभूत सुविधांमध्ये गुंतवणूक करण्यास पैसे नसल्यामुळे रस्ते, पूल यात भर तर पडतच नाही; परंतु आहेत त्या मत्तांचीसुद्धा देखभाली परवडत नाही. वेळोवेळी रेल्वेचे अपघात होतात तेव्हा ही किमान देखभालीसुद्धा होत नाही अशी कारणे उघडकीस येतात. तसेच शाळा आणि रुग्णालये यांची हेळसांड होत आहे. जी गुंतवणूक झाली आहे तिचाही पुरेसा उपयोग करून घेता येत नाही. शाळा आहे तर शिक्षक नाहीत, पुस्तके नाहीत आणि खडू-फळा नाही. ग्रामीण भागात रुग्णालये आहेत पण औषधे नाहीत. पिण्याच्या पाण्याच्या योजना योग्य प्रशासन

आणि देखभालीच्या अभावी मोडून पडत आहे. सिंचनाच्या योजना अर्धवट आहेत कारण धरणे झाली तर कालवे नाहीत. राज्य वीज मंडळांचा कारभार संकटात आहे कारण विजेच्या चोरीचे प्रमाण हाताबाहेर गेले आहे आणि प्रशासन भ्रष्टाचारात बुडले आहे.

सर्वच सरकारे इतकी वर्षे निवडक गटांना जी अनुदाने आणि सवलती देत आहेत, त्याबाबत कठोर निर्णय घेण्याला पूर्णपणे असमर्थ आहे. सर्वांत बिकट प्रश्न म्हणजे सरकारी कर्मचाऱ्याच्या वेतनाचा आणि निवृत्तिवेतनाचा आहे कारण जवळपास निम्मी रक्कम यावरच खर्ची पडते. थोडक्यात, वित्तीय तूट, महसुली तूट, सरकारी कर्जे आणि सरकारने दिलेल्या हमी या काही फक्त आकडेवारीच्या गोष्टी नाहीत. त्यांची गोळा बेरीज होऊन गेली ५० वर्षे कार्यरत असलेली संपूर्ण सरकारीव्यवस्था आता दिवाळखोरीच्या उंबरठ्यावर उभी आहे.

देशाने जेव्हा नव्वदीच्या सुरुवातीला उदारीकरणाची वाटचाल स्वीकारली तेव्हापासून अर्थव्यवस्थेला नक्की बळ आणि चालना मिळाली. त्यामुळे वाढीचा दर पाच टक्क्यांच्या पुढे स्थिरावला. काही प्रमाणात जागतिक मंदी आणि अडचणी यांना तोंड देण्याची क्षमताही वाढली. यामध्ये अर्थातच देशाच्या खासगी अर्थव्यवस्थेचे योगदान भरीव होते. देशामध्ये पहिली चाळीस वर्षे केंद्रीय नियोजनावर भर असला तरी अर्थव्यवस्थेतील अनेक क्षेत्रे खासगी मालकीची होती. कृषी, धंदे, व्यापार आणि उद्योग यामध्ये जवळपास पूर्णपणे खासगी क्षेत्राचा प्रभाव होता. औद्योगिक उत्पादनात सरकारीक्षेत्रे महत्त्वाची होती परंतु त्यातही अनेक वस्तूंच्या उत्पादनात खासगी मालकी होती. जेव्हा नव्वदीमध्ये उदारीकरण सुरू झाले आणि परवाने पद्धती संपली आणि बंधने कमी होऊ लागली. त्याचा फायदा खासगी क्षेत्राला घेता आला कारण त्यात विकासाची क्षमता निर्माण झालेली होती. त्याचबरोबर विदेशी व्यापार आणि चलन यांच्यावरील बंधने शिथिल होण्याची सुरुवात झाली.

वास्तविक पाहता अर्थव्यवस्थेची प्रत्यक्षातील शक्ती आणि क्षमता सरकारमधील ढासळलेली वित्तव्यवस्था हा अंतर्विरोध मुळात का निर्माण झाला हा कोणालाही प्रश्न पडू शकतो. विकासाची क्षमता वाढलेली आहे; परंतु ती कितीतरी अधिक वाढू शकते हेही तितकेच खरे आहे. आज सरकार ही संस्था विकासाला अडसर बनली आहे; परंतु हे अपरिहार्य नाही. जर सरकारने आपली भूमिका बदलली आणि त्याला धरून पुनर्रचना केली, तर आज आणि यापुढेही सरकारला महत्त्वाची पूरक भूमिका बजावायची आहे. तसे झाले तर खासगी क्षेत्राच्या पुढाकाराने विकासाचे इंजिन कितीतरी अधिक वेगाने धावू शकेल.

अशा ऐतिहासिक संदर्भात सरकारच्या अंदाजपत्रकाचा विचार करावा लागेल. सरकारचा खर्च वाढत आहे; परंतु विकासावरील खर्च कमी होत आहे. याला जोडून

सरकारचे महसुलाचे उत्पन्न कमी होत आहे. नुकताच केळकर समितीने कररचनेवरील अहवाल दिला आहे आणि अपेक्षेपमाणे सर्व हितसंबंधी गटाने त्याला विरोध केला आहे. मुख्य म्हणजे मध्यमवर्गाला मिळणाऱ्या अनेक सवलती सरसकट रद्द कराव्या, अशी समितीची शिफारस होती, त्याला तर सरकारमधील सगळ्यांनीच विरोध केला आहे. वास्तविक पाहता प्राप्तीकर आकारणी सर्वांत सुलभ करावी आणि कराचे दर सर्वांत माफक असावेत, हे मध्यमवर्गाला मान्य व्हायला हवे होते कारण ते त्यांच्या हिताला धरून होते. तरीही राजकीय पक्षांचे नेतृत्व दुबळे आणि विवेकशून्य असला तरी अहवाल नेहमीप्रमाणे चांगला आहे परंतु काही तपशिलाच्या शिफारशी मान्य नाहीत, अशा प्रकारचे राजकारण सुरू होईल.

अशा परिस्थितीत केंद्रसरकारला महसुलाची व्यवस्था कशी स्थिर करता येईल याचा विचार करावा लागेल. सरकारला सध्याच्या तुटीतून सुमारे पन्नास हजार कोटी रुपयांचा खर्च कमी करण्याची गरज आहे. नक्त कराचा महसूल यातून एकूण खर्चापैकी निम्म्याहून कमी खर्च भागतो. निदान सुमारे तीस हजार कोटी रुपयांची बचत एकूण खर्चाच्या रकमेतून करण्याचा विचार करता येईल. एकूण खर्चातून अशी बचत करायची तर पुढील शक्यता आहेत. मुळात हे अंदाज पूर्वीचे मुख्य आर्थिक सल्लागार शंकर आचार्य यांनी मांडले आहेत.

त्याचबरोबर कृषीची उत्पादकता वाढेल आणि कृषी उत्पादनात देशभर अधिक संतुलन निर्माण होईल. त्याचबरोबर ग्रामीण भागातील गरिबीही कमी होईल. खतांवरील अनुदाने कमी करण्याचे धोरण आहे आणि आता त्याची अंमलबजावणी सुरू झाली, तर त्यातून सुमारे पाच हजार कोटी रुपयांचे अनुदान वाचेल. पाचव्या वेतन आयोगामुळे सरकारी कर्मचाऱ्यांच्या वेतनावरील खर्च सुमारे तीस टक्क्यांनी वाढला. आता जर या वाढीव पगारातून सुमारे एकतृतीयांश रक्कम कमी केली, तर त्यातून सुमारे पाच हजार कोटी रुपये वाचविता येतील. आजपर्यंत गेल्या दहा वर्षांत राजकीय पक्षांनी जी इच्छाशक्ती दाखविली आहे, तिचा विचार करता या सर्वच शक्यता राजकीय स्वार्थ आणि स्पर्धा यांना धरून नाहीत. तसेच लांबचा आणि व्यापक विचार करणारे नेतृत्वही कोणत्याच राजकीय पक्षाकडे नाही.

■

# ३.९ तुटीची मर्यादा

केंद्रसरकारच्या वित्तमंत्र्यांनी २००६-०७ वर्षाचा अर्थसंकल्प रिवाजाप्रमाणे २८ फेब्रुवारी २००६ रोजी सादर केला. हे करताना त्यांचा आत्मविश्वास उंचावलेला दिसत होता कारण जीडीपीमधील वाढीचा दर आठ टक्के होता आणि गेली तीन वर्षे ही पातळी सतत टिकून होती. या पार्श्वभूमीवर एकूण व्यवस्थेचे दोन प्रमुख प्रश्न उभे होते. कोणती धोरणे चालू ठेवायची ज्यातून ही आर्थिक वाढीची उंचावलेली पातळी टिकून राहील? दुसरा म्हणजे फिस्कल रिस्पॉन्सिबिलिटी ॲन्ड बजेट मॅनेजमेंट (एफआरबीएम) ॲक्टच्या अंतर्गत जो तूट कमी करण्याचा सरळ मार्ग आखून दिला आहे, त्यानेच पुढील वाटचाल करायची का?

आर्थिक वाढीची गरज आणि हा दर वाढविण्यासाठी पायाभूत सुविधांमधील भांडवल गुंतवणूक यांना डोळ्यांपुढे ठेवून अर्थसंकल्पामध्ये तीन मोठ्या कार्यक्रमांसाठी भरीव निधीची तरतूद करण्यात आलेली आहे. यातील दोन ग्रामीण भागासाठी आहेत आणि एक नागरी विभागासाठी आहेत. ग्रामीण विभागात भारत निर्माण आणि राष्ट्रीय ग्रामीण रोजगार हमी योजना यावर भर आहे. नागरीक्षेत्रासाठी नॅशनल अर्बन रिन्यूअल मिशन (एनयूआरएम) हा कार्यक्रम आहे. याशिवाय वीजनिर्मिती आणि रस्तेबांधणी, यासाठी काही क्षेत्रीय निधीची तरतूद करण्यात आलेली आहे.

भारतातील पायाभूत सुविधांमधील भांडवलाची गरज फार मोठी आहे आणि या सुविधांमधील सध्याच्या तुटींमुळे आर्थिक वाढीवर दुष्परिणाम होत आहे. यामुळे यातील गरजेचा विचार केला, तर अर्थसंकल्पात कितीही मोठी तरतूद केली तरीही प्रश्न काही सुटेल असे नाही. त्यामुळे धोरण आणि कायदा यात योग्य ते बदल आणि तरतुदी करून वित्तसंस्थांच्या माध्यमातून खासगी भांडवलाची गुंतवणूक पायाभूत क्षेत्रात वाढविणे हेच फक्त शक्य आणि व्यवहार्य आहे. जी मोठी शहरे आहेत, त्यांच्यामध्ये महामार्गांचे जाळे विणून त्यातून पथकर बसवायचा आणि निधी उभारायचा, असा एक प्रस्ताव आहे. यातूनच सार्वजनिक आणि खासगी क्षेत्रांची भागीदारी करण्यात यावी, असा वित्तमंत्र्यांचा विचार आहे.

नागरी विकासाच्या क्षेत्रात अनेक प्रश्न असे आहेत जे केवळ निधीअभावी

अडलेले नाहीत. अनेक कालबाह्य कायद्यांचाही मोठा अडथळा आहे आणि जर राजकीय इच्छाशक्ती असेल, तर असे कायदे रद्द करणे सहज शक्य आहे. याची दोन उत्तम उदाहरणे म्हणजे नागरी कमाल जमीन धारणा कायदा जो मागील तीस वर्षे कार्यरत आहे. दुसरा म्हणजे भाडे नियंत्रण कायदा (रेंट कंट्रोल) जो पन्नास वर्षांहून अधिक काळ वापरात आहे. या दोन्ही कायद्यांमुळे घरबांधणीच्या क्षेत्रात पुरेशी खासगी गुंतवणूक होत नाही आणि त्यामुळे अल्प उत्पन्न गटाला आणि मध्यमवर्गाला परवडतील अशा खर्चात निवासी घरे शहरांमध्ये उपलब्ध होत नाहीत, असा सार्वत्रिक अनुभव आहे. त्याशिवाय या कालबाह्य कायद्यांमुळे भ्रष्टाचारही पसरलेला आहे हा प्रश्न वेगळाच. या सगळ्या विषयांची सत्य परिस्थिती काय आहे ही सगळ्यांनाच माहीत आहे आणि त्यावर कोणाचे फारसे गंभीर मतभेदही नाहीत. परंतु राज्यकर्ते मात्र अशा कायद्यातील सुधारणा करण्यास पुरेशी तत्परता दाखवीत नाहीत. त्यामुळे आता केंद्रसरकारने अर्बन रिन्युअल मिशनच्या अंतर्गत राज्यांसाठी जी भरीव निधीची तरतूद केलेली आहे ती राज्यांनी या कायद्यातील सुधारणा केल्या, तरच त्यांना मिळणार आहे.

जर राज्यातील राज्यकर्त्यांनी धाडस केले, तर ज्यामध्ये मालक आणि भाडेकरू या दोघांचे हक्क आणि हित समान पातळीवर संरक्षित आहेत, अशा प्रकारचे भाडे नियंत्रण कराराचे योग्य ते नियमन सहज करता येईल. एकदा अशी विश्वास ठेवण्यासारखी सामाजिक सहमती झाली आणि त्याला कायद्याचा आधार मिळाला, तर अनेक कुटुंबे खासगी बचतीतून निवासी घरांच्या बांधणीमध्ये गुंतवणूक करतील. यातून घरबांधणीक्षेत्रात भरपूर श्रमप्रधान रोजगार उपलब्ध होईल आणि त्यातूनच गृहनिर्माणात लागणाऱ्या मालासाठी मागणी भरपूर वाढेल. देशात जे अल्प उत्पन्न गटातील लोक आहेत त्यांना कमी भाड्याची राहण्याची सोय हवी आहे. सध्या त्यांच्यापुढे दोन पर्याय आहेत. एक म्हणजे झोपडपट्टीत केवळ एक डोक्यावर छत म्हणून कच्ची तात्पुरती झोपडी उभारणे. किंवा जी पक्की घरे विनापरवानगीने आणि बेकायदेशीरपणे बांधण्यात आली आहेत त्यात भाडे देऊन राहणे. अर्थात, अशी बेकायदा घरे जर पाडण्यात आली, तर त्यासाठी भरलेले भाडे वाया जाणार हे उघड आहे. जर अशा सगळ्या बांधकामांना कायद्यातून सुरक्षा देण्यात आली, तर निवासी घरांची भाडी खालच्या पातळीवर येतील कारण त्यातील धोका कमी झालेला असेल.

आर्थिक वाढीच्या विषयात पायाभूत सुविधांमध्ये शिक्षणाचा विचार केला पाहिजे. कामगारवर्गाची कौशल्ये वाढावीत, यासाठी औद्योगिक प्रशिक्षण संस्थांचा दर्जा वाढविण्यासाठी रु. १०७ कोटींची तरतूद करण्यात आलेली आहे. शिवाय खासगी आणि इतर बहुविध संस्थांच्या माध्यमातून या गुंतवणुकीत भर पडावी, असा सरकारचा प्रयत्न आहे. याबरोबरच देशातील कामगार कायदे यामध्ये सुधारणा

करण्याची गरज मागील अनेक वर्षे दुर्लक्षित राहिलेली आहेत. हे कालबाह्य मंजूर कायदे आणि पायाभूत सुविधांमधील कमतरता यामुळे चीनने भारतापेक्षा पुढे आघाडी घेतलेली आहे. चीनमध्ये यावर मार्ग काढण्यासाठी खास आर्थिक क्षेत्रे निर्माण करण्यात आलेली आहेत आणि त्यातून कायद्यातील अडचणींवर मार्ग काढण्यात आलेला आहे. येत्या काळात फक्त प्राथमिक शिक्षण आणि माहिती-तंत्रज्ञानातील साक्षरता यावर भर न देता कामगारांची कौशल्ये कशी वाढविता येतील, यावर लक्ष देण्याची गरज आहे. जर कामगारवर्ग यात कमी पडू लागला, तर परदेशी गुंतवणूक इतर देशांकडे वळेल यात शंका नाही.

याच्याशी निगडित आणखी एक प्रश्न उच्चशिक्षणासाठी जो निधी हवा आहे त्याचा आहे. सध्या पूर्वीप्रमाणे सरकार अगदी थोड्या नेमक्या संस्थांना यासाठी निधी देते. परंतु यामध्ये सार्वजनिक निधीबरोबरच अधिक प्रमाणात खासगी क्षेत्राची भागीदारी गरजेची आहे. उदाहरणार्थ, माहिती-तंत्रज्ञानाच्या क्षेत्रात खासगी क्षेत्राने आपले कर्तृत्व सिद्ध केले आहे आणि समृद्धीही मिळविलेली आहे. या जगातील नामांकित भारतीय कंपन्यांना देशातील अभियांत्रिकी शिक्षणामध्ये भरीव जबाबदारी घेणे सहज शक्य आहे कारण या विषयातील पदवीधर त्यांनाच हवे आहेत. अशा परिस्थितीत या खासगी नामांकित कंपन्यांनी एकत्र येऊन सध्या ज्या इंडियन इन्स्टिट्यूट ऑफ टेक्नॉलॉजी (आयआयटी) सारख्या ज्या प्रतिष्ठित शिक्षणसंस्था आहेत त्यांना निधी पुरविणे शक्य आहे.

उच्चशिक्षणाच्या बाबत सरकारपुढे आणि समाजापुढे एक नक्कीच यक्ष प्रश्न आहे. सरकारला संविधानाअंतर्गत सगळ्या नागरिकांना प्राथमिक शिक्षण देण्याची जबाबदारी अजून पार पाडायची आहे. मग उच्चशिक्षणाला आजपर्यंत जी अनुदाने देण्यात येत आहेत त्यांचे समर्थन कसे करायचे? त्यांचा फायदा मध्यमवर्गाने भरपूर घेतलेला आहे; परंतु अशा शिक्षणाचा जो किमान रास्त खर्च आहे तो मात्र देण्याची त्याची मानसिकता नाही. हा अंतर्विरोध मान्य केला तरीही गेल्या काही वर्षांत आणखी एक नवी वस्तुस्थिती पुढे आलेली आहे.

ज्या मध्यमवर्गाने उच्चशिक्षणाचे फायदे घेतले, त्यांनी नोकऱ्यांसाठी परदेशगमन केले. साठीच्या आणि सत्तरीच्या दशकांत याला ब्रेन ड्रेन म्हणत असत आणि त्यावर आपले राज्यकर्ते अस्वस्थ होते. याचा अर्थ भारतासारख्या गरीब देशाने उच्चशिक्षणावर भरमसाठ खर्च करून जे अभियंते, वैद्यकीय पदवीधारक, शास्त्रज्ञ आणि तंत्रज्ञ तयार करायचे, त्यांचा उपयोग देशाला न होता श्रीमंत औद्योगिक देशांनाच होत होता आणि हे एक गरीब देशांचे शोषणच होते. म्हणजे साम्राज्यवादात एक प्रकारचे शोषण झाले आणि स्वातंत्र्यानंतर हे दुसरे सुरू झाले. हे सगळे जुन्या संदर्भात बरोबर होते. परंतु गेल्या काही वर्षांत सगळेच चित्र बदललेले आहे. आता देशाला या

मोठ्या संख्येने परदेशांत गेलेल्या कामगारांकडून त्यांनी मायदेशी पाठविलेल्या निधीचा भरीव फायदा होत आहे. किंबहुना विदेशी प्रत्यक्ष गुंतवणूक (एफडीआय) या मार्गाने देशात जितकी गुंतवणूक होते, त्याहीपेक्षा अधिक भरवशाने हे अनिवासी भारतीय मायदेशात निधी पाठवीत आहेत आणि गुंतवणूक करीत आहेत. यामुळे देशाच्या अधिदान शेषाचे (बॅलन्स ऑफ पेमेंट्स) संपूर्ण स्वरूपच बदललेले आहे. आता पूर्वी जी देशाची हानी समजली जात होती तो नेमका मोठा फायद्याचा मार्ग झालेला आहे.

अशा नव्यासंदर्भात मध्यमवर्गाचे हित म्हणून नव्हे; परंतु एकूण देशाच्याच हिताचा विचार केला, तर परदेशात यापुढेही मोठ्या संख्येने उच्चविद्याविभूषित आणि प्रशिक्षित तरुण मनुष्यबळ जाणार आहे आणि त्यांनी मायदेशी पाठविलेल्या निधीचा देशाच्या अर्थव्यवस्थेला भरीव फायदा मिळणार आहे. त्यामुळे जरी सरकारची प्राथमिक शिक्षणाची जबाबदारी मान्य केली तरीही येत्या काळात उच्चशिक्षणाला वाऱ्यावर सोडून देता येणार नाही. त्यासाठी या क्षेत्रातून सरकारने एकेक पाऊल मागे टाकत कसे जबाबदारीतून मोकळे व्हायचे आणि खासगी क्षेत्राने आपल्या हिताचे रक्षण करायचे आहे म्हणून त्यात आपली गुंतवणूक कशी वाढवायची, याचा तातडीने विचार करण्याची गरज आहे. सध्यातरी सरकार एका कात्रीत सापडले आहे आणि त्यातून सुटका करून घेण्याची त्याची फारशी इच्छा दिसत नाही.

आता प्रश्न राहिला तूट कमी करण्यासाठी एफआरबीएम अंतर्गत जे वेळापत्रक आहे त्याचे काय करायचे? यानुसार २००८-०९ पर्यंत ही तुटीची पातळी जीडीपीच्या तीन टक्क्यांपर्यंत आटोक्यात येईल. यातील एक बारकावा म्हणजे ही जी लक्ष्ये ठरवून देण्यात आलेली आहेत त्यांचा उल्लेख फक्त नियमांमध्ये आहे. जो मूळ कायदा आहे त्यात अशी नेमकी लक्ष्ये बंधनकारक नाहीत. आणि असा विचार केला तर या लक्ष्यांमध्ये बदल करणे सहज शक्य आहे. खरे म्हणजे जी महसुली तूट आहे त्याचे लक्ष्य २००८-०९ मध्ये शून्यपातळीवर आणायचे आहे आणि यात मात्र काही दुरुस्त्या करता येणार नाहीत. ही बाब कायद्यातच उल्लेखलेली आहे. सन २००५-०६ मध्ये महसुली तूट जीडीपीच्या २.६ टक्के होता आणि ती २००६-०७ मध्ये १.७ टक्क्यांवर आणण्याचे अपेक्षित होते. परंतु २००६-०७च्या अंदाजपत्रकात मात्र ही महसुली तुटीची पातळी जीडीपीच्या २.१ टक्के दाखविण्यात आली. यामुळे जी २००८-०९ पर्यंत जी उरलेली दोन वर्षे आहेत, त्यामध्ये दरवर्षी जीडीपीच्या एक टक्क्याने ही घट खाली आणावी लागेल.

या एफआरबीएमच्या नियमनानुसार २००८-०९ हे शेवटचे वर्ष आहे. जेव्हा तुटीबाबतची सर्व लक्ष्ये गाठायची आहेत. परंतु नेमके हे वर्ष सार्वत्रिक निवडणुकीच्या अगोदरचे वर्ष आहे. अर्थात, सध्याचे केंद्रसरकार आपला पाच वर्षांचा कार्यकाल पुरा करेल असे यात गृहीत आहे. काही अभ्यासकांनी अशा प्रसंगांचे अभ्यास करून

अंदाज दिलेले आहेत. जेव्हा निवडणुकीच्या अगोदरचे वर्ष असते, तेव्हा नेहमी सगळेच राजकीय पक्ष भरमसाठ आश्वासने देत असतात आणि जो सत्ताधारी पक्ष असतो तो अनेक सवलती आणि अनुदाने यांची साखरपेरणी करत असतो. याचा परिणाम म्हणून वित्तीय तूट आणि महसुली तूट नेहमीच वाढते. अभ्यासकांच्या अंदाजानुसार या निवडणुकीच्या आधीच्या वर्षात या वाढीव तुटीचे प्रमाण जीडीपीच्या जवळपास एक टक्के असते. जर हा अंदाज वास्तवात खरा ठरण्याची शक्यता मानली, तर मग महसुली तुटीत शेवटच्या दोन वर्षांत एकेक टक्क्याने घट करता येईल हे एक दिवास्वप्नच समजले पाहिजे.

अशी सगळी वस्तु:स्थिती असताना एफआरबीएमच्या वेळापत्रकाची कशासाठी काळजी करायची? या कायद्याअंतर्गत काही कोणती न्यायालयीन बंधने घालण्याची तरतूद नाही. लोकप्रतिनिधी सभागृहात जी लक्ष्ये गाठण्याचे सरकारने कबूल केले आहे, त्यातून सुटका करून घेण्यासाठी एखादे तात्त्विक समर्थन पुरेसे आहे. अर्थात, ही काही सोपी बाब नाही. पहिली गोष्ट म्हणजे सगळ्या राज्यांना एफआरबीएमचे कायदे आपल्या राज्यात स्वीकारायला लावण्यात आलेले आहेत. या राज्यांचे जे केंद्राला कर्जाचे देणे आहे त्यात जर तीन टक्क्यांची सूट हवी असेल तर राज्यांनी ही एफआरबीएमची शिस्त स्वीकारली पाहिजे, अशी केंद्राने अट घातलेली होती.

आता जर केंद्रसरकारने कोणत्याही कारणासाठी किंवा एखादे तात्त्विक समर्थन शोधून काढून आपली एफआरबीएमअंतर्गत जबाबदारी हलकी करून घेतली, तर केंद्रसरकारची प्रतिष्ठा कमी होईल आणि विश्वासार्हतेला धक्का पोहोचेल. जर केंद्रानेच एफआरबीएमचे नियमन वाऱ्यावर सोडले, तर राज्यसरकारांना हवे तसे वागण्याचे स्वातंत्र्यच मिळेल. मुळातच राज्यसरकारे अनेक क्षेत्रीय हितसंबंधांवर उभारलेल्या राजकीय पक्षांनी चालविलेली आहेत आणि राष्ट्रीय पातळीवरची सहमती निर्माण करणे आणि त्यासाठी त्यांच्यावर बंधने लादणे केंद्रसरकारला अडचणीचे झाले आहे.

केंद्रसरकारने एफआरबीएमची शिस्त अंगी लावून घेण्यासाठी दुसरे एक अधिक महत्त्वाचे कारण आहे. जर व्याजदर वर जाऊ नयेत अशी इच्छा असली, तर मग वित्तीय तूट आटोक्यात आणण्याचे गरजेचे आहे. गेल्या काही वर्षांत देशातील व्याजदर अगदी कमी पातळीवर आणण्यात आलेले आहेत आणि आता काही प्रमुख औद्योगिक देशांमध्ये व्याजदर हळूहळू उंचावण्याची प्रक्रिया चालू आहे. अशा वेळी देशातील व्याजदर खालच्याच पातळीवर रोखून ठेवणे फार सोपे नाही. फक्त अमेरिकेचा विचार केला, तर तेथे गेल्या पाच वर्षांच्या काळात सध्या व्याजदराची पातळी सर्वांत उंचावर आहे. अगदी मार्च २००६ मध्येही फेडरल रिझर्वने दर तिमाहीला पाव टक्क्याने व्याजदर वाढविण्याची मागच्या अनेक तिमाहींमधली प्रक्रिया चालू ठेवली आहे.

यासंदर्भात एक महत्त्वाचा फरक लक्षात ठेवला पाहिजे. २०००-०१ पासून व्याजदर खाली आणण्याची प्रक्रिया सुरू झाली. त्याची सुरुवात अल्पबचतीवर जे व्याज सरकार ठरवून देत होते तेथून झाली. याचा ठोस फायदा म्हणजे गेल्या सहा वर्षांमध्ये जी दमदार आर्थिक वाढ झाली आणि त्यातून जी वित्तव्यवस्था सुस्थितीला आली, त्यामागे ही व्याजदर घटविण्यातील प्रगती लक्षात ठेवली पाहिजे. म्हणजे आता जर या वित्तव्यवस्थेला स्थैर्य आणि बळ मिळण्याच्या प्रक्रियेत अडचणी आल्या, तर त्याचा आर्थिक विकासावर नक्कीच नकारात्मक परिणाम होणार आहे. म्हणजे परत एकदा महसुली तूट आणि वित्तीय तूट वाढण्याच्या दलदलीत अर्थव्यवस्था सापडू शकते. हे परवडणार नाही.

केंद्रामध्ये कराचे जीडीपीशी गुणोत्तर हे २००५-०६ सालात १०.५ टक्के होते आणि २००६-०७ सालात हे गुणोत्तर ११.२ टक्के करण्याचा वित्तमंत्र्यांचा प्रस्ताव होता. याचे स्वागत करायला पाहिजे. म्हणजे सरकारला महसुलात ०.७ टक्क्यांनी वाढ करायची आहे आणि त्याबरोबर २००६-०७ वर्षात महसुली तूट ०.५ टक्क्यांनी कमी करायची आहे. सरकारला एकूणच सरकारच्या खर्चावर पुरेसे नियंत्रण आणणे किती जिकिरीचे झाले आहे, याचे यातून संकेत मिळतात.

वित्तमंत्र्यांनी २००६-०७ वर्षाच्या अर्थसंकल्पात सरकारी कर्मचाऱ्यांसाठी सहावा वेतन आयोग नेमण्याचे जाहीर केले. हे सगळे व्यवहारात मार्गी लागले म्हणजे २००७-०८ मध्ये कर्मचाऱ्यांचे वेतन आणि निवृत्तिवेतन यांच्यात वाढ करण्यात येईल. अशा सगळ्या शक्यता लक्षात घेतल्या, तर सरकार जी वित्तीय शिस्त अंगी लावून घेत आहे, त्यात किती यश मिळेल हा एक प्रश्नच आहे.

■

# ३.१० वित्तीय तुटीतून संकटे का येतात?

भारतात केंद्रसरकार आणि सगळी राज्यसरकारे यांची मिळून एकूण वित्तीय तूट ही जीडीपीच्या सुमारे दहा टक्के आहे. १९९९ पासून देशाने मोठे सार्वजनिक कर्ज डोक्यावर घेतलेले आहे. त्याचे प्रमाण सध्या जीडीपीच्या ८० ते ८५ टक्के इतके आहे. अशा या वस्तुस्थितीमुळे अनेक अभ्यासकांना भारत एका संकटाच्या उंबरठ्यावर आहे असे वाटते. जेव्हा सरकारच्या अर्थकारणात एकूण महसुलापेक्षा एकूण खर्च अधिक होतो तेव्हा वित्तीय तूट निर्माण होते. जसे सर्वसाधारण कुटुंब आपल्या उत्पन्नापेक्षा खर्च अधिक करते, त्यावेळी उसनवारी करावी लागते. तरच उत्पन्न आणि खर्च यातील दरी भरून काढता येते. त्याचप्रमाणे सरकारलाही उसनवारी करावी लागते. या उसनवारीची कर्जात भर पडते. जर ही उसनवारी देशांतर्गत मार्गाने असली, तर तिची भर अंतर्गत कर्जामध्ये होते. आणि जर ही परदेशी संस्थांकडून असेल, तर त्यातून परकीय कर्जात वाढ होते.

एका अर्थाने कर्जाचे जीडीपीशी गुणोत्तर हे सरकारची पत किती आहे याचे निदर्शक आहे. जर हे गुणोत्तर फारच अधिक असले, तर धनकोच्या दृष्टीने सरकारजवळ कर्जाची परतफेड करण्याची क्षमता नाही असा अर्थ असतो. उदाहरणार्थ येणाऱ्या काळामध्ये जे कराचे दायित्व असते किंवा सरकारी खर्चामध्ये जी काटकसर प्रस्तावित असते ती अनेकदा व्यवहारात उतरत नाही किंवा राजकीयदृष्ट्या मान्य होत नाही. त्यामुळे बाकीची परिस्थिती आहे तशी राहिली तरीही जेव्हा कर्जाची पातळी वाढते, तेव्हा धनको आणखी कर्ज देण्याला राजी नसतात. त्यातून व्याजदर वाढविले जातात आणि एका ठरावीक मर्यादेनंतर कर्ज देण्याचेच थांबविले जाते. जेव्हा असा प्रसंग निर्माण होतो, तेव्हा आणीबाणीची परिस्थिती आहे असे म्हणावे लागते. जून १९९१ मध्ये असा आर्थिक पेचप्रसंग देशाने अनुभवला आहे.

जेव्हा जीडीपीतील वाढ वेगाने होते, त्यावेळी कर्जाचे जीडीपीशी गुणोत्तर कमी होते. परंतु यालाही मर्यादा असतात. जर व्याजदरच वरचा असला आणि जी तूट व्याज रकमेशिवाय आहे (ज्याला प्रायमरी डेफिसिट म्हणजे प्राथमिक तूट म्हणतात) तीसुद्धा मोठी असली, तर व्याजाचे जीडीपीशी गुणोत्तर चढे राहते. गेल्या

काही वर्षांत नेमके असे घडले आहे. त्यामुळे मागील काळात जेव्हा आर्थिक वाढीचा दर उंचावला तेव्हा काही अभ्यासकांनी या वाढत्या कर्जाविषयी जी बेफिकीरी दाखविली आहे त्यातून काही धोके संभवतात.

जो खरा प्रश्न आहे तो पुढेच आहे. हे जे कर्जाचे जीडीपीशी गुणोत्तर आहे ते अधिक आहे म्हणजे किती? एकादृष्टीने हे गुणोत्तर सरकारची कर्जफेडीची किती क्षमता आहे याचे निदर्शन करणारे असले तरीही त्याआधारे एखादा नेमका आकडा सांगता येणार नाही. याची इतरही काही परिमाणे आहेत आणि त्यांना किती वजन द्यायचे, यावर आर्थिक पेचप्रसंग किती गंभीर आहे हे अवलंबून राहील. यासाठी अंतर्गत आणि विदेशी कर्ज यांचा वेगवेगळा विचार करणे संयुक्तिक ठरेल.

जेव्हा देशाचे कर्ज मुख्यत: विदेशी असते त्यावेळी एक परिस्थिती असते. भारतात विदेशी भांडवल मुक्तपणे येऊ शकत नाही. त्याचबरोबर निर्यातक्षेत्रातील कामगिरी खऱ्या परदेशी विनिमयदराचे व्यवस्थापन उपलब्ध असलेला विदेशी चलनाचा साठा आणि जी जुनी कर्जे आहेत त्याच्या परतफेडीच्या वेळा या सगळ्या बाबी लक्षात घ्याव्या लागतात. जेव्हा निर्यात मोठ्या प्रमाणावर होते आणि ती वेगाने वाढते, त्यावेळी कर्जाचे ओझे सहन करता येते कारण परदेशी चलन उपलब्ध होत असते. जर देशाच्या चलनाचे मूल्य खऱ्या अर्थाने वाढू दिले नाही, तर पुढच्या काळात निर्यात स्पर्धेमध्ये टिकणार नाही, अशी परिस्थिती येत नाही. तसेच देशाच्या कर्जामध्ये अल्पकाळाचे प्रमाण लक्षात घेता परदेशी चलनाचा साठा भरपूर असेल, तर धनकोंचा विश्वास टिकून राहतो. तसेच जर कर्ज दीर्घकाळासाठी असले, तर कोणत्याही निमित्ताने भांडवल तातडीने देशाबाहेर नेले जाण्याची शक्यता कमी असते.

यादृष्टीने जून १९९१ मधील परिस्थिती तपासता येईल. देशाच्या कर्जात परदेशी कर्जाचे प्रमाण बरेच होते आणि वर उल्लेखलेल्या अनेक बाबी तेव्हा उपलब्ध नव्हत्या. विशेष म्हणजे परदेशी चलनाचा साठा अगदी खालावला होता, परदेशात कर्जावर जे व्याज द्यावे लागत होते ते निर्यातीतून मिळणाऱ्या उत्पन्नापेक्षा खूपच अधिक होते आणि अल्पकाळाचे कर्ज परदेशी चलनाच्या साठ्याच्या प्रमाणात बरेच जास्त होते. आता पंधरा वर्षांनी भारत अनेक मुद्द्यांवर बराच शक्तिमान आहे. त्यामुळे जरी देशाचे कर्ज आणि जीडीपी याचे गुणोत्तर वरचे असले तरीही परदेशी कर्जाच्या परतफेडीमुळे एखादा पेचप्रसंग निर्माण होईल याची शक्यता खूपच कमी आहे.

या कर्जाच्या विषयाला दुसरी बाजू आहे. जेव्हा सरकार तुटीचा अर्थसंकल्प निर्माण करते आणि त्यामध्ये अधिक भर देशांतर्गत कर्ज उभारण्यावर असतो, तेव्हा परिस्थिती परदेशी कर्जापेक्षा वेगळी असते. भारतामध्ये सध्या अनेक वर्षे हे घडत

आहे. तसेच केंद्र आणि राज्यसरकारांना या दोन्हीही पातळ्यांवर हे लागू पडते. या परिस्थितीत सरकार रोख्यांची विक्री करते आणि रोख रक्कम उभी करते आणि त्यावर एक ठरावीक व्याज देण्याची कबुली देते. भारतात बँका आणि इतर वित्तसंस्था याच मुख्यत: अशा सरकारी रोख्यांची एकरकमी खरेदी करते. या संस्थांनी लोकांकडून ज्या ठेवी स्वीकारलेल्या असतात, त्यांचा वापर करून त्या रोख्यांची खरेदी करत असतात. यातून बँका आणि वित्तसंस्था नफा मिळवितात आणि आपली पत सांभाळतात. या संस्थांना त्यांनी लोकांकडून स्वीकारलेल्या ठेवींवर एक ठरावीक व्याज द्यायचे असते आणि त्यापेक्षा अधिक व्याज त्यांना सरकारी रोख्यातून मिळाले म्हणजे त्या नफा मिळवीतात आणि आपली पत राखतात.

परंतु जसजसे कर्जाचे जीडीपीबरोबरचे गुणोत्तर वाढू लागते तसतसा सरकारच्या क्षमतेवरचा विश्वास कमी होऊ लागतो. ही क्षमता सरकारने रोख्यांवर जे व्याज कबूल केले आहे ते देऊ शकते किंवा नाही, यावर अवलंबून आहे. तसेच जी चालू कर्जे आहेत ती सतत पुढची कर्जे काढून परतफेड करण्याचे प्रमाण कमी होणे महत्त्वाचे आहे. असे जेव्हा होते तेव्हा बँका सरकारी रोख्यामधील गुंतवणूक कमी करण्यास प्रवृत्त होतात. यातूनच सरकारने कर्ज बुडविण्याचा एखादा प्रसंग येऊ शकतो. याला पर्याय म्हणजे सरकार बँका आणि वित्तसंस्था यांच्यावर सक्ती करून त्यांना सरकारी रोखे घेतलेच पाहिजेत, असे प्रयत्न करू शकते. जेव्हा वित्तसंस्थांच्या मनाविरुद्ध सरकारी रोख्यात गुंतवणूक करण्याचे प्रसंग येतात तेव्हा लोकांचा बँकांच्या पतीवरचा विश्वास ढळू शकतो. बँकांनी ज्या सरकारी रोख्यात त्यांच्या ठेवी गुंतविल्या आहेत त्यांचे खरे मूल्य दर्शनी किमतीपेक्षा कमी आहे, असे लोकांना वाटू लागले तर लोकं आपल्या ठेवी काढून घेऊ लागतील आणि त्यातून बँकाच एका पेचप्रसंगात सापडतील.

जेव्हा कधी भविष्यात सरकार आपली कर्जे परत करू शकणार नाहीत, असे लोकांना वाटू लागेल आणि अर्थव्यवस्थाही मंदीच्या लाटेत सापडेल, तेव्हा देशाचे पतनिर्धारण मूल्य कमी होईल व परदेशी गुंतवणूकदार देशातून बाहेर पडू लागतील. हे परदेशी गुंतवणूकदार त्यांच्या मालकीच्या कंपन्या विकून टाकू लागतील आणि त्यांनी ज्या समभागात गुंतवणूक केली आहे, त्याचीही विक्री करू लागतील. जेव्हा गुंतवणूकदारांचा विश्वास संपेल तेव्हा ते आपला निधी देशाबाहेर नेऊ लागतील आणि त्यातूनच रुपयाचे मूल्य एकदम खाली येईल. यालाच बऱ्याचदा आर्थिक पेचप्रसंग असे म्हणतात.

भारताची आजची अर्थव्यवस्था अशापैकी कोणत्याच शक्यतांना तोंड देत आहे असे म्हणता येणार नाही. लोकांचा बँकांवर पक्का विश्वास आहे आणि सरकारने अडचणीत आलेल्या बँकांना वाचविलेले आहे. अर्थात, काही वेळा यामुळे बँका

शहाण्या होण्याऐवजी अधिक बेजबाबदारही होऊ शकतात. त्याचप्रमाणे परदेशी भांडवलही देशाबाहेर नेले जाण्याची शक्यता नाही. त्याचे एक कारण म्हणजे ते भांडवल ज्या कंपन्यांमध्ये आणि समभागांमध्ये गुंतविलेले आहे त्याच्या किमतीही ढासळतील आणि परदेशी गुंतवणूकदारांचेच त्यातून नुकसान होईल. गेल्या काही वर्षांत शेअरबाजारात जेव्हा काही गडबडी झाल्या, त्यावर सेबी या नियमन करणाऱ्या संस्थेने वेळोवेळी योग्य ती कारवाई केलेली आहे आणि लोकांचा शेअरबाजारावरील विश्वास टिकून राहिलेला आहे. म्हणजे भारतात कर्जाचा एकूण बोजा हा जरी टीकेचा रास्त मुद्दा असला तरीही जून १९९१ प्रमाणे येथे कोणताही आर्थिक पेचप्रसंग निर्माण होणार नाही. अर्थात, याचा अर्थ या कर्जाच्या एकूण प्रश्नाविषयी सावधगिरी नक्कीच बाळगावी लागेल आणि वित्तव्यवस्थेमधील सुधारणा याला आजही प्राधान्य द्यावे लागेल. त्याविषयी गाफील राहणे देशाला परवडणार नाही.

■

## ३.११ वित्तीय तूट आणि गुंतवणुकीत वाढ

आर्थिक धोरण ठरविणाऱ्यांच्या मनात एक गैरसमजूत दिसते. व्यापारात जी तूट आहे ती परदेशी गुंतवणूक वाढली तर भरून निघेल. अगदी वित्तमंत्र्यांचाही हा समज झालेला दिसतो. त्यांची एक घोषणा वृत्तपत्रात आली होती (इकॉनॉमिक टाईम्स २३मे२००५). अर्थमंत्री व्यापारातील तूट आटोक्यात ठेवण्यासाठी एफडीआयचे दार खुले करणार, असा त्याचा मथितार्थ होता. वास्तविक पाहता हे नाते उलटे आहे. जेव्हा देशातील परदेशी गुंतवणुकीत वाढ होते तेव्हा व्यापारातील तूट वाढते. याचा अर्थ सोपा आहे. कोणत्याही देशामध्ये जर परदेशी गुंतवणुकीच्या मार्गाने एकूण गुंतवणूक वाढवायची असली तर तो देश आपला व्यापार कसा करतो, यावर त्याचे यश अवलंबून आहे. येथे व्यापारी तूट म्हणजे चालू खात्यातील तूट अभिप्रेत आहे.

यासाठी एक उदाहरण पाहता येईल. बाहेरच्या काही कारणांमुळे परदेशी गुंतवणुकीत वाढ झाली आहे. भारतीय शेअरबाजार आणि बाजारपेठा याविषयी जगात माहिती पसरल्यामुळे जनरल इलेक्ट्रिक (जीई) या अमेरिकेच्या बहुराष्ट्रीय कंपनीने भारतात एक कोटी डॉलर गुंतविण्याचे ठरविले. याचे सोपे उदाहरण म्हणजे ही गुंतवणूक भारताबाहेर जे यंत्र बनविण्यात आले आहे त्यात करण्यात आली. आता जीई कंपनीने या मशीनची आयात केली, तर त्यातून आपोआपच व्यापारातील तुटीत वाढ होईल. अर्थात, हा आकडा किरकोळ आहे.

दुसरी एक शक्यता अजमावता येईल. जर जीईने जे यंत्र भारतात बनले आहे त्यात १ कोटी (दहा मिलियन डॉलर) गुंतविले तर काय होईल? मग जीई कंपनी प्रथम आयसीआयसीआयसारख्या एखाद्या भारतीय बँकेकडे जाईल आणि त्यांच्या डॉलरचे रुपयात रूपांतर करेल. समजा, हा दर डॉलरमागे पन्नास रुपये असला तर जीईकडे रु. ५० कोटी (५०० मिलियन) असतील आणि आयसीआयसीआय बँकेकडे एक कोटी डॉलर असतील. जीई आपल्याकडच्या रुपयातून यंत्राची खरेदी पुरी करेल. परंतु आयसीआयसीआय बँकेच्या हातात १ कोटी (दहा मिलियन डॉलर) शिल्लक राहतील कारण त्या बँकेने डॉलरमध्ये पैसे ठेवण्याचे काही प्रयोजन नाही.

अशा परिस्थितीत बँकेला एक पर्याय आहे. तो म्हणजे त्यांच्या हातातील

डॉलर रिझर्व बँकेला विकायचे आणि त्या बदल्यात रु. ५० (५००मिलियन) कोटी घ्यायचे. या व्यवहारात रिझर्व बँकेकडे डॉलर गोळा होतील आणि ती हे डॉलर अमेरिकेच्या ट्रेझरी बिलामध्ये गुंतवेल. अशा घडामोडीमध्ये भारतामध्ये नक्त परदेशी गुंतवणूक झाली असे म्हणता येणार नाही. जे जीई कंपनीने एक कोटी (१० मिलियन) डॉलर देशात आणले तितकी नेमकी रक्कम रिझर्व बँकेने अमेरिकेच्या ट्रेझरी बिलात गुंतविली. जणूकाही देशामध्ये डॉलर आलेच नाहीत. आणि आरबीआयने जीई कंपनीला दहा मिलियन डॉलरच्या बदल्यात रु. ५० कोटी (५०० मिलियन) बदलून दिले. त्यातून जीई कंपनीने देशामध्ये यंत्राची खरेदी पुरी केली.

समजा, या क्रमाने गोष्टी घडल्या तर बहुदा आरबीआय देशामध्ये हे जे अधिक रुपये ५० (५०० मिलियन) कोटी आले, त्यातून चलनवाढ झाली, असा निष्कर्ष काढेल. या समजुतीमुळे ती हा परिणाम प्रभावशून्य करण्याचा प्रयत्न करेल. यालाच तांत्रिक भाषेत स्टेरिलायझेशन असे म्हणतात. यासाठी बँक हे रुपये ५० कोटी (५०० मिलियन) सरकारी रोख्यामध्ये गुंतवेल आणि मुद्रापुरवठा वाढवेल. या सगळ्याचा एकत्रित परिणाम म्हणजे मुद्रापुरवठ्यात बदल होणार नाही आणि देशामध्ये विदेशी निधीही येणार नाही.

वर उल्लेखिलेले उदाहरण लक्षात घेतले, तर जीई कंपनीने जी गुंतवणूक केली, ती भारतीय कंपनीने जी गुंतवणूक केली असती त्या जागी झाली असे म्हणता येईल. जर जीई कंपनीने ही गुंतवणूक केली नसती, तर कोणत्याही एखाद्या भारतीय कंपनीने या यंत्राची खरेदी केली असती. तसेच या खरेदीसाठी त्या भारतीय कंपनीने जो निधी वापरला असता तो आरबीआयने सरकारी रोख्यांच्या खरेदीसारखाच असता. जर जीई कंपनीने भारतात नक्त गुंतवणूक करावी अशी अपेक्षा असली, तर आरबीआयने जीई कंपनी जे डॉलर भारतात आणते ते खरेदी करता कामा नयेत. असे झाले तर आयसीआयसीआय बँकेला जे जीई कंपनीकडून एक कोटी (दहा मिलियन) डॉलर मिळाले आहेत ते विकण्यासाठी एक खरेदीदार शोधावा लागेल. असा खरेदी करणारा ग्राहक येथे आहे. जी कंपनी जीई कंपनीने खरेदी केलेले यंत्र मिळवू शकली नाही ती या डॉलरची बँकेकडून खरेदी करू शकते. मग ही कंपनी त्यांच्याकडे जे वाचलेले रुपये आहेत त्यातून डॉलर खरेदी करेल आणि परदेशांतून तसेच एक दुसरे यंत्र आयात करेल. समजा, असे घडले तर जीईची गुंतवणूक ही नक्त वाढीव झाली असे म्हणता येईल. परंतु त्यातूनच व्यापारातील तूटही वाढलेली असेल.

वर उदाहरण म्हणून ज्या शक्यतांची चर्चा केली आहे त्याच्या मुळाशी अधिदान शेषाची (बॅलन्स ऑफ पेमेंट्स) संकल्पना आहे. चालू खात्यातील तूट (करंट अकाउंट डेफिसिट/सीएडी) ही नक्त भांडवलाच्या आयातीइतकी असते. फक्त त्यातून आरबीआयने खरेदी केलेली परदेशी हुंडणावळ (फॉरिन एक्सचेंज /एफएक्स) वजा करायची. अशा उदाहरणात चालू खात्यातील तूट ही व्यापारातील तुटीबरोबर

समजता येईल. शिवाय भांडवली निधीची जी आयात होईल त्यात परदेशी गुंतवणूक, अनिवासी भारतीयांच्या ठेवी आणि परदेशांत उभारलेली कर्जे यांचा समावेश होईल. वर उल्लेखिलेल्या जीईच्या उदाहरणात जर नक्त भांडवली निधीची आयात १ कोटी (दहा मिलियन डॉलर)नी वाढली, तर परदेशी हुंडणावळ वाढत नाही. पण चालू खात्यातील तूट ही १ कोटी (दहा मिलियन डॉलर)ने वाढते.

वर उल्लेखिलेला व्यवहार पुरा करायचा असला तर परदेशी गुंतवणूक आणि चालू खात्यातील तूट ही देशांतर्गत होणाऱ्या गुंतवणुकीशी जोडली पाहिजे. जर हे करायचे ठरले, तर या चर्चेमध्ये बचत आणि गुंतवणूक ही संकल्पना आणली पाहिजे. त्यानुसार खासगी गुंतवणूक ही कुटुंबे आणि कंपन्या यांच्या गुंतवणुकीची बेरीज असेल. आणि सरकारने केलेली बचत आणि परदेशी मार्गांनी झालेली बचत यांचा विचार करावा लागेल. सरकारने केलेली बचत ही राजकोषीय शिल्लक समजता येईल आणि परदेशी मार्गांनी केलेली बचत म्हणजे चालू खात्यातील तूट असे समजता येईल.

सरकार जेव्हा वित्तीय तूट करते तेव्हा तो खर्च आणि महसूल यातील फरक असतो. असे करताना सरकार बँका आणि वित्तसंस्थांना रोखे विकते. जेव्हा असा व्यवहार होतो तेव्हा कुटुंबे आणि कॉर्पोरेशन्स यांनी जी खासगी बचत केलेली असते त्यातील काही भाग सरकार आपल्याकडे वळवते. यामुळे खासगी गुंतवणूकदारांची नक्त बचत त्या प्रमाणात कमी होते. त्याप्रमाणे जेव्हा आपण परदेशांत जी निर्यात करतो, त्यापेक्षा परदेशी सूत्रांकडून येथे अधिक निर्यात होते. त्यावेळी ते आपल्या बचतीतील काही भाग येथे गुंतवितात.

वर मांडणी केलेल्या दोन संकल्पनांचा एकत्रित विचार करता येईल. जर देशामधील गुंतवणुकीसाठी मागणी भरपूर असली तर काय होईल? जर सरकारने आपली तूट कमी केली नाही आणि खासगी बचतही आहे तशीच राहिली, तर अधिक गुंतवणूक करण्याचा एकच मार्ग राहतो आणि तो म्हणजे चालू खात्यातील तूट. जर आरबीआयने परदेशी चलनाची अधिक खरेदी केली आणि या पर्यायात अडचण आणली तर चलनवाढ होईल अगर व्याजदर वाढतील आणि त्यातून गुंतवणुकीसाठी असलेली मागणी कमी होईल.

यातून एक बाब लक्षात ठेवली पाहिजे. जर सतत चालू खात्यातील तूट मोठी ठेवली आणि त्यातून गुंतवणूक वाढविण्याचा प्रयत्न केला, तर त्यात काही धोके असू शकतात. असे पूर्वी एकदा १९९१ मध्ये घडले. त्या अनुभवातून देशाने धडाही घेतला. जर वित्तीय तूट आटोक्यात आणली नाही, तर गुंतवणूक वाढविणे दीर्घकाळात फारसे शक्य होत नाही. अर्थात, यावर एक मार्ग म्हणजे जर कुटुंबांनी खासगी बचत अधिक केली, तर त्यातून काही प्रमाणात मार्ग निघू शकतो.

■

# ३.१२ सरकारी तुटीमध्ये घट

सचिव, डेव्हलपमेंट ग्रुप, पुणे  केंद्रसरकारचा अर्थसंकल्प दरवर्षी फेब्रुवारीच्या अखेरीला सादर होतो तेव्हा त्यातून अनेक हेतू साधायचे असतात. गेल्या काही वर्षांत प्रसारमाध्यमांनी हा पारंपरिक सोपस्कार एक मोठा नाट्यमय आणि सार्वजनिक करमणुकीचा प्रसंग बनविलेला आहे. फक्त राजकारणीच नव्हे तर व्यापार, धंदे आणि उद्योग आणि वेगवेगळे बोलघेवडे सल्लागार यांच्या प्रसिद्धीच्या लालसा उफाळून येतात, तरीही लोकशाहीमध्ये सरकारबाहेरच्या अनेक हितसंबंधीयांना आपले आग्रह लालित्यपूर्ण भाषेत मांडता येण्याची संधी मिळते याचे एक आपले स्थान आहे. परंतु अशा हौसेच्या आणि मौजेच्या प्रसंगातूनही काही गंभीर गोष्टी साधायच्या असतात.

त्यातील एक म्हणजे अर्थव्यवस्थेची कार्यक्षमता आणि उत्पादकता वाढविण्याच्या दृष्टीने तपशीलवार पावले टाकणे. त्याचबरोबर सरकारीव्यवस्थेमध्ये वर्षानुवर्षे एक अनास्था आणि अकार्यक्षमता रुळलेली असते, त्याचीही काही किंमत चुकती करावी लागते. काहीवेळा या अकार्यक्षमतेचा आकड्यात विचार केला, तर त्यातून किती मोठ्याप्रमाणावर साधनसामग्री वाया घालविण्यात येते याचा अंदाज धक्का देणारा असतो. भारतात हा आकडा जवळपास एकूण ग्रामीण विकासावर जितका खर्च होतो किंवा वित्तीय तुटीतून सुमारे जीडीपीच्या अर्धा टक्का घट होईल, किंवा देशाच्या सगळ्या प्राथमिक तुटीच्या आकड्याइतका आहे.

ही सगळी निरीक्षणे करणे गेल्या काही वर्षांतच शक्य झाले आहे. केंद्रसरकारच्या प्रकल्पांचा दर्जा काय आहे याची दर तिमाहीला कार्यक्रम अंमलबजावणी विभाग आकडेवारी प्रसिद्ध करत असते. या प्रकल्पांची मुख्य कमतरता म्हणजे हे प्रकल्प वेळेवर पुरे न झाल्यामुळे त्याचा वेळ आणि खर्च वाढत असतो. मागच्या काही वर्षांत यात काही सुधारणा झालेली आहे. जून २००५ सालापर्यंतच्या आकडेवारीनुसार केंद्रसरकारचे एकूण ६४८ प्रकल्प अंमलबजावणीच्या अवस्थेत होते. त्यातील ७९ प्रकल्पांच्या बाबतीत वेळ आणि खर्च वाढलेला होता. यातील खर्च वाढण्याचे प्रमाण रु. २६,८२० कोटी होते आणि मूळ खर्चापेक्षा ही ७८ टक्क्यांची वाढ होती. तसेच जे वेळेचे गणित होते ते कोलमडून पडले होते. काही प्रकल्पांसाठी तर एकवीस

वर्षांपेक्षा अधिक काळाची दिरंगाई झाली होती. या ७९ प्रकल्पांत जे वेळापत्रक लांबले आणि जो खर्च वाढला त्यांचा वेगळा विचार करून, त्यामुळे प्रकल्प नियोजनातील त्रुटींची किती मोठी किंमत द्यावी लागली हे अधिक तपशिलात बघण्यासारखे आहे. हे संशोधन आयसीआरए मॅनेजमेंट सर्व्हिसेस यांनी केलेले आहे.

या केंद्रीय प्रकल्पांतील जे खर्च वाढले, त्यामध्ये चलनवाढीचा आणि इतर बाबींचा भाग किती होता हे वेगवेगळे पाहता येईल. चलनवाढीचा परिणाम लक्षात घेण्यासाठी वेगवेगळ्या क्षेत्रांमध्ये प्रकल्प लांबण्याच्या काळात जो चलनवाढीचा सरासरी दर होता तो लक्षात घेण्यात आला. इतर बाबींचा विचार करताना जो निविष्टांचा खर्च वाढला तो लक्षात घेण्यात आला नाही. उदाहरणार्थ, एखाद्या प्रकल्पात निधीची अडचण होऊ शकते. म्हणजे जर प्रकल्पाचा कालावधी लांबला, तर त्यासाठी जे कर्ज घ्यावे लागेल त्यावरच्या व्याजात वाढ झालेली असू शकते. अशा निधीच्या कमतरतेबरोबर इतरही काही कारणांमुळे प्रकल्पाची अंमलबजावणी लांबणीवर पडू शकते. उदाहरणार्थ, प्रकल्पासाठी जमीन मिळविण्यात अडचणी येऊ शकतात, कायदा आणि सुव्यवस्थेचे प्रश्न निर्माण होऊ शकतात, नेमक्या तंत्रज्ञानाची निवड करण्यात दिरंगाई होऊ शकते, कंत्राटदार निवडताना वेळ जातो, नागरी बांधकामे वेळेवर पुरी होत नाहीत, शासनाकडून परवानग्या मिळविण्यात वेळ जातो, न्यायालयात खेटे घालावे लागतात, असे प्रसंग सांगता येतात. थोडक्यात, अशा सर्व बाबी सरकारी यंत्रणेशी निगडित असल्यामुळे त्यांचा एकत्रित विचार केला आहे.

या इतर बाबींमध्ये व्याजाचा बोजा आणि इतर अडचणी असा फरक करता येईल. यासाठी प्रकल्प लांबणीवर पडल्यामुळे वेगवेगळ्या क्षेत्रांत व्याजदराचा परिणाम काय झाला, याचा अंदाज बांधता येतो.

या संशोधनातून एक निष्कर्ष पुढे येतो. ज्या क्षेत्रांमध्ये गेल्या काही वर्षांत सरकारचा हस्तक्षेप कमी झाला आहे तेथे इतर बाबींमुळे जी अंमलबजावणीमध्ये दिरंगाई होत होती ती कमी झाली आहे. ही तुलना करण्यासाठी ज्या क्षेत्रात सरकारची नियंत्रणे कायम आहेत, त्यांचा विचार करण्यात आला. याचे एक उदाहरण म्हणजे विमानचालन विभाग. या क्षेत्रामध्ये दीर्घकाळ सरकारची मक्तेदारी आहे आणि गेल्या काही वर्षांत यात अनेक नवे निर्णय घेण्याचा प्रयत्न होत आहे आणि त्यामुळे त्यावर बरीच उलटसुलट सार्वजनिक चर्चा चालू असते. यातील एक बाब म्हणजे हवाईअड्ड्यांचे आधुनिकीकरण आणि खासगीकरण. या सगळ्या विषयात इतर बाबींच्या परिणामांमुळे प्रकल्प अंमलबजावणी लांबलेली आहे आणि त्यात इतर बाबींना ९४ टक्क्यांचे वजन आहे. याचबरोबर रस्तेबांधणीचे उदाहरण घेता येईल ज्यात महामार्गांचा बांधणी प्रकल्प चालू आहे. यासाठी नॅशनल हायवे ॲथॉरिटी ऑफ इंडिया ही निमसरकारी यंत्रणा काम करत आहे. यांच्या प्रकल्पांच्या अंमलबजावणीत इतर बाबींमुळे झालेल्या

दिरंगाईपोटी ४६ ते ४९ टक्के आहेत.

या विषयाला आणखी दुसरे एक अंग आहे. दूरसंचारसारखी क्षेत्रे अशी आहेत ज्यांना स्पर्धेमध्ये उतरावे लागलेले आहे आणि यांच्या प्रकल्पांच्या अंमलबजावणीमध्ये वेळेची फारशी दिरंगाई झालेली दिसत नाही. नगरविकास क्षेत्रात दिल्ली मेट्रो प्रोजेक्ट (डीएमआरसी) आणि कोलकता मेट्रो एक्स्टेंशन प्रोजेक्ट राबविण्यात येतात. त्यांचा अनुभव तपासला तर चांगले प्रकल्प नियोजन कसे असावे, याचा त्यात वस्तुपाठ घालून देण्यात आलेला आहे. परंतु त्यामध्ये इतर बाबींचा परिणाम होऊन प्रकल्प लांबलेले आहेत. या इतर बाबींमध्ये मुख्य बाब आहे ती जमीन ताब्यात मिळण्याची प्रक्रिया. ही फार अडचणींनी भरलेली आहे आणि त्यावर फारसा काही उपाय नाही. डीएमआरसी प्रकल्पात या इतर बाबींना ७२ टक्के आणि कोलकता मेट्रो प्रकल्पाला ८७ टक्के दिरंगाईसाठी देण्यात आलेले आहेत.

या लेखात जो इतर बाबींचा विचार करण्यात आला आहे, त्यामुळे जी दिरंगाई झाली आणि खर्च वाढला त्याचा एकूण आकडा रु. १७,५६२ कोटी इतका मोठा आहे. ग्रामीणविकासासाठी जी तरतूद आहे तो आकडा रु. १३,९९२ कोटी आहे. जर केंद्रसरकारची प्राथमिक तूट (प्रायमरी डेफिसिट) लक्षात घेतली, तर तो आकडा रु. १७,१९९ कोटी आहे. तसेच केंद्रसरकारची निवृत्तिवेतनाची जबाबदारी रु. १९,५४२ कोटी आहे. जर या इतर बाबींमुळे होणारी खर्चातील वाढ टाळता आली, तर सरकारच्या वित्तीय तुटीमध्ये जी घट होईल ती सुमारे जीडीपीच्या अर्धा टक्का असेल. प्रकल्पांच्या दिरंगाईमुळे होणारी खर्चातील प्रचंड वाढ लक्षात घेता अगदी एक टक्का म्हणजे रु. १७६ कोटी वाचविता आले, तर त्यातून अनेक लहानसहान सरकारी विभागांसाठी खर्चाची तरतूद करता येईल.

अमेरिकेचे पूर्वीचे अध्यक्ष रोनाल्ड रेगन यांनी शासनयंत्रणेचे नेमक्या शब्दात वर्णन केलेले आहे. सरकार म्हणजे एका लहान बाळासारखे असते. त्याला खूप भूक लागते पण कोणतीच जबाबदारी नसते. कारण किती खावे हे त्याला अजून शिकायचे असते. विशेषत: भारतासारख्या लोकशाही देशात राजकीय पक्षातील स्पर्धा शिगेला पोहोचली आहे, प्रादेशिक आकांक्षा आणि त्यावर आधारलेले पक्ष यांची भूक वाढलेली आहे आणि त्याचबरोबर राष्ट्रीय जबाबदारीची जाणीव घसरणीला लागलेली आहे. याचा परिणाम म्हणून केंद्रसरकारमध्ये दर पाच वर्षांनी आघाडीची राज्ये सत्तेवर येत आहेत आणि त्यामध्ये जे राष्ट्रीय पक्ष असतात त्यांची प्रादेशिक पक्ष फरपट करत आहेत. अशा वातावरणात लोकानुनय करण्यासाठी आणि सत्ता टिकवून धरण्यासाठी जे राजकारण करावे लागते त्याचा परिणाम म्हणून सतत नवे नवे विकास कार्यक्रम जाहीर करण्याची एक नवीन परंपरा गेल्या पंधरा वर्षांत सुरू झाली आहे. याचा एक दुर्दैवी परिणाम म्हणजे जे मूलभूत विकासाचे कार्यक्रम आहेत आणि प्रकल्प आहेत,

त्यांच्या अंमलबजावणीत दिरंगाई वाढणार आहे आणि त्यांचे खर्चही वाढणार आहेत. देशातील जनतेपुढे अशा प्रकारच्या लोकशाहीमुळे विकासप्रक्रियेवर काय परिणाम होतो आणि याची किंमत कोण चुकती करते हे सगळे आले पाहिजे. यातूनच जनतेचे आणि त्यांच्या प्रतिनिधींचे प्रबोधन होणार आहे.

■

# ३.१३ वित्तीय तुटीवर कायद्याचे बंधन

केंद्रीय वित्तमंत्र्यांनी २८ फेब्रुवारी २००५ रोजी २००५-०६ वर्षाचा अर्थसंकल्प सादर केला आणि त्यामध्ये वित्तीय तुटीवर कायद्याचे बंधन आणणारा एफआरबीएम ॲक्ट (फिस्कल रिस्पॉन्सबिलिटी ॲन्ड बजेट मॅनेजमेंट) संसदेमध्ये मांडला. गेली अनेक वर्षे हा वित्तीय तुटीचा आणि कर्जाच्या बोजाचा विषय अर्थव्यवस्थेमध्ये अधिकाधिक गंभीर बनलेला आहे. तसेच जगभरात असे अनुभव काही देशांनी घेतल्यावर त्यांच्या व्यवस्था धोक्यातही आलेल्या आहेत. अमेरिकेचे उदाहरण पाहिले तर असा धोका इतर देशांनाही अडचणीत आणू शकतो, असा नवा अनुभव आहे.

युरोपियन युनियनमधील देशांनी स्टॅबिलिटी पॅक्ट म्हणजे स्थैर्याचा करार करून आपल्या सदस्यांना कायद्याच्या बंधनात गुंतविलेले आहे. तेथे देशाची तूट जीडीपीच्या तीन टक्क्यांपेक्षा अधिक असू नये ही मर्यादा आहे आणि ती ओलांडली, तर त्या देशाला दंड भरावा लागतो. यामुळेच तेथे फ्रान्स आणि जर्मनी हे दोन मोठे देश टीकेचा विषय झालेले आहेत.

भारतातही केंद्राबरोबरच राज्यसरकारांच्या व्यवस्थाही कर्जाच्या बोज्याखाली घुसमटल्या आहेत आणि गेली अनेक वर्षे विकासकामांवरील भांडवली खर्च नगण्य झाला आहे. सार्वजनिक हिताच्या दृष्टीने जेव्हा विकासाची कामे रखडली जातात तेव्हा फक्त आहे ते प्रश्नच बिकट होतात असे नाही, तर आर्थिक वाढीच्या क्षमतेवरही परिणाम होतो. याचे सगळ्यांत ठळक उदारहण म्हणजे कृषिक्षेत्राची पीछेहाट आणि त्यामध्ये भांडवल गुंतवणुकीचा दुष्काळ. यामुळे आता कायद्याचा बडगा दाखवूनच वित्तीय तुटीवर उपाय शोधण्याचा प्रयत्न चालू आहे.

सन २००४ -०५ वर्षासाठी वित्तमंत्र्यांनी वित्तीय तूट ४.५ टक्क्यांवर रोखली. परंतु ते करण्यासाठी त्यांनी आठ हजार कोटी रुपयांच्या योजनेमधील खर्चात कपात केली. आता २००५ -०६ वर्षासाठी वित्तीय तूट ४.३ टक्क्यांवर मर्यादित करण्याचे आश्वासन देण्यात आलेले आहे. त्यासाठी आघाडीतील डाव्या पक्षांनी आग्रह धरल्यामुळे समान किमान कार्यक्रमासाठी सुमारे रु. २५,००० कोटींची अधिक तरतूद केलेली आहे. आता या कार्यक्रमावर एकूण रु. ७५,००० कोटी खर्च

करण्याचा प्रस्ताव आहे.

परंतु यासाठी मोठी किंमत चुकती करावी लागणार आहे. केंद्र जे राज्यसरकारांना योजनेसाठी साहाय्य देते त्यात सुमारे रु. २१,००० कोटी कमी देणार आहे. येत्या वर्षातील योजनेवरील खर्चासाठी रु. १,७२,५०० कोटी दाखविण्यात आले आहेत. परंतु जो खर्चाचा तपशील एकत्रितपणे देण्यात आलेला आहे, त्यातून मिळणारा आकडा रु. १,४३,४८७ कोटी इतका होतो. म्हणजे मागील २००४ -०५ वर्षासाठी जो सुधारित अंदाज आहे, त्यापेक्षा हा आकडा फक्त ४.३ टक्क्यांनी अधिक आहे. या दोन्हीही आकड्यांमध्ये सुमारे रु. २९,००० कोटी रुपयांचा फरक आहे आणि हा फरक राज्यांनी बाजारातून कर्जे उभारून भरून काढायचा आहे.

केंद्रसरकारप्रमाणेच राज्यसरकारांनीही वित्तीय शिस्तीचे नियम पाळावे अशी अपेक्षा आहे. शिवाय राज्यसरकारांनीही या शिस्तीसाठी कायदा करावा असा मतप्रवाह आहे. महाराष्ट्र सरकारही असा कायदा २००५ - ०६ सालापासून स्विकारणार आहे. एकदा राज्यसरकारांनी बाजारपेठेत उभे राहून आपल्या इभ्रतीवर कर्ज काढावे, असे ठरल्यावर नव्या अडचणी उभ्या राहणार आहेत. काही झाले तरी नजीकच्या काळात राज्यसरकारे यात फार यश मिळवू शकणार नाही आणि त्यामुळे त्यांनी इतके सुमारे रु. २९,००० कोटी बाजारातून उभे करायचे असले, तर केंद्राने या बाबत दाखविलेला खर्चही बराचसा काल्पनिकच असेल असे दिसते. शिवाय राज्यांमध्ये अगोदरच भौतिक आणि सामाजिकक्षेत्रांमध्ये पायाभूत सुविधा गेली अनेक वर्षे दुर्लक्षित राहिलेल्या आहेत. त्यामुळे येत्या काळात ही त्रुटी अधिकच वाढेल असे दिसते.

म्हणजे केंद्रसरकार आपल्या दृष्टीने युनायटेड प्रोग्रेसिव्ह अलायन्स (युपीए) या आघाडीमधील आपल्या डाव्या पक्षाच्या सहकाऱ्यांना चुचकारण्यासाठी अशा जबाबदाऱ्या राज्य सरकारांवर सोपवून आपली स्वत:ची सुटका करून घेत आहे. त्याचवेळी राज्यसरकारे मात्र आहे त्या अडचणींच्या ओझ्याखालीच दबल्यामुळे विकासकामात अधिकच मागे पडतील आणि विकासाची गती मंद होईल. जर राज्ये विकासात मागे राहणार असली, तर सगळा देश मिळून विकासात कसा आघाडी घेणार? देशाच्या अर्थमंत्र्यांनी आपल्यापुरती सुटका करून घेतली तरीही सत्तेमधील केंद्रीय नेतृत्वाला याचे उत्तर शोधावेच लागेल.

हा जो प्रस्तावित एफआरबीएम कायदा आहे, त्यातून वित्तमंत्र्यांचे निर्णय स्वातंत्र्य मर्यादित करण्याची कल्पना आहे. एकादृष्टीने गेल्या दहा वर्षांत राजकीय पक्ष जे राजकारण करत आहेत त्याचा परिणाम म्हणून असे कायद्याचे पर्याय पुढे येत आहेत असे दिसते. हेच मुळात आक्षेपार्ह आहे. कारणे कोणतीही असली तरी राजकीय पक्ष हतबल झालेले आहेत आणि त्यांचे नेतृत्व लांबचा विचार करायला तयार नाही हे काही कायद्याच्या मार्गाचे समर्थन होऊ शकत नाही. याचे कारण

म्हणजे जर मुळात राजकीय इच्छाशक्ती नसली आणि सहमती नसली, तर कोणतेही कायदे केले तर ते अमलात न आणण्याचे कौशल्य राजकारण्यांत आहे. तसेच कायद्यातील त्रुटी शोधून त्यातून घटनेचे वाद निर्माण करणे आणि ते सुप्रीम कोर्टाच्या दारात नेऊन उभे करणे याचेही कसब राजकीय पक्षांनी दाखविलेले आहे. जसे लोकप्रतिनिधींच्या पक्षबदलाच्या विरोधाच्या कायद्याचे हसे झाले तीच गोष्ट या एफआरबीएमबाबतही घडू शकते.

दुसरा प्रश्न भरीव आहे. वित्तीय तूट निर्माण झाली म्हणजे कोणते गंभीर परिणाम होतात? एफआरबीएमचे सगळे समर्थन त्याच्याशी निगडित आहे. वित्तीय तूट हाताबाहेर गेली म्हणजे वाढीचा दर कमी होतो, व्याजदर वाढतात, अधिदानशेषात प्रश्न निर्माण होतो आणि देशांतर्गत कर्जाचा डोंगर उभा राहतो. काही अभ्यासकांना याविषयी शंका आहेत.

जेव्हा देशाच्या आर्थिक वाढीचा दर सहा टक्क्यांच्या आसपास झाला, तेव्हा केंद्र आणि राज्यसरकारांच्या एकत्रित वित्तीय तुटीचे जीडीपीशी गुणोत्तर दहा टक्क्यांवर पोहोचले. या पातळीवरील तूट अशीच चालू राहिली, तर आर्थिक वाढीचा दर पुढे वरच्या पातळीवर नेता येणार नाही असे सगळे मानू लागले. बचत आणि गुंतवणूक ही सुमारे २३ टक्क्यांभोवती स्थिर झाली. एफआरबीएम कायद्यामध्ये वित्तीय तूट जीडीपीच्या तीन टक्क्यांवर आणण्याचे बंधन आहे आणि हे साध्य झाले म्हणजे बचत आणि गुंतवणुकीचा दर ३० टक्क्यांपर्यंत वाढू शकेल, असा त्यामागचा होरा आहे. अशी सगळी आकडेवारी जमली, तर आर्थिक वाढीचा दर सात ते आठ टक्क्यांपर्यंत नेता येईल, असे राज्यकर्त्यांना वाटते.

या सगळ्या काळात वित्तीय तुटीचे प्रमाण जवळपास आहे तेथेच आहे; परंतु आर्थिक वाढीचा दर मात्र सात टक्क्यांवर पोहोचला आहे. २००३ -०४ वर्षात तर हा दर ८.२ टक्केसुद्धा होता. सरकारचे जे अधिकृत प्रकाशन आहे त्या इकॉनॉमिक सर्व्हेमध्ये आता अर्थव्यवस्था सात टक्क्यांच्या दराने वाढू शकते, असे विश्वासाने म्हटले आहे. बचतीचा दर २८ टक्के झाला आहे आणि गुंतवणुकीचा दर २६ टक्के झाला आहे. व्याजदर वाढतील आणि गुंतवणूक मंदावेल अशी भीती होती; परंतु तुलनेने ते स्थिरच आहेत. त्याचे एक कारण म्हणजे गुंतवणुकीसाठी जी मागणी लागते ती पुरेशी वाढलेली नाही. २००१-०२ ते २००३-०४ या काळात गुंतवणूक थोडीशी वाढलेली होती. परंतु व्याजदर मात्र हलले नाहीत.

हे असे घडण्याची कारणे आणखी वेगळी आहेत. देशाच्या परदेशी चलनाच्या साठ्यात सतत वाढ होत आहे. मार्च २००५च्या मध्यास ही पातळी १४० अब्ज (१४० बिलियन) डॉलरवर गेली होती. देशाच्या परकीय चलनाच्या साठ्यात जी मोठी सुधारणा झाली त्याचा आता देशातील अर्थव्यवस्थेवर परिणाम होत आहे.

तसेच किंमतवाढ होण्यामध्ये खनिज तेलाच्या किमतीचा वाटा मोठा आहे. गेल्या काही वर्षांत देशाची अर्थव्यवस्था आणि व्यापार जागतिक व्यवस्थेबरोबर अधिक जोडला गेल्यामुळे किमतींवर नियंत्रण राखणे जड जात आहे. त्याचा परिणाम म्हणून व्याजदरही दबावाखाली येत आहेत.

वित्तीय तूट का आटोक्यात आणावी याची अनेक कारणे देता येतील. परंतु देशांतर्गत लगेचच कर्जाचा डोंगर उभा असल्यामुळे एक आणीबाणीची परिस्थिती उभी राहिली आहे, असे म्हणणे अतिशयोक्तीचे होईल. एकतर जे परदेशी गुंतवणूकदार आणि संस्था आहेत त्या उत्साहाने बाहेरून निधी आणून येथील शेअरबाजारात गुंतवत आहेत. मागील पाच वर्षे केंद्राच्या कर्जाचे जीडीपीशी जे गुणोत्तर आहे ते हळूहळू वाढत होते; परंतु आता मात्र ते कमी होईल अशी चिन्हे दिसत आहेत.

इकॉनॉमिक सर्व्हे (२००४-०५) अहवालात याची आकडेवारी आहे. २००२ - ०३ मध्ये हे गुणोत्तर सर्वांत अधिक म्हणजे ६३.३ टक्क्यांवर होते आणि ते २००३ -०४ मध्ये ६२.५ टक्क्यांवर आले आणि २००४ -०५ मध्ये ते ६२ टक्क्यांवर उतरले. एका अर्थाने आर्थिक वाढीचा दर उंचावला, तर काही प्रमाणात कर्जाचा प्रश्न आटोक्यात येतो अशी चिन्हे दिसत आहेत. म्हणजे वित्तीय तुटीमुळे वाढीचा दर मंदावण्याच्या ऐवजी वित्तीय तुटीचा प्रश्नच आटोक्यात येत आहे असे म्हणता येईल.

अर्थात, वित्तीय तुटीचे अनेक अंगांनी विश्लेषण केले, तर तो एक गंभीर प्रश्न आहे हे मान्यच करावे लागेल. देशाच्या पातळीवर त्याचा एक विचार करता येईल; परंतु राज्यसरकारांच्या पातळीवर त्याचे अनेक दुष्पपरिणाम लोकांना दिसत आहेत. सगळीच राज्यसरकारे आपल्या कर्मचाऱ्यांवरील खर्च आणि आपल्या मागील कर्जाचे व्याज फेडण्यात फसलेली आहेत. किंबहुना अनेक सरकारे त्यांचे चालू खर्च भागविण्यासाठीही नवीन कर्जे काढून कर्जाच्या सापळ्यात अडकलेली आहेत. अधिक काळजीची बाब म्हणजे राज्यसरकारांचा सगळा महसूल या खर्चांमध्ये व्यस्त होत असल्यामुळे विकासकामांसाठी निधीच उरलेला नाही. त्यातून अनेक गंभीर परिणाम येत्या काळात राज्यसरकारांना भोगावे लागतील हे उघड आहे. त्यातूनच अनेक राज्यांमध्ये राजकीय प्रकिया वादळात सापडलेली आहे.

खरोखरी कोणत्या पातळीवरचे कर्ज हे सहन होण्यासारखे आहे याचे उत्तर आपण कर्जाची कोणती व्याख्या करतो, यावर अवलंबून आहे. केंद्रातील केळकर अभ्यास गटाने एफआरबीएम कायद्याच्या संदर्भात केंद्राचे कर्जाचे जीडीपीशी गुणोत्तर ६८ टक्के आहे असे म्हटले आहे. रिझर्व बँकेच्या अंदाजानुसार ते ६३ टक्के आहे. आणखी काही अभ्यासातून ते ५७ टक्के आहे, असेही म्हणता येईल. थोडक्यात, म्हणजे हा एक संशोधनाचा गहन विषय आहे आणि येत्या काळात त्यावर अधिक

प्रकाश पडेल. तसेच वित्तीय तूट हा एक जरूर गंभीर प्रश्न आहे; परंतु केवळ एफआरबीएमसारखा कायदा केला म्हणजे त्यावर मात करता येईल ही एक फसवणूक ठरेल. राजकीय पक्ष आणि नोकरशाही हे अनेकदा आपले अपयश आणि आपली लबाडी लपविण्यासाठी नवीन नवीन कायदे करतात आणि प्रश्नावर तोडगा शोधल्याचा आविर्भाव करतात. नंतर कायद्याच्या अंमलबजावणीत अनेक गळत्या आणि अनेक फसगती होऊ लागल्यावर सगळ्या गोष्टी कोर्टाच्या दारात नेता येतात. वित्तीय तूट कमी करण्यासाठी राजकीय इच्छाशक्ती पाहिजे आणि त्याजागी कायदा हे त्याचे उत्तर नाही.

■

# ३.१४ सरकारचा निर्धार डळमळीत

पन्नास वर्षांच्या लोकशाही आणि नियोजनाच्या अनुभवानंतर देशापुढे सरकारी व्यवस्थेच्या विश्वासार्हतेचा गंभीर प्रश्न उभा राहिला आहे. मागील शतकातील दुसऱ्या महायुद्धानंतर जगामध्ये स्वातंत्र्याची लाट आली आणि या स्वतंत्र देशांमधून अनेक प्रकारच्या राजकीयव्यवस्था उदयाला आल्या. यातील सर्वांत अवघड प्रयोग लोकशाहीचा होता. जगामध्ये भारत हा एकमेव देश आहे जेथे लोकशाहीव्यवस्था पूर्णपणे स्थिरावली आणि विकसित झाली. असे असूनही पन्नास वर्षांनंतर सरकार ही व्यवस्था म्हणून धोक्यात आली आहे. हे असे का झाले यावर अनेक पातळ्यांवर सखोल चिंतन होणे आवश्यक आहे कारण त्यातूनच समाजप्रबोधनाचे अनेक संस्कार समाजावर होणार आहेत.

केंद्रसरकार आणि त्याबरोबरच सर्व राज्यसरकारे यांच्या वित्तीय आणि महसुली तुटीत सतत वाढ होत आहे आणि ती हाताबाहेर गेली आहे. या तुटींचे जीडीपीबरोबरचे गुणोत्तर सतत वाढत राहून आता १२ टक्क्यांवर पोहोचले आहे. सरकारने यावर उपाय म्हणून लोकसभेत फिस्कल रिस्पॉंसिबिलिटी ॲण्ड बजेट मॅनेजमेंट (एफआरबीएम) नावाचे विधेयक मांडले आहे. यामध्ये सन २००६ पर्यंत महसुली तूट शून्यावर आणि वित्तीय तूट जीडीपीच्या दोन टक्क्यांवर आणण्याचे बंधन सरकारने स्वीकारले होते. लोकसभेने या विधेयकाला मंजुरी दिल्यावर सरकारला एक वेळापत्रक आखून त्यावर कठोर उपाययोजना करावी लागेल. सध्या देशभरात जे तीव्र स्पर्धेचे पक्षीय राजकारण आहे ते लक्षात घेता सरकारकडून कठोर उपाययोजनांची अपेक्षा करणे फारसे व्यवहाराला धरून नाही. तसेच नजीकच्या काळात अनेक राज्यांत आणि त्याबरोबर केंद्रातही निवडणुका होणार आहेत, त्यामुळे कोणतेच कठोर निर्णय घेतले जातील याची अजिबात शक्यता नाही.

तुटीचे जीडीपीबरोबरचे गुणोत्तर आणि महसुली तुटीचे वित्तीय तुटीशी असलेले गुणोत्तर यावरून केंद्राची वित्तव्यवस्था किती काळजीची बनली आहे हे स्पष्ट होते. याचे एक कारण म्हणजे वित्तीय तुटीचे उत्पादक मत्ता निर्माण केल्या जात नाहीत आणि कर्जफेडीची क्षमताही कमी होत जाते कारण मुळात मत्ताच अस्तित्वात येत नाहीत.

या तुटींचे जीडीपीबरोबरचे गुणोत्तर वाढत राहिले आहे. सन ८५-९० या काळात हे सरासरी प्रमाण २९.४३ टक्के होते आणि ०१-०२ मध्ये ते ७०.७८ टक्के झाले. ही पातळी चाळीस टक्क्यांनी वाढलेली होती. सन ०१-०२ मध्ये वित्तीय तूट रु. १,५५,८३३ कोटी (जीडीपीच्या ६.८ टक्के) आणि महसुली तूट रु. १,१०,३०३ कोटी (जीडीपीच्या ४.८१ टक्के) होती. यापैकी वित्तीय तुटीच्या सत्तर टक्क्यांपेक्षा अधिक रक्कम महसुली तूट भागविण्यात खर्ची पडली. तसेच अर्थसंकल्पात करापासून आणि बिगरकर्जाच्या माध्यमातून जो महसूल अपेक्षित होता, त्यामध्येही बरीच कमतरता आली. त्याबरोबर अर्थसंकल्पात जितकी तरतूद होती, त्यापेक्षा भांडवली खर्च सुमारे २३ टक्क्यांनी कमी झाला. थोडक्यात, भविष्यातील बचतीतून चालू महसुली खर्च भागविण्यात आले आणि भांडवल गुंतवणूक होऊ शकली नाही. साहजिकच असे सतत चालू राहिले, तर उत्पादक मत्ता निर्माण होणार नाहीत आणि आजपर्यंत घेतलेल्या कर्जाची परतफेड करण्याची क्षमता अधिकाधिक कमी होत राहिली.

सरकारच्या वित्तव्यवस्थेच्या विश्वासार्हतेचा प्रश्न उभा राहतो कारण ज्या प्रमाणात कर्जाचे जीडीपीबरोबरचे गुणोत्तर वाढत राहते, त्याप्रमाणात सरकारला पुढची कर्जे उभारताना अधिक किंमत द्यावी लागते. सरकारचे देशांतर्गत दायित्व लक्षात घेता त्यावरील सरासरी व्याजदर ८५-९० मध्ये ७.३७ टक्के होता आणि तो ०१-०२ मध्ये १०.४८ टक्के इतका वाढला. कर्जाचे वाढते बोजे असल्यामुळे व्याजदर कमी होत असले तरी त्याचा भरीव फायदा सरकारला मिळाला नाही.

■

# विभाग ४ : अर्थसंकल्प

**Budget**

## ४.१ अर्थसंकल्पाची चाहूल

थंडी संपल्यावर येणाऱ्या वसंताची चाहूल लागते. त्याबरोबर फेब्रुवारी महिन्याच्या अखेरीला दरवर्षी केंद्रसरकारचा अर्थसंकल्प येतो. २००४ सालापासूनच अर्थव्यवस्था बहरत आहे आणि त्यामुळे येणारी वर्षेही अशीच भरभराट आणतील, अशी सगळ्यांना आस लागली आहे. सध्याचे अर्थमंत्री चिदंबरम हे नेहमी हसतमुख असतात आणि सगळ्यावरच त्यांच्याकडे सगळ्यांना सुखवणारे उत्तर असते. प्रसारमाध्यमांनी त्यांच्याभोवती एक वलय निर्माण केले आहे आणि त्यांच्या अर्थसंकल्पातून स्वप्ने साकारतात अशी साखरपेरणी केली आहे. याचे खरे वास्तव काय आहे पाहिले पाहिजे.

देशाची एकूण अर्थव्यवस्था आपली शक्ती दाखवत आहे. २००४ -०५ सालात आर्थिक वाढीचा दर ६.९ टक्के असेल असा सीएसओचा अंदाज आहे. पावसाने थोडा दगा दिला आणि त्यामुळे या सात टक्क्यांचा आधार घ्यावा लागला. अन्यथा आर्थिक वाढ आता सुमारे आठ टक्क्यांच्या जवळपास असेल, अशा सगळ्यांच्याच आशा होत्या. मागील वर्षात अगोदरच्या केंद्रातील एनडीए सरकारने वाढीचा दर आठ टक्के असेल आणि भारत आता बहरत आहे, अशा वल्गना केल्या आणि त्यांची चेष्टा झाली. निवडणुकीत ती आघाडी हरली आणि लोकांनी त्यांना या भ्रमाची शिक्षा केली, असे सांगण्यात आले. गंमत म्हणजे नंतर २००३ -०४ वर्षात आर्थिक वाढ खरी ८.५ टक्क्यांनी झाली, असे सीएसओने अंतिम सांगितले. म्हणजे अजूनही काही प्रमाणात पावसाने दगा दिला नाही आणि कृषी उत्पादन सरासरी इतके झाले, तर वाढीचा दर नक्कीच उंचावतो. परंतु याबरोबर हेही खरे की पावसाने दगा दिला तरीही बऱ्याच प्रमाणात औद्योगिक उत्पादनाच्या ताकदीवर वाढीचा दर वरच्या पातळीवर टिकविताही येतो. म्हटली तर ही एक सुधारणा आहे.

देशाचा बचतीचा दरही सर्वांत अधिक म्हणजे २८.१ टक्के २००३ -०४ सालात होता. त्याअगोदरच्या वर्षात तो सुधारून २६.१ टक्के होता. त्यापूर्वी फक्त १९९५-९६ मध्ये तो सर्वांत अधिक २५.१ टक्के होता. याबरोबर ठोस देशांतर्गत भांडवल गुंतवणुकीचा दर २००३-०४ मध्ये जीडीपीच्या २६.३ टक्के होता. म्हणजे देशातील बचत भांडवल गुंतवणुकीपेक्षा दोन टक्क्यांनी अधिक होती. याचा एक अर्थ

म्हणजे देशातील बचत इथे गुंतवली न जाता ती बाहेरच्या इतर देशात गुंतवली जात आहे. त्यामुळेच २००३-०४ मध्ये चालू खात्यात भरपूर शिल्लक दिसत आहे आणि ती जीडीपीच्या १.७ टक्के आहे. विशेष म्हणजे देशाच्या परदेशी चलनाच्या साठ्यातही भरघोस वाढ होऊन ती पातळी सुमारे १२५ अब्ज (१२५ बिलियन) डॉलरच्या पुढे आहे. यातील सुमारे १२ अब्ज (१२ बिलियन) डॉलर देशाने अमेरिकेच्या सरकारी रोख्यात गुंतविले आहेत आणि त्यावर जेमतेम दोन टक्के व्याज मिळते. अमेरिका ही जगातील पहिली आर्थिक महासत्ता आहे आणि तिच्यावर व्यापारातील तुटीचा ६०० बिलियन डॉलरच्या पुढे बोजा आहे. या महासत्तेचा हा कर्जाचा बोजा भारतासारखी गरीब अर्थव्यवस्था हलका करत आहे.

परदेशांतून भारतात येणाऱ्या भांडवलात मागील वर्षभरात खूप वाढ झालेली आहे. शिवाय आरबीआयच्या आकड्यांनुसार २००३-०४ वर्षात नक्त अदृश्य निधीची आयात (नेट इनव्हिजिबल इन्फ्लोज) सुमारे २६० अब्ज (२६ बिलियन डॉलर) झाली आणि हा आकडा परदेशांत जे भारतीय कामगार गेले त्यांनी मायदेशी पाठविलेल्या पैशाचा आहे. नव्वदीच्या अखेरीला हा आकडा जेमतेम ९० अब्ज (नऊ बिलियन) डॉलर होता. तसेच हा आकडा देशामध्ये जी विदेशी प्रत्यक्ष गुंतवणूक (एफडीआय) होते त्याच्या सुमारे सहा पटीने मोठा आहे. थोडक्यात, देशाची निर्यात जोमदार आहे, औद्योगिक उत्पादनाचा दर उंचावला आहे, उत्पन्नाची आणि बचतीची पातळी सुधारत आहे, शेअरबाजारात भरभराट आली आहे. अर्थव्यवस्थेची सुस्थिती दाखविणारी ही सर्व अंगे आहेत.

देशाची अर्थव्यवस्था आपली ताकद वाढवत असताना सरकारची वित्तव्यवस्था मात्र अडचणीत आलेली आहे. खरे म्हणजे उदारीकरण सुरू झाल्यानंतर देशापुढे उभ्या असलेल्या पेचप्रसंगाचे हे एक खास वैशिष्ट्य आहे आणि त्यावर फारशी चर्चा झालेली नाही. बऱ्याचदा सरकार म्हणजेच सगळी अर्थव्यवस्था असे ढिसाळपणाने गृहीत धरले जाते. जेव्हा अर्थमंत्री अर्थसंकल्पाची मांडणी करतील, त्यावेळी त्यांना ही वस्तुस्थिती नजरेआड करता येणार नाही.

सरकारजवळ महसुलाची काय परिस्थिती आहे? २००४-०५ या सालात पहिल्या नऊ महिन्यांत केंद्राच्या नक्त कराचा महसूल रु. १,४१,२४६ कोटी होता. हा जो वर्षभरात महसूल मिळायचा आहे त्याच्या चाळीस टक्क्यांनी कमी होता. म्हणजे उरलेल्या जानेवारी ते मार्च २००५ या तीन महिन्यांत ही तूट भरून काढायची आहे. तसेच जो बिगर कराचा महसूल रु. ७५,४१६ कोटी २००४-०५ वर्षात मिळवायचा आहे त्यापैकी एप्रिल-डिसेंबर ०४च्या नऊ महिन्यांत फक्त रु. ४७,२४७ कोटी गोळा झालेले आहेत. ही तूट ३७ टक्क्यांची आहे आणि ती शेवटच्या तीन महिन्यांत भरून काढायची आहे. याचा परिणाम म्हणून एकूण महसुली उत्पन्नात सुमारे ३९

टक्क्यांची तूट आहे आणि ती अर्थमंत्र्यांना उरलेल्या तीन महिन्यांत कमी करायची आहे.

जर महसुलाची अशी कमी साधने आहेत तर खर्चाची परिस्थिती उलटी आहे. सरकारचा २००४-०५ वर्षातील पहिल्या नऊ महिन्यांत योजनेतर खर्च रु. २,४५,५६७ कोटी आहे. हा अर्थसंकल्पाच्या अंदाजानुसार ७४ टक्के आहे. म्हणजे ठरल्याप्रमाणे हा खर्च तर होईलच. त्यामुळे वित्तमंत्र्यांनी नेहमीप्रमाणे योजनेतील खर्चाला कात्री लावलेली आहे. यावर पहिल्या नऊ महिन्यांतील खर्च रु. ८१,२२४ कोटी आहे. हा मूळ अंदाजाच्या ६६ टक्के आहे. आजपर्यंतच्या पायंड्याप्रमाणे सरकार आपला योजनेतर खर्च कमी करू शकत नाही आणि साधने कमी पडली, तर योजनांवरचाच खर्च कमी करण्यात येतो. यामुळे विकासकामे पुरी होत नाहीत आणि त्यांचे खर्च पुढे वाढत राहतात. सध्याचे अर्थमंत्री या कोंडीतून काही मार्ग काढू शकतील ही शक्यता कमी आहे.

यात त्यांच्यापुढे आणखी एक अडचण आहे. एकूण करपद्धतीमध्ये भरीव सुधारणा करू, असे पंतप्रधान आणि वित्तमंत्र्यांनी जगभर सांगितलेले आहे. यातून सुटकाही नाही कारण जागतिक व्यापार परिषदेच्या नियमनानुसार व्यापार खुला करण्याची प्रकिया चालूच ठेवावी लागेल आणि त्यामुळे देशाची सगळीच करपद्धती मुळापासून बदलावी लागेल. मागील काही वर्षांत तशी पावले टाकण्यात आलेली आहेत आणि तीच वाट पुढे अनुसरावी लागेल. त्यामुळेही करप्रणाली सोपी आणि सह्य करूनच महसुलाचे उत्पन्न वाढविण्याचा पर्याय देशापुढे आहे. आघाडी सरकारचे समर्थक जे डावे पक्ष आहेत त्यांना वेगवेगळे कर वाढवून हवे आहेत; परंतु वित्तमंत्र्यांना ते परवडणार नाही.

साधनांचा विचार करताना या अर्थसंकल्पातील सर्वांत मोठे पाऊल म्हणजे मूल्यवर्धित कराची (व्हॅट) देशभरात अंमलबजावणी. सर्व राज्यांनी ही संकल्पना स्वीकारली आहे. खरे तर गेल्या पंचावन्न वर्षांतील ही सरकारी वित्तव्यवस्थेमधली सगळ्यांत मोठी सुधारणा आहे. राज्यांनी ही व्यवस्था मान्य केल्यामुळे त्यांचे जे काही नुकसान होईल ते केंद्रसरकारने भरून देण्याचे कबूल केले आहे. परंतु हा नेमका बोजा किती होईल याचे आज फारसे ठळक चित्र नाही. त्यामुळे पुढच्या वर्षात ही एक या बाबीतील अनिश्चितता स्वीकारावी लागेल. शिवाय बाराव्या वित्त आयोगाने केंद्राने यापुढे राज्यांना कराच्या महसुलातील वाटा वाढवून द्यावा, अशी शिफारस केलेली आहे. त्यामुळेही केंद्राला हा बोजा स्वीकारावा लागेल.

केंद्रसरकार येत्या काळात अनेक गोष्टी करू शकते कारण अर्थव्यवस्थेची एकूण क्षमता खूप वाढलेली आहे आणि धोरणांची चौकट बदलली, तर सरकार परस्पर मार्गाने आर्थिक वाढीचा दर निदान आठ टक्क्यांच्या सुमारास नेऊ शकते.

परंतु खरी अडचण आहे ती या आघाडी सरकारला जी डाव्या पक्षांची साथ आहे त्यामुळे अनेक बंधने आलेली आहेत. उदाहरणार्थ, निर्गुंतवणुकीच्या विषयात डाव्या पक्षांचे आपले आवडते आग्रह आहेत. तसेच एफडीआयची मुबलक आयात करू देण्यासही त्यांचा विरोध आहे. म्हणजे एका बाजूने सरकारचा महसूल वाढू शकत नाही कारण इतर देशांबरोबर सुसंगत अशीच करप्रणाली स्वीकारावी लागते. दुसऱ्या बाजूने जे खर्च आहेत त्याचे नियंत्रण करता येत नाही.

विशेषत: सरकार जी वर्षानुवर्षे भरमसाठ अनुदाने देत आहे ती कमी करण्याची गरज आहे. डावे पक्ष यासाठी दारिद्र्याचा विषय पुढे करतात. परंतु जी सरकारी अनुदाने ज्या वेगवेगळ्या ग्राहकांच्या गटांना मिळत आहेत ते गरीब नाहीत हे सगळ्यांना माहीत आहे. परंतु डावे पक्ष आपले मतदारसंघ सांभाळण्यासाठी आणि लोकांचा भलेपणा मिळविण्यासाठी अशी अनुदाने कमी करण्याला अजिबात राजी नाहीत. त्यांना मुळात सरकारमध्ये सामील होऊन जबाबदारी घ्यायची नाही; परंतु हे सरकार आपल्या मोक्याच्या पाठिंब्यावर चालू आहे, याचे लोकांपुढे प्रदर्शन करायचे आहे. त्यामुळे सरकारचा योजनेतर खर्च कमी होऊ शकत नाही आणि परिणामी जो विकास कार्यक्रमांवरील खर्च आहे, त्याला कात्री लावावी लागते. त्यामुळे आर्थिक वाढीचा दर कसा वाढवायचा, हा बिकट प्रश्न वित्तमंत्र्यांपुढे आहे.

■

# ४.२ केंद्राचा अर्थसंकल्प (२००३-०४)

आपल्या देशात केंद्रसरकारचा अर्थसंकल्प सादर होणार म्हणजे एक सोहळा असतो. प्रसारमाध्यमांना तर ही एक पर्वणीच असते. खास म्हणजे धंदे, व्यापार आणि उद्योग या क्षेत्रांतील हौशी मंडळींना दूरदर्शनवर आपला चेहरा बघण्याची अपूर्वाई असते. एरवी नेहमीच राजकारण्यांचे चेहरे बघण्यापेक्षा हा बदलही रंजकच असतो.

गेल्या दशकापासून उदारीकरणाचे वारे वाहू लागल्यावर देशाची अर्थव्यवस्था जगाच्या अर्थकारणाशी जुळवून घेणे आवश्यक बनले आहे. त्यामुळे आंतरराष्ट्रीय स्पर्धेचा भाग म्हणून व्यापारावरील करही झपाट्याने खाली येत आहेत. डब्ल्यूटीओच्या नियमनामुळे निर्यातीची प्रोत्साहने आणि देशी उत्पादकांना अनुदाने याची दालने चर्चेसाठी खुली करावी लागली आहेत आणि एका कालमर्यादेत याही गोष्टी संपवाव्या लागतील. तसेच प्रत्यक्ष आणि अप्रत्यक्ष कराचे व्यवस्थापन हे सुटसुटीत आणि पारदर्शी करण्याच्या दिशेने पावले टाकण्यात येत आहेत.

पूर्वीच्या केंद्रीय नियोजन पद्धतीत शासनाला विशिष्ट क्षेत्रात मक्तेदारी होती आणि तिलाही आता तिलांजली देण्यात आलेली आहे. एका अर्थाने ही एक संपूर्ण पुनर्रचनेची आणि पुनर्मांडणीची प्रकिया आहे. देशात सर्व अर्थाने लोकशाहीव्यवस्था रुजलेली आहे आणि त्यामुळे दिशा आणि धोरण यातील कोणतेही बदल मनाला येईल, तेव्हा झटदिशी घडवून आणता येत नाहीत. यामध्ये अपरिहार्यपणे कालव्यय होतो तसेच लोकांचे प्रबोधन करून एक नवीन सहमती निर्माण झाल्याशिवाय पुढचे पाऊल पडत नाही. अनेकदा या सर्व स्थित्यंतरात राज्यकर्त्यांचे आणि एकूणच सर्व राजकीय पक्षांचे हेतू काय आहेत, असेही काही लोकांना भयभीत करणारे प्रश्न पडतात. या सर्व व्यापकसंदर्भात केंद्राच्या आणि राज्यांच्या अर्थसंकल्पांचे परीक्षण केले पाहिजे. यापूर्वी ज्या प्रथा आणि पद्धती होत्या, त्यांचा फारसा काही उपयोग होणार नाही.

केद्रसरकारचा अर्थसंकल्प तपासण्यासाठी चार बाबींचा विचार करता येईल. सरकारने सुधारणा राबविण्यासाठी कोणते उपकम घेतले, नवीन करविषयक धोरण,

सरकारी खर्चाचे प्राधान्यक्रम आणि वित्तीय तुटीचा आकार असे हे चार मुद्दे आहेत. यातही गेल्या काही वर्षांत केंद्र आणि राज्यसरकारांची वित्तीय तूट हा एक सर्वांत निकडीचा गंभीर विषय बनला आहे. हे एका अर्थाने सर्वसाधारण नागरिकासाठी कळण्याच्या दृष्टीने अवघड आहे. कारण गेल्या दशकात उदारीकरणापासून देशाच्या विकासाचा दर बऱ्यापैकी पाच टक्क्यांच्या वर गेला आहे आणि त्यामागच्या चाळीस वर्षांचा विचार करता ही एक जमेचीच बाजू आहे. म्हणजे सर्वसाधारण माणसाच्या दृष्टीने एकूण अर्थव्यवस्था वेगवान होत आहे आणि तिला अनेक नव्या दिशांनी चालना मिळत आहे.

माहिती-तंत्रज्ञानाच्या क्षेत्राचा विकास ही अशीच एक नेत्रदीपक कामगिरी म्हणता येईल. मुख्य म्हणजे या क्षेत्राच्या विकासात शासनाचे योगदान काहीच नव्हते आणि म्हटले तर दूरसंचार विभागातील मक्तेदारीची धोरणे हा एक मोठा अडथळाच होता. आता बऱ्याच उशिरा नाईलाजाने केंद्रसरकार आपली मक्तेदारी सोडत आहे आणि येत्या वर्षात या पायाभूत क्षेत्रातील चित्र पूर्णपणे बदललेले असेल. त्याचबरोबर देशभरातील सर्व राज्यांत दारिद्र्याच्या प्रमाणात बऱ्यापैकी घट झालेली आहे. म्हणजे सर्वसाधारण माणसाच्या दृष्टीने गेल्या दहा वर्षांत अर्थव्यवस्थेच्या चलनवलनातून रोजगार आणि उत्पन्नाच्या सुविधा वाढलेल्या आहेत आणि तरीही केंद्र आणि राज्यसरकारे यांच्या वित्तव्यवस्था कोलमडल्यामुळे दिवाळखोरी जाहीर करण्याची वेळ आलेली आहे हे सर्वस्वी अनाकलनीय आहे.

सर्वांत प्रथम वित्तीय तुटीचा एक तातडीचे संकट म्हणून विचार करावा लागेल. विशेषत: गेल्या दोन वर्षांत केंद्राची आणि राज्यांची मिळून वित्तीय तूट हाताबाहेर गेली आहे. सन २००२ - ०३ मध्ये अर्थसंकल्पीय अंदाजानुसार केंद्राचकी वित्तीय तूट जीडीपीच्या ५.३ टक्के अपेक्षित होती आणि सुधारित अंदाजाप्रमाणे ती ५.९ टक्के आहे. प्रत्यक्षात आकडे अंतिम झाल्यावर हे गुणोत्तर नक्की वाढेल असा आजपर्यंतचा अनुभव आहे. याला मुख्य कारण महसुली बाबी आहेत. १९९६ - ९७ पासून वित्तीयव्यवस्था सतत बिघडत चालली आहे आणि निदान या वर्षी तरी ही सुधारण्यासाठी काही गंभीर प्रयत्न होतील अशी अपेक्षा होती. नुकताच सादर झालेला २००३ चा अर्थसंकल्प या दृष्टीने पूर्णपणे निराशाजनक आहे. यात वर्षाची सुरुवातच वित्तीय तूट जीडीपीच्या ५.६ टक्के असेल असे गृहीत धरले आहे. म्हणजे आजपर्यंतच्या अनुभवानुसार प्रत्यक्षात ही तूट जीडीपीच्या सहा टक्क्यांवर जाईल याची निश्चिती समजायला हरकत नाही. कदाचित नेहमीपेक्षाही ही तूट वाढेल असा आज रोख दिसतो. यावर्षीच्या २००३च्या अर्थसंकल्पात यापूर्वी कधीही नव्हे इतक्या प्रमाणावर खर्च आणि वित्तीय तूट याचे आकडे कमी केलेले दिसतात. यासाठी ककाही घोषणा करण्यात आलेल्या आहेत आणि त्यांच्यासाठी काहीच खर्चाची तरतूद

दाखवलेली नाही. म्हणजे त्या घोषणा तरी व्यवहारात येणार नाहीत किंवा खर्च तरी नक्कीच वाढेल. याची काही उदाहरणे पुढील प्रमाणे.

राज्यांनी व्हॅट अमलात आणला की, त्यामुळे होणारे महसुलाचे नुकसान १०० टक्क्यांनी भरून देण्याचे केंद्राने कबूल केले आहे. तसेच केंद्राचा विक्रीकर चार टक्क्यांवरून निम्मा केल्यावर जे नुकसान राज्यांना होईल त्याचीही भरपाई होणार आहे. आयुर्विमा महामंडळाने पंचावन्न वर्षे आणि त्यावरच्या नागरिकांना निवृत्तीवेतनावर नऊ टक्क्यांचा परतावा मिळेल आणि त्यासाठी जो तोटा होईल तो महामंडळाला देण्याचे कबूल केले आहे. अशीच एक आरोग्य विमा योजना आहे, ज्यामध्ये सरकारी अनुदानाची तरतूद आहे. तसेच बँकांनी उच्च व्याजदराच्या सरकारी कर्जात यापूर्वी पैसे गुंतविले आहेत ते सरकार त्यांचा फायदा होईल, अशा रकमेला आपल्याकडे घेणार आहे. त्याचबरोबर केंद्रसरकार राज्यसरकारांची प्रचंड रकमेची उच्च व्याजदराची कर्जे कमी व्याजदरांच्या कर्जांनी बदली करणार आहे. यामुळे राज्यांची व्याजापोटी रु. ८१,००० कोटींची बचत होणार आहे. हे चांगलेच आहे परंतु केंद्रसरकार राज्यांना ही सुविधा देताना आपल्या बचतीतील रु. ८१,००० कोटी कमी करणार आहे का हा खरा प्रश्न आहे.

या सगळ्या घोषणा आणि त्यांचे अंदाजे खर्च जे मुळात दाखविलेलेच नाहीत यांची बेरीज केली, तर २००३-०४ वर्षात वित्तीय तूट जीडीपीच्या जवळपास सात टक्के होईल अशी आज लक्षणे दिसली आहेत. असे झाले तर त्याचा एक परिणाम म्हणजे चलन फुगवट्याचा दर वाढेल, तसेच व्याजदर वाढतील आणि भांडवल गुंतवणूक कमी होईल. या अर्थसंकल्पावर अनेक प्रतिक्रियांमध्ये एक समान सूर होता की, येणाऱ्या निवडणुकीचे पडघम वाजत आहेत आणि म्हणून सर्वांना खूष करण्याचा हा प्रयत्न आहे. परंतु वर उल्लेखल्याप्रमाणे चलन फुगवटा वाढला आणि भांडवल गुंतवणूक कमी झाली, तर लोक जास्त मते देतील ही शक्यता नाही. पूर्वी एकदा फक्त कांद्याचा भाव वाढला म्हणून दिल्लीमध्ये सत्ताबदल झाला.

दुसरा विषय आहे करविषयक धोरणाचा. केंद्राचे आजचे धोरण राज्यांना व्हॅटला प्रवृत्त करण्याचे आहे आणि केंद्रीय विक्रीकर कमी करावयाचा आहे. ही भूमिका स्वागतार्ह आहे. अर्थात, यामुळे राज्यांचे महसुली उत्पन्न किती कमी होणार आहे, याविषयीचे अंदाज कारणाशिवाय वाढविलेले दिसतात. तात्त्विक पातळीवर केंद्रसरकारने केळकर समितीच्या अप्रत्यक्ष कराबाबतच्या शिफारशींना पाठिंबा दिलेला आहे, याचेही स्वागत केले पाहिजे. केंद्रसरकारने यावर्षी प्रत्यक्ष करांच्या बाबत काही खंबीरपणा दाखविला आहे. विशेषत: व्यक्तिगत उत्पन्नाची किमान मर्यादा वाढवावी असा दबाव होता; परंतु त्यात काही बदल करण्यात आला नाही. तसेच त्यांचे उत्पन्न रु. ८.५ लाख आणि त्यावर आहे, त्यांच्यावर ३३ टक्क्यांचा कर लावण्यात आला

आहे तेही चांगलेच आहे. इतरांच्या बाबत जो अधिभार पूर्वी होता तो काढण्यात आला आहे आणि आजची वित्तीय परिस्थिती लक्षात घेता ते पटणारे नाही.

सहा वर्षांत पाच वेळेला सरकारने लाभांशावरील करात बदल केले आहेत. आपण करविषयक धोरणात स्थैर्य आणल्याचे दावे करतो आणि एका लाभांश करावर इतके उलटसुलट बदल होतात. अर्थात, लाभांशावर कर बसविणे चांगलेच आहे; परंतु गेल्या काही वर्षांत शेअरबाजारातील मंदी लक्षात घेता त्यात आपण ही भरच घालत आहोत. त्यामुळे एकुणात हे परवडते का, असाही सरकारने एकदा विचार केला पाहिजे. तसेच इक्विटीच्या विक्रीवर जो दीर्घकालीन भांडवली नफा मिळतो तो मुक्त करण्यात आला आहे; परंतु इतर मत्तांच्या बाबत तो लागू आहे. अशा प्रकारचे बारकावे कारणाशिवाय आहे ते करप्रशासन गुंतागुंतीचे ठरतात आणि आता सगळेच व्याजदर झपाट्याने खाली येत असल्यामुळे यापूर्वीचे भांडवली नफ्याबाबतचे विचार खरोखरी निरर्थक झाले आहेत.

केळकर समितीच्या अप्रत्यक्ष करांबाबतच्या शिफारशी सरकारने राबवायच्या ठरविल्या आहेत आणि त्यात टीका करण्यासारखे काही मुद्दे आहेत. उत्पादनशुल्कात (एसाईज) आठ टक्के, सोळा टक्के आणि २४ टक्के या पातळ्या प्रस्तावित आहेत; परंतु यापूर्वीचे वित्तमंत्री यशवंत सिन्हा यांनी १९९९ आणि २००० यावेळच्या अर्थसंकल्पात फक्त एकच सोळा टक्क्यांचा सेनव्हॅट दर सुचविला होता आणि त्याबरोबर काही निवडक चैनीच्या वस्तूंवर दोन किंवा तीन प्रकारचा अधिभार जोडून घ्यावा असे सुचविले होते. आता वित्तमंत्र्यांनी आठ टक्के ही सरासरी उत्पादन शुल्काची पातळी स्वीकारल्यामुळे यापुढे सरकारवर वेगवेगळ्या गटांचे दबाव येत राहाणार. विशेषत: ज्या उत्पादनांवर अधिक उत्पादनशुल्क बसणार आहे त्यांचा सतत प्रयत्न आठ टक्क्यांच्या पातळीवर येण्याचा राहणार. अधिक स्पष्ट शब्दात सांगायचे म्हणजे हा राजकारण आणि भ्रष्टाचार यांचा मागील दाराने येण्याचा मार्ग खुला राहणार आहे. तसेच या अर्थसंकल्पात काही बाबींवरील उत्पादनशुल्क सोळा टक्क्यांवरून आठ टक्क्यांवर आणण्याचे मान्य करण्यात आलेले आहे. सायकली, टेबलवेअर, खेळणी आणि मोझॅक टाईल्स यांना उत्पादनशुल्कातून पूर्णपणे सूट देण्यात आलेली आहे. हे कितपत योग्य आहे हा प्रश्न रास्त आहे.

तसेच आयात शुल्काच्या शिफारशींबाबतही बरीच टीका करावी लागेल. पूर्वी ऐंशीच्या दशकात निवडकपणे या गोष्टी केल्या जात असत आणि त्यांना आत्ता वाव नव्हता. परंतु वित्तमंत्र्यांच्या काही शिफारशी या जुन्या सवयींना धरून आहेत. काही विशिष्ट उद्योगांना निवडकपणे आयात शुल्कातून दिलासा देण्याचा प्रयत्न झालेला आहे; परंतु यामुळे या वस्तू देशांतर्गत बनविणाऱ्या उत्पादकांवर त्याचा परिणाम होणार आहे आणि त्याचा किती तपशिलात विचार केला आहे असा प्रश्न आहे.

थोडक्यात, म्हणजे परत एकदा याविषयात जंगलाचे राज्य नांदणार अशी चिन्हे दिसत आहेत. ही मुभा एकदा मिळाली की, राजकारण आणि वेगवेगळे उत्पादकांचे दबाव गट यांचे संपर्क वाढणे आणि देवाणघेवाणीच्या चर्चा वाढणे हे सगळे आलेच. यापूर्वीच्या केंद्रीय नियोजनाच्या काळात यातूनच अनेक प्रकारचे अनाचार झाले. अर्थात, आतापासून आयातीवरचा जो सर्वांत वरच्या पातळीवरील कर होता ती पातळी खाली आली ही मात्र जमेची बाब धरता येईल.

आणखी एक महत्त्वाचा विषय म्हणजे सरकार खर्चावर नियंत्रण आणणे आणि त्यासाठी प्राधान्यक्रम ठरविणे. आश्चर्य म्हणजे अर्थसंकल्पात यावर फार काही भाष्यच नाही. एक कारण म्हणजे ज्या नवीन घोषणा केल्या आहेत त्यासाठी किती निधी उपलब्ध करून दिला जाणार आहे हेच मोठ्या चलाखीने टाळण्यात आलेले आहे. यामध्ये एक ठळक घोषणा आहे ती रु. ६०,००० कोटींची पायाभूत सुविधांच्या उभारणीत गुंतवणुकीची. त्यासाठी सरकारने सार्वजनिक क्षेत्रात रु. २००० कोटींची तरतूद केली आहे. म्हणजे याच्या आधारे तीस पटीने अधिक खासगी गुंतवणूक कशी होणार, हा एक गूढ विषय आहे.

सुधारणा कार्यक्रमात काही गोष्टी प्रस्तावित आहेत. त्यामध्ये लघुउद्योग क्षेत्रातील उद्योगांची यादी कमी करणे अल्पबचतीवरील व्याजदर एकूण बाजारभावाप्रमाणे कमी करणे आणि निवृत्तीवेतनात पुनर्मांडणी करणे यांचा समावेश होतो. याही विषयात ज्या सुधारणा प्रत्यक्षात राबविता येतील, त्यांच्यावर निर्णय होऊन कारवाई झाली, तर ती आजच्या परिस्थितीत प्रगती मानता येईल. फार मोठे विषय ज्यावर काहीच सहमती होत नाही त्यांचा खरोखरी काही उपयोग नाही. गेल्या दहा वर्षांत अनेकदा घडले आहे.

थोडक्यात, २००३च्या अर्थसंकल्पात आर्थिक सुधारणांवर माफक भर आहे आणि करपद्धतीवर अधिक ठाम आहे. तसेच करधोरणांच्या बाबत विशेषत: अप्रत्यक्ष, कमजोर आहे आणि सगळ्यांत काळजीची गोष्ट म्हणजे सरकारी खर्चावरील नियंत्रण आणि वित्तीय तूट याविषयात अजिबात गंभीर नाही. अर्थात काही ठरावीक उद्योगांचा फायदा होईल; परंतु त्यामुळे भांडवल गुंतवणूक वाढेल, विकासाचा दर वाढेल आणि शेअरबाजाराचे चैतन्य वाढेल अशी शक्यता नाही. या सगळ्या गोंधळातून काही गोष्टी घडल्या नाहीत, तर चलनवाढीचा धोका मात्र डोके वर काढेल. निवडणूक काय आणि सर्वसाधारण माणूस काय कोणालाच हे परवडणार नाही.

■

# ४.३ केंद्राचा अर्थसंकल्प - एक टिप्पणी

केंद्रसरकारने २००३ सालचा अर्थसंकल्प मांडला त्याचे वर्णन हातात आहे ते टिकून ठेवणे, अशा शब्दांत करता येईल. अपेक्षेपमाणे त्यात विकासाचा दर वाढविणे, औद्योगिक उत्पादनात जे वाढीचे संकेत मिळत आहेत त्याला चालना देणे आणि कृषीची वाढ करणे, यावर पुरेसा भर देण्यात आलेला आहे. उत्पादन करामध्ये घट प्रस्तावित आहे आणि रोजगार वाढविण्याच्या दृष्टीने कापड उद्योग आणि पर्यटन या क्षेत्रांना सवलती देण्यात आल्या आहेत. त्यातून नजीकच्या काळात चांगले दृश्य परिणाम दिसतील. परंतु सर्वांत महत्त्वाचा विषय होता वित्तव्यवस्था आणि तिचे सक्षमीकरण. दुर्दैवाने यात काही ठोस पावले सुचविलेली नाहीत.

सध्या देशात अनेक भागात अवर्षणाची परिस्थिती आहे, त्यामुळे मतदारसंघाना खूश ठेवणे ही पहिली गरज बनली आहे. याला धरूनच केळकर समितीने ज्या करसुधारणा सुचविल्या त्यालाही मध्यमवर्गाकडून विरोधच झाला. देशात वेळोवेळी अल्पकाळातील निकडीचे प्रश्न उपस्थित होणारच आणि म्हणून दीर्घ काळातील वित्तीयव्यवस्थेचे प्रश्न नेहमी या ना त्यानिमित्ताने लांबणीवर टाकणे शहाणपणाचे होणार नाही. अर्थसंकल्पाच्या याप्रसंगी वित्तमंत्र्यांनी एक चांगली संधी गमावली. वित्तव्यवस्था भरभक्कम झाली तर त्यातून विकासदर वाढणार आहे आणि त्यातूनच उत्पन्न, उत्पादन आणि रोजगार वाढणार आहे. हा परस्पर संबंध सगळयांच्याच हिताचा आहे हे वित्तमंत्र्यांनी सांगितले पाहिजे.

पायाभूत सोयीसवलतींमध्ये काही प्रकार असे आहेत ज्यांचा विकास सार्वजनिक निधीतून करता येतो. शेतकऱ्यांनी अन्नधान्य साठविण्यापेक्षा ज्यात मूल्यवृद्धी आहे परंतु टिकवणूक क्षमता कमी आहे, अशी फुले आणि फळे पिकवायची असतील तर त्यांना रस्त्यांची गरज अधिक आहे. आपल्या देशात अनेक भागांत अंतर्गत रस्ते नसल्यामुळे कृषिमालाचा सर्वांत अधिक नाश होतो. रस्ते बांधले तर त्यावरून होणारी वाहतूक ही डिझेल आणि पेट्रोल यांच्या भावांवर अवलंबून असते. त्यामुळे त्यातून सगळाच प्रश्न मिटतो असे नाही. थोडक्यात, नाशवंत माल टिकावा आणि गरिबी कमी व्हावी हे साधायचे असेल, तर दुर्गम भागात रस्ते बांधावे लागतील आणि

त्यासाठी खासगी निधीची गुंतवणूक होईल, अशी अजिबात शक्यता नाही.

आज गृहीत धरल्याप्रमाणे वित्तीय तुटीचे प्रमाण जीडीपीच्या ५.६ टक्के राहील असे मानले, तर कराच्या जीडीपीबरोबरच्या गुणोत्तरात एक टक्क्याची सुधारणा झाली, तर सुमारे २७.४ हजार कोटी रुपयांची अतिरिक्त गुंतवणूक पायाभूत सुविधांच्या खर्चात करता येईल. आणि ८० एल, ८८, १०अे आणि १०बी या कलमांअतर्गत सुटीची मर्यादा वाढविली आहे. याचा परिणाम म्हणून कराचा महसूल कमी होईल. म्हणजे प्रत्यक्ष करासाठी किमान उत्पन्नाची मर्यादा आहे तीच ठेवली आणि केळकर समितीने कर प्रशासनात ज्या सुधारणा सुचविल्या त्या पूर्णपणे स्वीकारल्या, असे असूनही प्रत्यक्ष करातून जो अधिक महसूल मिळणार आहे तो जीडीपीच्या फक्त ०.२ टक्के इतका थोडा आहे. थोडक्यात, करांच्या माध्यमातून अधिक महसूल मिळवावा, असा सरकारचा प्रयत्न नाही आणि बहुदा इच्छाही नाही.

याचबरोबर खर्चाच्या विषयात एक नवीन उपक्रम सुचविण्यात आला आहे. प्रायोगिक तत्त्वावर रोखीचे व्यवस्थापन (कॅश मॅनेजमेंट) नव्याने करण्याचा विचार मांडण्यात आला आहे. ही संकल्पना खरोखरीच नीट अमलात आली तर वित्तीय व्यवस्था बळकट करण्याच्या दृष्टीने हे एक सर्वांत महत्त्वाचे पाऊल पडेल. यापुढे वेगवेगळ्या विभागांना जो निधी मंजूर झालेला आहे तो हप्त्यामध्ये वेळोवेळी देण्यात येईल आणि दरवेळी पुढचा हप्ता देताना मागच्या हप्त्याची रक्कम प्रत्यक्षात खर्च झाली आहे याची दक्षता घेतली जाईल. आजपर्यंत विकास खर्चाचे जे प्रशासन होत होते त्यापेक्षा हा नवा पायंडा आहे आणि यातून येत्या काळात अनेक बिकट प्रश्न निर्माण होणार आहेत. अनेक खर्च करणारे विभाग या नव्या पद्धतीच्या विरोधात संघर्ष करतील; परंतु विकासकामात जी भांडवल गुंतवणूक होते ती अधिक परिणामकारी होण्याच्या दृष्टीने हे नवे पाऊल महत्त्वाचे आहे.

अनेक सामाजिक क्षेत्रांचे कार्यक्रम असे आहेत ज्यामध्ये वित्त वर्षाच्या अखेरीस सर्वांत अधिक खर्च होतो आणि प्रत्यक्षात त्याची गरज नंतर असते. याचे उदाहरण म्हणजे ग्रामीणविकास मंत्रालयात जे रोजगारनिर्मितीचे कार्यक्रम राबविले जातात त्यामध्ये प्रत्यक्षात रोजगारनिर्मिती वेगळ्या वेळी होते आणि सर्वाधिक खर्च मात्र मार्च अखेरीस दाखविला जातो. यातून बऱ्याचदा गैरव्यवहार आणि चुकीचे अहवाल बनतात. यापुढे निदान कार्यक्रमाची व्यावहारिक गरज आणि प्रत्यक्ष होणारा खर्च यातील विसंगती टाळता आली, तर अंमलबजावणीची प्रकिया कितीतरी अधिक पारदर्शी आणि लोकांच्या उपयोगी पडणारी होईल.

एक समिती नेमण्यात येणार आहे. ग्रामीण क्षेत्रात ज्या अनेक योजना आहेत त्यावर खर्च करणारे अनेक विभाग आहेत. या सर्व योजनांचे एकत्रीकरण करण्यात येणार आहे. हा उद्देश चांगला आहे आणि या विविध योजनांचे एकत्रीकरण झाले,

तर होणारा खर्च आणि मिळणारे फायदे यांचा हिशोब लागेल. गेल्या पन्नास वर्षांत वेगवेगळ्या प्रसंगी एकाच विषयाला धरून अनेक योजना सुरू करण्यात आलेल्या आहेत आणि त्यातील अनेक योजनांवरील खर्च हा फुटकळ आहे. मुख्य म्हणजे या योजनांवर काम करणारा कर्मचारीवर्ग यांच्या प्रशासनाचा खर्चच अवाढव्य आहे. आता अशा योजना एकत्र करायचे म्हणणे सोपे आहे; परंतु प्रत्यक्षात सरकारी कर्मचाऱ्यांचा त्याला विरोध होईल कारण अशा एकत्रीकरणानंतर मोठ्या संख्येने कर्मचाऱ्यांच्या संख्येत कपात करावी लागेल. ज्या सरकारला येथून वर्षभरात निवडणुकीला तोंड द्यायचे आहे त्यांना हे परवडणार नाही.

सामाजिक विषयाच्या क्षेत्रात सर्वांना स्वास्थ्य पुरविण्यासाठी एक विमा योजना सुचविण्यात आली आहे आणि त्यातून अनेक प्रश्न उभे राहणार आहेत. यापुढे कोणतीही विमा योजना धर्मादाय म्हणून करता येणार नाही. परंतु स्वास्थ्य पुरविण्यासाठी सेवेचा विचार करता येईल. केंद्रसरकार आणि राज्यसरकार एकत्रित येऊन काही विशिष्ट वैद्यकीय सेवा पुरवू शकते आणि त्यासाठी दर दिवसाला एक रु. बचत करू शकते. परंतु अशा सेवा पुरविण्यासाठी विमा कंपन्यांचा उपयोग करण्याची कल्पना धोकादायक आहे. याचे एक कारण म्हणजे अशा योजनांचा खर्च भरून काढण्यासाठी आणि औषधोपचाराचा खर्च तपासण्यासाठी या कंपन्यांवर फार मोठा बोजा पडेल आणि तो परवडणार नाही. सार्वजनिक क्षेत्रातील विमा कंपन्या अशा प्रकारच्या योजनांमुळे अगोदरच अडचणीत आलेल्या आहेत आणि त्यामुळे यापुढे तरी त्यांनी व्यावसायिक तत्त्वावर विमा उद्योग चालवावा, अशी तरतूद केली पाहिजे. सामाजिक सुरक्षा आणि हित या दृष्टीने ज्या सरकारच्या जबाबदाऱ्या आहेत त्यांचा जरूर विचार करावा; परंतु त्यांची जबाबदारी व्यावसायिक कंपन्यांवर सोडू नये.

विकासप्रकिया बळकट व्हावी आणि विकासदर वाढावा म्हणून अर्थसंकल्पात काही पावले टाकली आहेत आणि ती एक सुरुवात आहे. शेअरबाजारात चालना निर्माण करण्यासाठी गुंतवणूकदारांनी सम भागात पैसे घातले पाहिजेत आणि त्यासाठी त्यांना संरक्षण मिळाले पाहिजे. या दृष्टीने लाभांशावरील कर आणि दीर्घ मुदतीचा भांडवली नफा यावरील कर हटविण्यात आले आहेत. परंतु हे करतानाही जे सुचविले आहे त्यातून गुंतागुंत वाढण्याचीच शक्यता आहे. वित्त मंत्रालयातील नोकरशाहीच्या सवयी बदलणे फार अवघड आहे.

तसेच वीज क्षेत्रात अनेक दूरगामी सुधारणा करण्याची गरज आहे आणि त्यावर अजून सहमती निर्माण होत आहे. त्यामुळे आज वातानुकूलित यंत्र १५०० रु.ने स्वस्त झाली तरी त्याची खरेदी वाढणार नाही कारण गरजेच्या वेळी आज वीजच उपलब्ध नाही. तसेच शहरामध्ये मोटारीची किंमत पाच टक्क्यांनी कमी झाली तरी त्यामुळे खरेदी वाढणार नाही. कारण आहे त्या मोटारींनी रस्ते भरून गेलेले आहेत.

म्हणजे परत रस्ते आणि पूल अशा मूलभूत सुविधांमधील गुंतवणूक वाढल्याशिवाय ग्राहकोपयोगी वस्तू वापरता येणार नाहीत. यासाठी अर्थसंकल्पात साठ हजार कोटी रुपयांची गुंतवणूक सुचविली आहे आणि त्यामध्ये खासगी भांडवल प्रमुख आहे. आजचे केंद्रसरकार आणि राज्यसरकारे ही दिवाळखोरीच्या उंबरठ्यावर असताना त्यांच्याशी कोणता खासगी भांडवल गुंतवणूकदार भागीदारी करणार हा मोठा प्रश्नच आहे.

वित्त सचिवांनी एक भाष्य केले आहे. त्यांच्या मते, वित्तीयव्यवस्था बळकट करणे अर्थशास्त्रज्ञांना महत्त्वाचे वाटते परंतु देशाच्या दृष्टीने आर्थिक वाढ महत्त्वाची आहे. या विषयाकडे बघण्याची दृष्टी वेगवेगळी असू शकते. वास्तविक पाहता हा एक भ्रममूलक समज आहे. वित्तव्यवस्था बळकट होण्यामुळेच विकासदर वाढू शकतो. देशाच्या दृष्टीने हा एकच पर्याय आहे. आज सरकारी वित्तव्यवस्था कर्जाच्या ओझ्याखाली बुडण्याची वेळ आली आहे आणि असे झाले, तर उरलेल्या अर्थव्यवस्थेला त्याची किंमत चुकती करावी लागेल. असे करणे लोकांना परवडणार नाही.

■

# ४.४ वित्तमंत्र्यांच्या घोषणा आणि वस्तुस्थिती

आपल्या देशात वित्तमंत्र्यांची अंदाजपत्रक सादर करतानाची भाषणे गंभीरपणे घेतली जातात. अभिजनवर्ग आणि व्यापार व उद्योग क्षेत्रांतील हितसंबंधीय यांना अनेक सुधारणा आणि सवलतींची आशा लागलेली असते. त्यामुळे या भाषणात प्रत्येकजण आपल्या मनासारखे शब्द शोधत असतो. परंतु या भाषणानंतर कोणती वस्तुस्थिती नांदते हे महत्त्वाचे आहे.

सन १९८६ मध्ये राजीव गांधींच्या मंत्रिमंडळातील वित्तमंत्री व्ही.पी.सिंग यांच्या भाषणातील मोठा बोलबाला झाला. ते दूरदृष्टीचे आणि सुधारणावादी आहेत असे वर्णन झाले. त्यांनी उद्योग आणि व्यापारविषयक धोरणात अनेक महत्त्वाच्या सुधारणा जाहीर केल्या. औद्योगिक परवाना पद्धत, मक्तेदारी उद्योगांवरच्या शिथिल मर्यादा, आयातीमध्ये कमी बंधने, निर्यातीला प्रोत्साहन, परदेशी विनिमय दरात थोडी मुक्तता, चलन बाजाराची सुरुवात, खालच्या पातळीवरील प्रत्यक्ष कराचे दर आणि मूल्यवर्धित करपद्धती अशा अनेक महत्त्वाच्या धोरणविषयक सुधारणा वित्तमंत्र्यांनी जाहीर केल्या. परंतु हे करत असताना वित्तीय आणि करंट अकाऊंट डेफिसीट हे स्थिरावण्याच्या दृष्टीने काही प्रयत्न केले नाहीत. तसेच वर उल्लेखिलेल्या सुधारणा प्रत्यक्ष व्यवहारात कशा अमलात आणायच्या याचाही कृती कार्यक्रम त्यांच्यापुढे नव्हता.

काही वेळा वित्तमंत्र्यांचे हेतू शुद्ध असले तरी निर्णयात चुका होतात. उदा. मन मोहनसिंग यांनी अशी समजूत करून घेतली की, सार्वजनिक गुंतवणूक कमी केल्यावर ती जागा खासगी गुंतवणुकीतून भरून येईल. असे काही घडले नाही आणि त्याचा दुष्परिणाम म्हणजे नव्वदीच्या दशकात एकूणच भांडवल गुंतवणुकीवर नकारार्थी परिणाम झाला. त्यांनी आणखी एक चूक केली. त्यांना वास्तविक पाहता अमेरिकेचे अध्यक्ष फ्रँकलीन रुझवेल्ट यांच्यापासून एक धडा घेता आला असता. रुझवेल्ट यांनी सिक्युरिटिज ॲन्ड एक्सचेंज कमिशन निर्माण केले आणि त्यावर जोसेफ केडीसारख्या कुविख्यात माणसाला नेमले. त्यांनी अतिशय कठोर नियम बनवले आणि त्यांचा अंमल केला. या उलट भारतात सेबी या नियामक संस्थेच्या पहिल्या अध्यक्षाला शेअरबाजारातील दलालांनी विरोध केला म्हणून हटविले. खरे तर या अध्यक्षांना

त्यांचे काम नीट करू दिले असते आणि त्यांनी शेअरबाजाराला शिस्त लावली असती तर नव्वदीमध्ये हर्षद मेहता आणि केतन पारीख यांनी जे मोठ्या प्रमाणावर घोटाळे केले त्याला आळा बसला असता. परंतु राज्यकर्त्यांचा दुबळपणा आडवा आला आणि त्याची सगळ्या समाजाने मोठी किंमत चुकती केली.

यानंतर महत्त्वाचे वित्तमंत्री म्हणून पी. चिदंबरम यांचा उल्लेख करावा लागेल. अर्थात, मध्यंतरात एकदा मधू दंडवते वित्तमंत्री होते परंतु त्यांचा सगळाच गोंधळ पाहता त्यांच्याविषयी लिहिण्यासारखे काही नाही. चिदंबरम यांच्या डोक्यात पूर्वीच्या वित्तमंत्र्यांसारख्या वैचारिक बाबी नव्हत्या. त्यांना काही नेमक्या गोष्टी करायच्या होत्या आणि त्याचीही तातडी होती. परंतु त्यांना आघाडीच्या सरकारांमध्ये किती अंतर्विरोध असतात आणि त्याची किती मोठी किंमत द्यावी लागते याचा अजिबात अंदाज आला नाही. अशा आघाड्यांची सरकारे कोणत्याही परिस्थितीत कोणतीही किंमत देऊन सत्तेवर कसे राहता येईल, एवढ्याच विचारावर एकत्र आलेली असतात. त्यामध्ये आर्थिक सुधारणा करण्यात कोणाला रस नसतो.

डब्ल्यू.टी.ओ.च्या नियमनानुसार २००५च्या सुमारास मल्टी फायबर ॲग्रिमेंट संपुष्टात आले. याअंतर्गत भारताला वेगवेगळ्या देशांना तयार कपड्यांची निर्यात करण्याचे कोटा परवाने मिळाले. यामुळे स्पर्धेला तोंड न देता निर्यात करण्याची सोय झाली. नुकताच हा उद्योग लघु उत्पादन क्षेत्रातून मोकळा करण्यात आला आणि त्यामुळे आता मोठ्या प्रमाणावर आणि कमी खर्चात या उद्योगाची उत्पादनक्षमता निर्माण करता येईल. यामुळे जागतिक बाजारात स्पर्धेला तोंड देता येईल. यापूर्वी विकेंद्रित उत्पादन आणि केंद्रिभूत पणनव्यवस्था यामुळे लहान आणि मोठ्या उत्पादकांना सहकार्य करता येत होते. आता अंदाजपत्रकात सर्व कपड्यांवर १६ टक्के उत्पादनशुल्क (एक्साईज ड्युटी) बसविण्यात आले आहे आणि अशी भागीदारी संपुष्टात येईल. वास्तविक हे एक नकारात्मक पाऊल आहे. म्हणजे एका बाजूने वित्तमंत्र्यांनी स्पर्धेला तोंड देता येईल अशी उत्पादनक्षमता निर्माण करण्याचे धोरण स्वीकारले आहे आणि दुसऱ्या बाजूने ते लहान आणि मोठ्या उत्पादकांच्या भागीदारीवर कराचा बोजा वाढवत आहेत आणि त्यांची भागीदारी संपवत आहेत. यावरून वित्तमंत्र्यांना नेमके काय हवे हे कळणे अवघड आहे.

शासनाच्या अनेक धोरणांत फारशी सुसंगती दिसत नाही. याचे एक कारण म्हणजे युतीच्या राजकारणाचे दबाव आणि संधिसाधूपणा. नजीकच्या काळात जितके राजकीय लाभ उठवता येतील तेवढेच शासनाच्या निदर्शनास येतात आणि संबंधित हितसंबंधीय आपले लाभ आपल्या पदरात पाडून घेतात. एकूणच आर्थिक सुधारणांचा व्यापक कार्यक्रम काय असावा याची ठोस रूपरेषा नाही आणि त्यावर राजकीय सहमती नाही, हे वित्तमंत्र्यांच्या गोंधळाचे खरे कारण आहे.

■

# ४.५ बोलघेवड्यांचे राज्य

आपल्या देशात दरवर्षी २८ फेब्रुवारीला केंद्रसरकारचे अंदाजपत्रक सादर केले जाते या घटनेचा बराच बोलबाला होतो कारण देशाच्या आर्थिक जीवनात त्याचा बराच परिणाम होतो. याचे एक साधे कारण म्हणजे आपल्या करपद्धतीत सारखे बदल होत असतात. आपल्याकडे करविषयक कोणते दीर्घ मुदतीचे धोरण नाही आणि त्यामुळे त्यात होणारे सततचे बदल यावर इतकी चर्चा होते. विकासप्रक्रियेत भांडवल गुंतवणुकीचे मोठे प्रकल्प घेतले जातात आणि कराचे धोरण काय आहे, यावर दीर्घकाळात प्रकल्प स्वयंपूर्ण होणार की नाही आणि त्या प्रकल्पाचा किती फायदा होणार हे अवलंबून असते. यासाठी करपद्धतीवर सर्वांगीण पुरेशी सार्वजनिक चर्चा झाली पाहिजे आणि त्यानंतर सरतेशेवटी एका दीर्घकालीन धोरणाचा सर्वांनी स्वीकार केला पाहिजे. यामुळे प्रकल्पांच्या भांडवल गुंतवणुकीबाबत निर्णय घेणे सोपे होईल आणि त्याचा शेअरबाजारावरही स्थैर्य निर्माण होण्याच्या दृष्टीने उपयोग होईल.

या वर्षीच्या अंदाजपत्रकाचे महत्त्व होते कारण केळकर समितीच्या करसुधारणाविषयक शिफारशींवर कार्यवाही अपेक्षित होती. याविषयी वृत्तपत्रात बऱ्याच अपेक्षा व्यक्त झाल्या होत्या. एक सार्वत्रिक समज असा होता आणि आजही आहे की, केंद्रसरकारला लवकरच निवडणुका घ्यायच्या आहेत आणि त्यामुळे कोणतेच कठीण निर्णय अपेक्षित नव्हते. दोन दिवसांपूर्वी रेल्वेचे अंदाजपत्रक आले त्यातून येणाऱ्या निवडणुकीचे संकेत मिळाले. या अंदाजपत्रकात वित्तमंत्र्यानी बरीच हुशारी दाखवली आणि चलाखीही केली.

केळकर समितीच्या अप्रत्यक्ष कराबाबतच्या बहुतेक शिफारशी जवळपास स्वीकारण्यात आल्या. प्रत्यक्ष करांबाबत मात्र सावध पावले टाकण्यात आली. मध्यमवर्ग हा राज्यकर्त्यांचा नेहमीच नाजूक विषय असल्यामुळे वित्तमंत्र्यांनी यावर आपले तत्त्वज्ञान सांगितले. त्यांच्या मते, एकूणच सगळी करपद्धती सुधारायची आहे यात शंका नाही. तसेच आजच्या राजकीय वादंगामुळे सुधारणाप्रक्रिया ही ओलीस ठेवली जाते तेही देशाला परवडणार नाही. हे सर्व खरे आहे परंतु आजचे वास्तव आणि उद्या

निर्माण करायची आदर्श व्यवस्था यामध्ये जी दरी आहे ती टप्प्याटप्प्यानेच कमी करता येईल. एकदम एका झटक्यात आजचे वास्तव बदलण्याचा निर्णय घेता येणार नाही. या बदलांसाठी देशाची मानसिकता निर्माण करावी लागेल. वित्तमंत्र्यांनी इतके कवित्व केल्यावर केळकर समितीची मूळ शिफारस आजच्या घडीला मान्य होणार नाही हे उघडच होते. प्रत्यक्षातही तेच घडले. मध्यमवर्गाला खुश ठेवणाऱ्या सवलती चालू ठेवण्यात आल्या. शिवाय त्यात काही भरही टाकण्यात आली. मुलाच्या शिक्षणासाठी एका मुलामागे बारा हजार रुपयांची उत्पन्नात वजावट मिळणार आहे.

एकूणच अंदाजपत्रकाबाबत शेअरबाजारने सावध प्रतिक्रिया दाखविली आहे. निर्देशांक फक्त वीस बिंदूंनी वर चढला. उद्योगसमूहांची दीर्घकालीन भांडवली नफा आणि मॅट हे रद्द होतील अशी अपेक्षा होती. त्यात बदल झाले परंतु प्रत्यक्षात बोजा कमी झाला नाही. व्यक्तिगत लाभांशावरील कर गेला; परंतु कंपन्यांना लाभांशावर एकत्रित कर साडेबारा टक्क्यांनी भरावा लागणार. इक्विटीच्या खरेदी-विक्रीत भांडवली नफा झाला तर त्यावर कर बसणार नाही. परंतु ही खरेदी १ मार्च २००३ नंतरची असावी लागेल. थोडक्यात, येत्या वर्षात त्याचा फायदा मिळणार नाही.

आता हळूहळू अंदाजपत्रक जाहीर झाले की, त्यावर शेअरबाजारात जी धूमधाम होत होती तो आता इतिहास झाला. एका दृष्टीने भांडवली बाजार हा सरकारच्या आर्थिक व्यवस्थेपासून बराचसा दुरावला आहे आणि ही एक चांगली गोष्ट आहे. यापुढे देशाच्या आर्थिक व्यवहारात आणि भांडवल गुंतवणुकीत सरकारचे महत्त्व कमी होणे हे सगळ्यांच्याच हिताचे आहे. यावर्षी त्याचा प्रतिसाद मिळाला.

या अंदाजपत्रकात सर्वांत काळजीची बाब आहे ती म्हणजे वित्तीय तूट. सध्याचे चालू वर्ष २००२-२००३ संपताना या तुटीचे जीडीपी बरोबरचे गुणोत्तर ५.६ टक्के असेल असा सुधारित अंदाज आहे आणि पुढच्या वर्षी हे प्रमाण ५.९ टक्क्यांवर जाईल. गेल्या अनेक वर्षांत महसुली उत्पन्नाचे अंदाज नेहमी वाढीव असतात आणि खर्चाचे अंदाज कमी असतात हा अनुभव लक्षात घेता ही वित्तीय तूट सहा टक्क्यांच्या पुढे जाईल, अशी अपेक्षा करायला हरकत नाही. सध्याच काही प्रमाणात चलनवाढ होत आहे आणि असे जर वित्तीय तुटीचे प्रमाण हाताबाहेर जाणार असेल तर चलनवाढ होण्याचा धोका सतत राहणार. राज्यकर्त्यांना निवडणुकांची ओढ लागली असेल तर असे काही परवडणार नाही. मागे एकदा फक्त कांद्याचे भाव वाढले आणि दिल्लीचे राज्य गमवावे लागले. तेव्हापासून राज्यकर्त्यांनी धसका घेतलेला आहे.

येत्या वर्षातही वित्तीय तुटीवर कशी मात करणार हा प्रश्न बिकटच आहे. यावर्षात निर्गुंतवणूक करून सुमारे बारा हजार कोटी उभे करायचे होते परंतु फक्त

तीन हजार सहाशे कोटी पदरात पडले. पुढच्या वर्षी परत तेरा हजार दोनशे कोटींचे लक्ष्य ठेवण्यात आलेले आहे. या विषयावर केंद्रसरकारमध्ये विविध पक्षांत जे वाद झाले आहेत, त्यामुळे निर्गुंतवणुकीची प्रक्रिया खोळंबली आणि त्यामुळे सुमारे नऊ हजार कोटी रुपयांची उत्पन्नात तूट आली. आता पुढच्या वर्षी निवडणुका होणार असल्या तर हे वादंग वाढण्याचीच शक्यता आहे. थोडक्यात, येत्या वर्षीचे निर्गुंतवणुकीचे लक्ष्यही हाताबाहेरचे आहे असे आजचे चित्र आहे.

आणखी एक प्रश्न आहे सरकारी कर्जाचा. सध्या सरकारी कर्जाचे जीडीपीशी गुणोत्तर ४४.५ टक्के आहे आणि सुदैवाने या वरच्या व्याजाचा बोजा सारखा खाली येत आहे. रिझर्व बँकेचा व्याजदर कमी होत आहेत याचा फायदा घेत कमी खर्चाची कर्जे उभारली आहेत आणि मागची अधिक व्याजाची कर्जे परत केली आहेत. येत्या वर्षात हीच प्रक्रिया चालू ठेवून सुमारे पंचेचाळीस ते पन्नास हजार कोटींची कर्जे बदलली जाणार आहेत. या सार्वजनिक कर्जावरील व्याजाचे जीडीपीबरोबरचे गुणोत्तर यावर्षी ४.७ टक्के आहे आणि पुढच्या वर्षी ते ४.५ टक्क्यांवर आणले जाईल. अधिक महत्त्वाची बाब म्हणजे या संसदेच्या अधिवेशनात सरकार फिस्कल रिस्पॉन्सीबीलीटी ॲक्ट मंजूर करून घेणार आहे. केंद्र आणि राज्यसरकारांना शिस्त लावण्याच्या दृष्टीने या कायद्याचा काही उपयोग होतो का याचा अनुभव घ्यावा लागेल.

आणखी एक काळजीची बाब आहे. गेली काही वर्षे संरक्षणसाठी जितकी तरतूद केली जाते तेवढा खर्च होत नाही. साधारणपणे दरवर्षी यापैकी सुमारे दहा हजार कोटी रुपये खर्च होऊ शकत नाही. वित्तमंत्र्यांनी याचे एक कारण आपल्या मुलाखतीत सांगितले आहे. त्यांच्या मते, संरक्षण सामग्रीच्या खरेदीमध्ये इतक्या गुंतागुंती असतात की, कोणताही व्यवहार पुरा होण्यासाठी किमान चोवीस महिन्यांचा कालावधी आवश्यक असतो. शिवाय गेल्या काही वर्षांत भ्रष्टाचाराची जी चर्चा सुरू आहे, त्यामुळेही आजपर्यंत ज्या पद्धतीने संरक्षण खात्यात व्यवहार होत होते ती व्यवस्था संशयाच्या फेऱ्यात सापडलेली आहे. या सगळ्याच प्रश्नावर एक नवा मार्ग शोधावा लागेल. आजच्या अस्थिर राजकारणाच्या भोवऱ्यात अशा नव्या व्यवस्था कोणी शोधू शकेल ही शक्यता दिसत नाही.

देशामध्ये गेल्या दहा वर्षांत जो उदारीकरणाचा प्रयोग चालू आहे त्याची सगळीच उत्तरे अंदाजपत्रकाच्या माध्यमातून मिळतील ही अपेक्षा व्यावहारिक नाही. जगामध्ये उदारीकरणाचे मार्ग अनेक देशांनी आपापल्या नियतीला धरून शोधले. परंतु भारतात या विषयावर एक नवीनच अध्याय लिहिला जात आहे असे म्हणता येईल. या देशातील संपूर्ण लोकशाहीव्यवस्था ही बोलण्यामध्येच आपली सर्व शक्ती

घालवत आहेत. प्रत्यक्षात कृती घडवून आणण्यासाठी ज्या प्रकारची चिकाटी आणि धैर्य लागते ते आजच्या राजकीय जीवनात कोणत्याच पक्षाकडे नाही. तसाच असे काही नवीन घडविण्यासाठी जो राजकीय आदर्श लागतो तोही कोणत्या नेतृत्वाकडे नाही. हे वास्तव जोपर्यंत बदलत नाही, तोपर्यंत अंदाजपत्रकांनी काही फरक पडणार नाही.

■

# ४.६ पारदर्शक अर्थसंकल्प

आपल्या देशात दरवर्षी फेब्रुवारी महिन्याच्या अखेरीस केंद्रसरकारचा अर्थसंकल्प सादर होत असतो आणि त्याच्याभोवती एक मोठे कर्मकांड गोळा झालेले आहे. शिवाय गेल्या काही वर्षांत प्रसिद्धीमाध्यमांनी त्याचे एक तंत्र बनवले आहे आणि त्यामागे सगळे पळताना दिसत आहेत. अर्थात, यातील एक सरस भाग म्हणजे देशाच्या आर्थिक व्यवहारांबाबत सर्वसामान्य माणसाचे कुतूहल वाढले आहे आणि यातील किचकट तपशील समजून घेण्यासाठी सहनशीलताही वाढली आहे. यामुळे येत्या काळात हे अर्थसंकल्प किती सोपे आणि किती पारदर्शक करता येतील यावर जनतेचे प्रबोधन अवलंबून आहे.

आजच्या प्रसारमाध्यमांच्या तंत्रात वेळ आणि माहिती याला सगळ्यांत अधिक वजन आहे. त्याचबरोबर संबंधितांची मते आणि अभ्यास यापेक्षा दिसण्याला सर्वांत अधिक महत्त्व आहे. त्यामुळे अर्थसंकल्प वरकरणी कसा दिसतो याचीच विनाकारण अधिक चर्चा होते. शिवाय अनेक वृत्तवाहिन्यांमध्ये स्पर्धा असते आणि त्यामुळे अशा तत्कालीन प्रतिक्रियाही जवळपास एकाच वळणाच्या असतात.

यावर्षीचा अर्थसंकल्प (२००७-०८) वित्तमंत्र्यांनी रीतीप्रमाणे २८ फेब्रुवारी २००७ रोजी सादर केला आणि सगळ्यांनीच त्यावरील आपला अंतिम निकाल सांगून टाकला. वित्तमंत्र्यांनी सुधारणा कार्यक्रम पुढे नेण्यासाठी काहीच केले नाही. त्याजागी त्यांनी आम आदमीवर लक्ष केंद्रित केले. सध्याच्या काँग्रेसच्या नेतृत्वाखालच्या यूपीए आघाडीने आपल्या धोरणांचे मुख्य लक्ष्य आम आदमी म्हणजे सर्वसाधारण माणूस हे केले आहे. अर्थसंकल्प सादर करण्यापूर्वी जानेवारी आणि फेब्रुवारी २००७ मध्ये अचानक एक नवीन घडामोड पुढे आली आणि त्यातून सरकार गांगरून गेले. चलनवाढीचा दर सुमारे पाच ते साडेपाच टक्क्यांच्या दरम्यान असेल, असे सरकारने सगळ्या नियोजनाच्या मांडणीमध्ये गृहीत धरले होते आणि रिझर्व बँकही वेळोवेळी त्याची उजळणी करत होते आणि खबरदारी घेत होते. परंतु २००७ सुरू झाले आणि चलनवाढीचा दर बघताबघता सात टक्क्यांच्या जवळ पोहोचला. लगेचच लोकांचा यावर क्षोभ उसळला आणि विरोधी पक्षांनी त्यावर जोर धरला. अशा या

अनपेक्षित घटना क्रमातून सरकारचा आणि त्यातूनही वित्तमंत्र्यांचा मुखभंग झाला.

सरकार गोंधळले आणि वित्तमंत्री हिरमुसले झाले याची कारणे काय? मुळात अर्थव्यवस्था वेगाने आर्थिक वाढ करत आहे, असे सरकार वारंवार सांगत होते आणि वित्तमंत्री त्यामुळे हरखून गेले होते. शेअरबाजार चैतन्याने उसळला होता आणि जाणकारांच्या मते, शेअरबाजाराच्या सेन्सेक्स या निर्देशांकाची पातळी व्यवहाराला सोडून सतत वर जात होती. बाजाराच्या स्वास्थ्याच्या दृष्टीने यात दुरुस्ती होणे आवश्यक होते कारण शेअरबाजारातील मूल्यांकन महाग झाले होते. मे, जून २००६च्या काळात बाजारात एक तीव्र प्रतिक्रिया आली होती आणि सेन्सेक्सची पातळी १२,५००च्या जवळपास पोहोचली होती. त्यासारखेच शेअरबाजारात परत काही घडेल, अशी जाणकारांची अपेक्षा होती परंतु तसे काही घडत नव्हते. याचे सगळ्यांनीच समर्थन केले. त्यांच्या मते, भारतात जी विकासाची प्रक्रिया मार्गी लागली आहे ती इतर देशांपेक्षा वेगळी आहे आणि म्हणून येथे शेअरबाजारात दुरुस्ती नाही झाली तरी फारसे काही बिघडणार नाही. अशा या भ्रामक समजुतींमध्ये गुंतल्यामुळे जेव्हा चलनवाढीचा दर हाताबाहेर गेला, तेव्हा राज्यकर्त्यांना एक मोठा धक्का बसला. याचे कारण म्हणजे देशाला आर्थिक वाढीचा दर उंचावलेला हवा आहे आणि तो आता वर्षाला आठ टक्क्यांवरून दहा टक्क्यांपर्यंत न्यायचा आहे अशी सगळ्यांची भाषा होती. भारत आता दुसऱ्या क्रमांकावर नाही, तर चीनबरोबरच आर्थिक वाढ करून दाखवणार आहे असा हा सूर होता. यात सरकारच नाही तर खासगी क्षेत्रही अतिशयोक्तीच्या गोष्टी सांगत होते. परंतु खरोखरीच अशी आर्थिक वाढ वेगाने होऊ लागली म्हणजे त्याबरोबर कोणते आंबटगोड अनुभव येणार आहेत, याची कोणी तयारी केली नव्हती. त्यामुळे चलनवाढीचे संकट समोर उभे राहिल्यावर अनेकजण शुद्धीवर आले. त्यामुळेच वित्तमंत्र्यांना सगळे विषय बाजूला ठेवून फक्त चलनवाढीवर कसा ताबा मिळवायचा, याकडे लक्ष द्यावे लागले. म्हणूनच आम आदमीची आठवण करावी लागली.

या आम आदमीला काय हवे? वित्तमंत्र्यांनी समाजकल्याणाच्या विषयावर अधिक निधीची तरतूद केली आहे. एका प्रतिष्ठित वृत्तमाध्यमाने नागरिकांच्या मताचे सर्वेक्षण केले आणि त्यावरून ८६ टक्के लोकांचे अर्थसंकल्पाविषयी सकारात्मक मत आहे, असा निष्कर्ष काढला. म्हणजे अभ्यासकांचे तर्क काहीही असले तरीही सर्वसाधारण माणसाला अर्थसंकल्प बरा वाटला असे म्हणावे लागेल. म्हणजे वित्तमंत्र्यांनी बाजी मारली असे दिसते.

परंतु हाच नव्हे तर कोणताही अर्थसंकल्प सामाजिककल्याणाच्या विषयात नेमके काय साधतो याचे उत्तर सोपे नाही. आपल्या सार्वजनिक जीवनात सरकारमधील मंत्री साध्या माणसासाठी किती तळमळत असतात याचे नेहमी प्रदर्शन करत असतात.

वित्तमंत्री हे त्यातलेच एक. शिवाय ते व्यवसायाने वकील आहेत आणि परदेशात शिकले आहेत, त्यामुळे त्यांना नाट्यकला उपजतच आहे. ते आणि त्यांचे भक्तगण यासाठी अनेक योजनांची लांबलचक यादी सांगतात. भारत निर्माण, सर्व शिक्षा अभियान, विद्यार्थ्यांना पोषण आहार, रोजगार हमी इत्यादी. मग त्यानंतर ते त्याचे तपशील देतात. वित्तमंत्र्यांनी हेच केले. सिंचनक्षमतेमध्ये २४ लाख हेक्टर्सची वाढ होणार, पिण्याचे पाणी ५५,५१२ वस्त्यांना मिळणार, १२,१९८ कि.मीटरचे ग्रामीण रस्ते बांधण्यात येणार इत्यादी. हे असे आकडे हजारांत आणि लाखांत असल्यामुळे ऐकणाऱ्याचे मन भरून यावे, अशी अपेक्षा असणार. यातल्या प्रत्येक विषयात देशाचा मोठा आकार लक्षात घेता खरोखरी ही तपशीलवार आकडेवारी चिल्लर असणार, यासाठी फार मोठा अभ्यास लागत नाही.

याच तंत्राला धरून निधीच्या तरतुदीचे तपशीलही निवडकपणे दिलेले असतात. वित्तमंत्र्यांनी भारत निर्माण कार्यक्रमासाठी निधीमध्ये ३१.६ टक्क्यांची वाढ सुचवली. त्यातली हुशारी म्हणजे वित्तमंत्री बहुतेक इतर योजनांच्या बाबत गेल्या वर्षीपेक्षा येत्या वर्षात निधीच्या तरतुदीमध्ये किती वाढ होणार आहे हे सांगतच नाहीत. वित्तमंत्र्यांनी शिक्षण आणि सार्वजनिक आरोग्य या क्षेत्रामध्ये निधीची तरतूद कशी वाढविली आहे हे सांगितले आहे. परंतु ग्रामीणविकास आणि कृषी या तितक्याच किंबहुना अधिक महत्त्वाच्या विषयामध्ये किती निधी दिला आहे हे सांगितले नाही.

यामागचा हेतू उघड आहे. जे बदल सोयीचे आहेत त्यावर भर द्यायचा आणि जे अडचणीचे आहेत ते टाळायचे. त्यामुळे या अशा अर्थ संकल्पाच्या मांडणीमध्ये कोणत्या गोष्टी सोयीस्करपणे वगळण्यात आल्या आहेत यांचा शोध घ्यावा लागतो. ज्या दिवशी अर्थसंकल्प सादर होतो त्यावेळी लगेचच असे संशोधन करणे कोणालाच शक्य नसते. आणि प्रसारमाध्यमे तर एक-दोन दिवसांपेक्षा अधिक धीर धरत नाहीत. याचा फायदा वित्तमंत्र्यांना मिळतो कारण सार्वजनिक जीवन उथळ आहे आणि सगळ्यांनीच आम आदमीला वाऱ्यावर सोडलेले आहे.

या नव्या २००७-०८ सालच्या अर्थसंकल्पाची काही मोजक्या मंत्रालयांसाठी मांडणी केली तर सगळे चित्र उघड होते. यासाठी २००५-०६ (प्रत्यक्ष), २००६-०७ (सुधारित) आणि २००७-०८ (प्रस्तावित) या तीन वर्षांतील निधीच्या खर्चाचा तपशील विचारात घेतला आहे. उदाहरणार्थ, मानव साधन विकास (एचआरडी) मंत्रालयासाठी येत्या वर्षात जी निधीची तरतूद आहे ती गेल्या वर्षातील वाढीपेक्षा कमी आहे. मानव साधन मंत्रालयासाठी २००५-०६ सालात एकूण खर्च रु. ५,६,१२३ कोटी झाला आणि पुढील वर्षी तो रु. ५,८१,६३७ कोटी झाला. ही वाढ १४.९ टक्क्यांची होती. आता प्रस्तावित वर्षात हा खर्च रु. ६,४०,५२१ कोटी होणे अपेक्षित आहे आणि ही वाढ १०.१ टक्के आहे. म्हणजे एकुणात ठोस

पाच टक्क्यांनी निधीची तरतूद कमी झाली आहे. याच काळात योजनेअंतर्गत खर्चात २२.८ टक्क्यांची वाढ आणि त्यानंतर आता १८.७ टक्क्यांची वाढ प्रस्तावित आहे. याअंतर्गत भांडवली खर्चाची तरतूद आहे, त्यानुसार २००६-०७ वर्षात मुळात २.२ टक्क्यांची घट होती आणि आता २००७-०८ वर्षात ९.२ टक्क्यांची वाढ प्रस्तावित आहे. ही वाढीव तरतूद करण्याचे एक कारण म्हणजे सरकारने इतर मागासवर्गीयांसाठी (ओबीसी) उच्चशिक्षणाच्या संस्थांमध्ये २७ टक्क्यांचे आरक्षण ठेवण्याचे जून २००७ पासून घोषित केले होते. त्या विरोधात पुढारलेल्या वर्गांनी सर्वत्र आंदोलने केली आणि त्यावर तोडगा म्हणून सरकारने या आरक्षण दिल्या जाणाऱ्या विद्यार्थ्यांबरोबरच इतर विद्यार्थ्यांचा तोटा होऊ नये म्हणून या संस्थांच्या क्षमतेमध्ये वाढ करून देण्याचे कबूल केले होते. परंतु आता मार्च २००७ मध्ये सर्वोच्च न्यायालयाने सरकारचा हा ओबीसी विद्यार्थ्यांना २७ टक्क्यांचे आरक्षण देण्याचा निर्णय बाजूला ठेवलेला आहे आणि त्यामुळे येत्या काळात या आरक्षणाच्या विषयावर जनमत ढवळून निघेल याची निश्चिती आहे.

विद्यार्थ्यांना पोषण आहार देण्याच्या तरतुदीमध्ये यावर्षी वाढ सुचविण्यात आलेली आहे. सन २००६-०७ मध्ये यावर रु. ४,८१३ कोटी खर्च झाले आणि आता येत्या वर्षात रु. ६,५९२ कोटींची तरतूद आहे. ही वाढ भरीव ३७ कोटींची आहे. या तुलनेने सर्व शिक्षा अभियान योजनेत गेल्या वर्षी रु. १०,१४६ कोटी खर्च झाले आणि येत्या वर्षात रु. ९,७६० कोटींची तरतूद आहे. म्हणजे या महत्त्वाच्या कार्यक्रमात ३.८ टक्क्यांची घट आहे.

या तुलनेने स्वास्थ्य आणि समाजकल्याण यामध्ये २००६-०७ सालात अगोदरच्या वर्षापेक्षा २१.९ टक्यांची वाढ होती आणि आता येत्या वर्षात ही वाढ ३४.८ टक्क्यांची आहे. यावर एकूण निधीची तरतूद रु. १५,८५५ कोटी आहे. ग्रामीणविकासाच्या विषयात मागच्या वर्षात १२.९ टक्क्यांची वाढ होती आणि आता येत्या वर्षात ही वाढ १७.९ टक्क्यांनी प्रस्तावित आहे. मात्र, कृषीच्या विषयात वित्तमंत्र्यांनी हात आखडता घेतला आहे. सन २००६-०७ वर्षात अगोदरच्या वर्षाच्या तुलनेने प्रत्यक्षात २६.५ टक्क्यांनी अधिक निधी खर्च झाला. आणि आता येत्या २००६-०७ सालात रु. ९,३६२ कोटी खर्च होणार आहेत. ही वाढ फक्त १०.५ टक्क्यांची आहे. मागच्या सुमारे सोळा वर्षांत कृषीक्षेत्र रखडलेले आहे आणि त्यातील वार्षिक वाढीचा दर जेमतेम एक ते दोन टक्क्यांवर पोहोचलेला आहे. याचे अनेक गंभीर दुष्परिणाम झालेले आहेत. एक म्हणजे यामुळे एकूण आर्थिक वाढीचा दर काही प्रमाणात घटतो आणि त्याहीपेक्षा गंभीर म्हणजे ग्रामीण भागात उत्पन्नात आणि रोजगारात वाढ होत नाही आणि लोकसंख्या मात्र वाढतच राहते. त्यामुळे तेथे दारिद्र्याची व्याप्ती आणि तीव्रताही वाढलेली आहे. यातून अनेक प्रकारे सामाजिक

संतुलन बिघडलेले आहे. सगळ्यांत दु:खाची बाब म्हणजे शेतकरी मोठ्या संख्येने आत्महत्या करत आहेत आणि सरकार मात्र हतबल आणि निष्क्रिय झालेले आहे. सगळ्यांत आश्चर्य म्हणजे गेल्या चार वर्षांत देशाचा आर्थिक वाढीचा दर पूर्वी कधी नव्हता इतका वर्षाला सरासरी आठ टक्क्यांच्या पातळीवर पोहोचला आहे. जगामध्ये यासाठी आपली वाहवा होते आणि देशामध्ये मात्र सगळ्यांत अधिक म्हणजे ७० टक्के लोकसंख्या असलेल्या ग्रामीण भागात शेतकरी वैफल्याने ग्रासलेला आहे.

या पार्श्वभूमीवर वित्तमंत्र्यांनी २००७-०८ वर्षाच्या अर्थसंकल्पात काय विशेष आणि वेगळे केले याची दखल घेतली पाहिजे. एकुणात पाहता मागच्या वर्षीच्या तुलनेने येत्या वर्षात काही महत्त्वाच्या विषयात वित्तमंत्र्यांनी जी निधीची तरतूद केली आहे ती टक्केवारीमध्ये कमी आहे. एचआरडी मंत्रालयाचे कार्यक्रम आणि कृषीक्षेत्रातील कार्यक्रम यावर तुलनेने कमी वाढ झालेली आहे. फक्त ग्रामीणविकासाच्या कार्यक्रमात सुमारे १३ टक्क्यांवरून १८ टक्क्यांनी निधीमध्ये वाढ सुचविण्यात आली आहे. एचआरडी मंत्रालयाच्या अंतर्गत तर नियोजनाचा खर्च आणि एकूण खर्च या दोन्ही मध्ये येत्या वर्षात दाखविलेली वाढ ही मागच्या वर्षीपेक्षा कमी आहे.

थोडक्यात, आम आदमीसाठी यूपीए आघाडीच्या काँग्रेस सरकारने खरोखरी काही विशेष केले आहे का? याचे उत्तर नकारार्थी आहे. परंतु प्रसारमाध्यमे काय आणि संसद काय येथे याची कोणीच दखल घेतली नाही. आपल्याकडील अर्थसंकल्पाची मांडणी आणि सादर करण्याची पद्धती पारदर्शी आहे का? एका रूढ अर्थाने ती आहे परंतु त्यात अजूनही अनेक सुधारणा करण्यास वाव आहे. विशेषत: जेव्हा ठळक कार्यक्रमांचे निधीच्या तरतुदीचे आणि खर्चाचे तपशील दिले जातात, त्यावेळी त्यात सोपेपणा आणि तुलना करता येईल, अशा आकडेवारीची गरज आहे. वर उल्लेखिल्याप्रमाणे जर गेल्या तीन वर्षांत किती खर्च झाला आणि किती टक्क्यांनी वाढ आणि घट झाली याचे नेमके आकडे दिले, तर दरवर्षीच्या अर्थसंकल्पात मागील वर्षीपेक्षा काय फरक झाले आणि कशावर भर देण्यात आला, याचे सर्वसामान्यांना अधिक चांगले आकलन होऊ शकेल. आम आदमीला आपल्या नावाने सरकारला किती तळमळ आहे आणि त्यासाठी प्रत्यक्षात काय केले जाते हे नुसते कळले तरीही ते एक पुढचे पाऊल पडेल.

■

# ४.७ भांडवली खर्चामध्ये कपात

केंद्रामध्ये नवीन आघाडीचे सरकार आल्यावर वित्तमंत्र्यांनी २००४ - ०५ वर्षासाठी अर्थसंकल्प सादर केला. या अगोदरच्या सरकारने निवडणुकीपूर्वी एक अंतरिम अर्थसंकल्प मांडला होता आणि आता नव्या सरकारला फक्त उरलेल्या सात महिन्यांसाठीच हा सोपस्कार करावा लागला. नेहमी अर्थसंकल्प सादर होण्यापूर्वी, होताना आणि नंतर अखंड चर्चा होत असतात आणि त्यामध्ये सर्व लक्ष काही मुद्द्यांवरच केंद्रित झालेले असते. आता प्रसारमाध्यमे स्थळकाळाचा भेद करून अक्षरश: उधळली आहेत, त्यामुळे बऱ्याचदा या चर्चा ठरावीक वर्तुळातच फिरत असतात. बहुतेकवेळा त्या प्रस्थापित हितसंबंधी गट आपापल्या हिताला धरून तीचतीच मांडणी वेगवेगळ्या वाहिन्यांवर मांडत असतात, त्यामुळे एकूणच हा चर्चेचा हंगाम कंटाळवाणा होतो. विशेष म्हणजे अनेकदा जे महत्त्वाचे विषय असतात तिथपर्यंत या चर्चा पोहोचतच नाहीत.

असा एक विषय म्हणजे भांडवली खर्चाची अर्थसंकल्पात किती तरतूद केली आहे. यावर्षी ही तरतूद कमी करण्यात आलेली आहे. भांडवली खर्चाची तरतूद अगोदरच्या वर्षापेक्षा रु. १९,०३२ कोटींनी म्हणजे १७ टक्क्यांनी कमी झालेली आहे. मागच्या वर्षात ती मुळात रु. १,११,३६८ कोटी होती आणि आता ती रु. ९२,३३६ कोटी दाखविण्यात आली आहे. या बरोबर महसुली खर्च रु. ३,६२,८८७ कोटींवरून रु. ३,८५,४९३ कोटी होणार आहे. ही वाढ सहा टक्क्यांची आहे.

यावर्षी जशी भांडवली खर्चात कपात करण्यात आली आहे त्याप्रमाणे मागे २००० सालातही अशी कपात करण्यात आली होती. त्या अगोदरच्या वित्त वर्ष १९९९च्या तुलनेने हा भांडवली खर्च २२ टक्क्यांनी कमी दाखविण्यात आला होता. ही सर्व धडपड केवळ यासाठीच की, ज्यामुळे वित्तीय तुटीचे प्रमाण कमी दिसावे.

सरकारी खर्चावर मर्यादा यावी म्हणून वित्त वर्ष २००५ मध्ये सरकारी खर्चाचे जीडीपीतील वाढीमध्ये फक्त एक टक्क्याचे योगदान असणार आहे. यापूर्वी वित्त वर्ष २००० मध्ये जेव्हा सरकारी खर्चात भक्कम कपात करण्यात आली होती, तेव्हाही या खर्चाचे जीडीपीतील वाढीमधील योगदान दहा टक्क्यांचे होते.

वरील अंदाज करताना जीडीपीतील खरी वाढ सहा टक्क्यांची आणि चलनवाढीचा वेग पाच टक्क्यांचा असेल, असे गृहीत धरण्यात आले आहे. तसेच सर्व आकडेवारी चालू किमती लक्षात घेण्यात आल्या आहेत. चालू वर्षात सरकारी खर्चाचा जीडीपीतील वाटा सुमारे १५.६ टक्के असेल असा अंदाज आहे.

या तुलनेने सरकारी खर्चातील वाढ बरीच भरीव आहे. वित्त वर्ष ९५ मध्ये हा आकडा रु. १,६०,७३९ कोटी होता आणि तो वित्त वर्ष ०५ मध्ये रु. ४,७७,८२९ कोटी होणार आहे. सरकारी खर्चामध्ये सर्वांत अधिक वाढ वित्त वर्ष १९९८ मध्ये १५,४५ टक्क्यांनी आणि वित्त वर्ष ९९ मध्ये २०.३९ टक्क्यांनी झालेली होती.

या सर्व आकडेवारीतून एक निष्कर्ष निघतो आणि तो काळजी वाटावा असा आहे. सरकारी खर्चामध्ये सतत वाढ होत असते आणि ती कमी करण्याचे भगीरथी प्रयत्न करावे लागतात. हे रास्तच आहे किंबहुना सरकारचे ते कर्तव्यच आहे. विशेषत: जेव्हा देशामध्ये मोठ्या प्रमाणावर दारिद्र्य आहे, तेव्हा सरकारी खर्च हा अगदी काटेकोरपणे व्हावा, अशी जनतेची अपेक्षा असते. परंतु हे संपूर्णपणे रास्त काम करताना सरकार भांडवली खर्चात का कपात करते या प्रश्नाचे उत्तर मिळत नाही. भांडवली खर्चातूनच सार्वजनिक मत्ता निर्माण होत असतात आणि एकूण अर्थव्यवस्थेमध्ये उत्पादकता वाढीला त्यातून चालना मिळते. परंतु सरकार आपले महसुली खर्च चालू ठेवते आणि ते वाढूही देते; परंतु भांडवली खर्चावर मात्र बंधने लावण्यात येतात हे समर्थनीय नाही. यातूनच विकासाचे प्रश्न बिकट होत आहेत आणि शासनाची परिस्थितीवरील पकड कमी होत आहे.

या वित्तीय तुटीच्या मूळ विषयाशी आणखी एक परिमाण निगडित आहे. ते म्हणजे सार्वजनिक कर्जाचे प्रमाण सगळ्या वित्तीय सुधारणा आणि दृढीकरणाच्या प्रयत्नात नव्या केंद्रसरकारचा जो किमान समान कार्यक्रम आहे, त्यासाठीसुद्धा जी साधने उभारावी लागतात, त्यामुळे सार्वजनिक कर्जात भरच पडणार आहे. मूळ काळजीत ही भर आहे.

गेल्या वर्षी अनिवासी भारतीयांनी जो देशात परत निधी पाठविला आणि एफडीआय आणि एफआयआय यांच्या माध्यमातून जो निधी देशात आला तो जीडीपीच्या सहा टक्के होता. त्यातून विनाकष्टाने वित्तीय तोटा सहन करता आला. व्यवहारातील हा फायदा मान्य करूनही यातून एका धोक्याने उचल खाल्ली आहे. येत्या काळात परदेशातील निधी विविध मार्गांनी येणारच आहे आणि त्यामुळे या तुटीला फारसे महत्त्व नाही, अशा प्रकारचा समज पसरत चालला आहे. परंतु हा निष्कर्ष अगदी चुकीचा आहे.

जगभरात असे अनेक प्रसंग आलेले आहेत, जेव्हा देशांच्या अर्थव्यवस्था या अनियंत्रित वित्तीय तुटीमुळे उद्ध्वस्त झालेल्या आहेत. जर येत्या काळातही भारताची

वित्तीय तूट अशीच वाढत राहणार असली, तर परदेशातून येणाऱ्या निधीवरही त्याचा नकारात्मक परिणाम होईल हे नक्की समजायला हवे. एफआयआयनी मागच्या काही वर्षांत सुमारे २० अब्ज (२० बिलियन) डॉलरची शेअरबाजारात गुंतवणूक केली आहे आणि त्यातली निम्मी रक्कम २००३ सालात केलेली आहे. परंतु मध्यंतरी एका शुक्रवारी शेअरबाजार कोसळला आणि त्यात ५०० बिंदूंनी निर्देशांकात घट झाली. त्याचा अर्थ सुमारे ७० कोटी (७०० मिलियन) डॉलरची गुंतवणूक शेअरबाजारातून बाहेर काढून घेण्यात आली. असे काही प्रसंग किती अस्थैर्य निर्माण करू शकतात याची त्यावरून कल्पना करता येईल. जे अनिवासी भारतीय आहेत आणि ज्या एफआयआय परदेशातील निधी येथे गुंतवणुकीसाठी आणतात, त्यांच्या दृष्टीने ही गुंतवणूक असुरक्षित आहे अशी भावना वाढेल आणि ज्या नामांकन करणाऱ्या आंतरराष्ट्रीय संस्था आहेत त्या देशाच्या गुंतवणुकीच्या दृष्टीने पतवारी खालची करतील. हे सगळे टळणारे नाही.

वित्तीय तूट आटोक्यात आणण्याचे दोन पर्याय आहेत. एक म्हणजे सेवांवर अधिक कर लावायचा आणि त्यातून कराचा महसूल वाढवायचा. दुसरे म्हणजे व्याजदर कमी करत आणायचे आणि व्याजाचा बोजा हलका करायचा. सरकार सेवाकरांची व्याप्ती वाढवतच आहे; परंतु एका रात्रीत त्यातून काही हजारो कोटी रुपयांचा महसूल हातात येणार नाही.

देशाचे सार्वजनिक कर्ज नव्वदीच्या मध्याला जीडीपीच्या ५७ टक्के होते ते आता दहा वर्षांच्या आत ८५ टक्के झाले आहे. परंतु व्याजाचा बोजा मात्र या प्रमाणात सुदैवाने वाढला नाही कारण सार्वजनिक कर्जावरील व्याजदर मागच्या काही काळात कमी होत आहेत. आपण जे जागतिकीकरण स्वीकारले आणि सुधारणा कार्यक्रमांचा अंमल सुरू झाला त्याचा हा फायदा. हे मान्य केले तरीही आता गेल्या काही महिन्यांत जगातील मंदी संपली आहे आणि येत्या काळात व्याजदर वाढण्याचीच शक्यता दिसत आहे. यात अमेरिकेच्या फेडचा पुढाकार आहे आणि तेथे सध्या जो जेमतेम एक टक्का मूळ दर आहे तो सध्याची आर्थिक वाढीची प्रकिया मार्गी लागली, तर अगदी चार टक्क्यांपर्यंतही तो वाढू शकतो. याला धरूनच भारतातही व्याजदर वाढू लागतील. म्हणजे व्याजदर हलके झाल्यामुळे जी अर्थसंकल्पात सवलत मिळत होती त्यावर विसंबून राहता येणार नाही.

केंद्राच्या किमान समान कार्यक्रमात २००९ च्या वेळेपर्यंत महसुली तूट शून्यावर आणण्याचे आश्वासन देण्यात आले आहे. परंतु सध्याच्या प्राप्त परिस्थितीत ती चालू तूट आहे ती भरून काढण्यासाठीही कोणत्या मार्गाने साधने उभारायची, याचा कोणताच कृती आराखडा सरकारजवळ नाही. त्याशिवाय शिक्षण, आरोग्य, कृषी आणि ग्रामीण रोजगार यावर भरपूर खर्च व्हायचा आहे आणि त्यासाठी

सध्यातरी कोणताच निधी हातात नाही.

केंद्रातील आघाडीच्या किमान कार्यक्रमात विकासाला मानवीय चेहरा देण्याचा वायदा करण्यात आलेला आहे. परंतु त्यात दोनच सोप्या गोष्टी राज्यकर्त्या पक्षांना अभिप्रेत आहेत असे म्हणता येईल. एक म्हणजे अनुदाने वाढवणे आणि दुसरे म्हणजे दारिद्र्य निर्मूलनासाठी अधिक सार्वजनिक खर्च करणे. यात आक्षेप घेण्यासारख्या बऱ्याच गोष्टी आहेत. यातून तातडीचे राजकारण झाले तरीही अर्थव्यवस्थेला स्थैर्य येईल आणि सुधारणा होईल याची खात्री देता येणार नाही. गरीब देशात अनुदाने देणे काहीवेळा आवश्यक असते आणि रास्तही असते. परंतु या अनुदानाचा कोणाला फायदा मिळतो, याचेही भान ठेवावे लागते. अनुदानाच्या विषयात अनेक अभ्यास झालेले आहेत आणि त्यातून बराचसा फायदा जे लोक गरीब नाहीत त्यांनाच स्वाभाविकपणे मिळतो, असे पुराव्यानिशी सिद्ध झालेले आहे. आत्ताच सार्वत्रिक निवडणुकीतील मतदानाचा सोयीस्करपणे चुकीचा अर्थ लावून अनेक राज्यांनी शेतकऱ्यांना वीज फुकट देण्याचे कबूल केले आहे. तसेच राज्यातील निवडणुका होणार आहेत म्हणून शेतकऱ्यांना कर्जमाफीही देण्याचा विचार चालू आहे.

यात आघाडीतील डाव्या पक्षांनी अतिरेक करून भर घालण्याचे ठरविले आहे. त्यांना त्यांचे संघटित नोकरदारवर्गाचे मतदारसंघ खूष ठेवायचे असल्यामुळे पब्लिक प्रॉव्हिडंट फंडवर (पीपीएफ) व्याजदर साडेनऊ टक्क्यांहून कमी करायचे नाहीत उलट ते बारा टक्के करावेत, असा आग्रह धरला होता. यात चार महिने वाया गेले आणि शेवटी सरकारला हा व्याजदर साडेआठ टक्के करण्याचा निर्णय घ्यावा लागला. त्याचप्रमाणे जगातल्या पेट्रोलच्या किमती कितीही वाढल्या तरीही देशामध्ये त्या वाढू द्यायच्या नाहीत, असाही डाव्या पक्षाचा दुराग्रह आहे. म्हणजे किमती वाढल्या तरीही सरकारने पेट्रोल आणि घरगुती वापराच्या गॅसवर मध्यमवर्गाला अनुदाने द्यावीत, असे डाव्या पक्षांचे गरिबांच्या नावाने राजकारण चालू आहे.

गरिबी दूर करणे महत्त्वाचे आहे आणि कृषिकडे अधिक लक्ष देणे आवश्यक आहे, याविषयी कोणताच वाद नाही. परंतु त्यासाठी फक्त केंद्राने खर्च अधिक करावा हा काही मार्ग होऊ शकत नाही. सार्वजनिक वितरण व्यवस्था, सार्वजनिक रोजगार कार्यक्रम यात भ्रष्टाचार आणि अनावस्था आहे आणि त्यावर अनेक ठाम उपाय योजावे लागतील. तसेच शिक्षण आणि आरोग्याच्या विषयात कर्मचाऱ्यांवरील खर्च प्रमुख आहे आणि त्यांना शिस्त लावण्याची गरज आहे. मुख्य म्हणजे या आणि अशा अनेक विषयांत राज्यसरकारांची जबाबदारी हीच प्रमुख आहे. त्यामुळे फक्त केंद्रसरकारने आपल्या खर्चात वाढ करावी आणि अधिक अनुदाने द्यावीत हा काही गरिबांना दिलासा देण्याचा मार्ग नाही.

■

www.ingramcontent.com/pod-product-compliance
Ingram Content Group UK Ltd.
Pitfield, Milton Keynes, MK11 3LW, UK
UKHW042102021026
15589UKWH00001B/137

9 788189 959821